கப்பித்தான்

கப்பித்தான்

எஸ்.ஏ. உதயன்

எதிர்
வெளியீடு

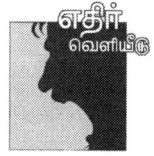

கப்பித்தான்
எஸ்.ஏ. உதயன்

முதல் பதிப்பு: ஜனவரி 2022
எதிர் வெளியீடு,
96, நியூ ஸ்கீம் ரோடு, பொள்ளாச்சி – 642 002
தொலைபேசி: 04259 226012, 99425 11302

விலை: ரூ. 350

Kappithaan
S.A. Udhayan

copyright © S.A. Udhayan
First Edition: January 2022

Published by
Ethir Veliyeedu, 96, New Scheme Road, Pollachi- 642 002
email: ethirveliyedu@gmail. com
www. ethirveliyedu. in

ISBN: 978-93-90811-32-8
Cover Design: Lark Bhaskaran
Printed at Jothy Enterprises, Chennai.

All rights reserved. No part of this book may be reprinted or reproduced or utilised in any form or by any electronic, mechanical or other means, now known or hereafter invented, including Photocopying and recording, or in any information storage or retrieval system, without permission in writing from the Publisher.

மரித்த பேசாலை உடக்குப் பாஸ்
கலைஞர்களுக்கு...

தொன்மைக்கலைகளின் ஊடாகவே மனித வரலாறு கடத்தப்படுகிறது.

- மன்னார் அமுதன்

தொன்று தொட்டு இன்று வரையுள்ள காலம் முழுவதும் போர், பஞ்சம், நோய்த்தொற்றுகளில் இருந்து தம்மைக் காத்துக் கொள்வதற்காக மக்கள் கூட்டம் கூட்டமாக வளமான அமைதியான இடங்களை நோக்கி புலம் பெயர்வதும் போகும் இடங்களில் தம் இருப்பைக் காப்பாற்றிக்கொள்ள போராடுவதுமே வரலாறாக உள்ளது. கப்பித்தான் எனும் இந்நாவல் தென்னிந்திய தூத்துக்குடி துறைமுக மக்களின் பெயர்வையும் அதையொட்டி மன்னார் தீவில் பேசாலை எனும் ஊர் உருப்பெறுவதையும் அம்மக்களின் தொன்மைக் கலையாகிய உடக்குப் பாஸ் யாரால் எங்கிருந்து பேசாலைக்கு அறிமுகப்படுத்தப்பட்டது என்பதையும் பற்றிய தேடலுக்கு விடையுமாக அமைந்துள்ளது.

'கற்பித்தவன்' என்பது காலப்போக்கில் மருவி கப்பித்தான் எனும் சொல் வழக்காகி இருக்கலாம். உடக்குப் பாஸ் பற்றிய பல்வேறு ஊகங்களும் கற்பனைகளும் கதைகளும் பேசாலையில் உண்டு. அவையெல்லாம் அம்மக்கள் இக்கலையின் மீது கொண்டிருக்கும் தீராப்பற்றாலும் அதை ஆற்றுவதற்கு எடுக்கும் பெரும் உழைப்பாலும் பக்தி முயற்சியாலும் திரண்டு வந்தவை.

தொன்மக் கலைகளின் ஊடாகவே மனித வரலாறு கடத்தப்பட்டும் கண்டடையப்பட்டும் வந்துள்ளது. கப்பித்தான் நாவலானது வரலாற்று ஆவணங்களை ஆய்வு செய்து அதன் மூலம் ஒரு புனைவாக உருப்பெற்றுள்ளது. சம்பவங்கள் நடைபெறும் காலம் ஒப்பீட்டளவில் முன் பின்னாக இருந்தாலும் ஒரு புனைவு எனும் அடிப்படையில் இவை ஏற்றுக்கொள்ளப்படத்தக்கவையே.

திருமணங்களில் மட்டுமே இன்று சாதி சமயங்கள் பார்க்கப் படுகின்றன. ஒரு வரலாறாகப் பார்க்கும்போது மக்கள் கூட்டம் குலம், கோத்திரம், தொழில் என ஏதோ ஒரு அடிப்படையில் தம்மை மற்றவரிடமிருந்து வேறுபடுத்திக்கொள்வதே வரலாறு. அது ஏற்றத்தாழ்வைக் குறிப்பது அல்ல.

ஒன்றுக்கு மேற்பட்ட சமூகங்கள் வாழும் சூழலில் இப்படித்தான் பிணக்குகள் இருக்கும். அது அப்படியே காலத்தால் மறைந்து போகும். கற்பனைகளையே வரலாறாக எழுதியுள்ள பெரும்பான்மையானவர்களுக்கு மத்தியில் "கலையில் உண்மை உண்டு. ஆனால் உண்மை கலையாகாது" என்பதற்கேற்ப வரலாற்று உண்மைகளோடு கற்பனைக் கதாபாத்திரங்களையும் காட்சிகளையும் சேர்த்து புனையப்பட்ட குலப்பெருமைகளைக் கூறும் வரலாற்றுப்புனைவாக கப்பித்தான் முழுமையடைந்துள்ளது.

மையக் கதாபாத்திரமான பறுனாந்து மன எழுச்சி கொண்ட இளைஞனாக, சமூக நீதிக்காக நண்பர்களையும் இணைத்து போர் தொடுக்கும் வீரனாக, படகிலேறி மன்னார்த் தீவிற்கு வந்தபின் பரதவக் குடிகளை வழிநடத்தும் தலைவனாக கொலரா கண்டு மக்கள் இறக்கும்போது சமூக சேவகனாகவும் பிரிந்து செல்லும் உறவுகளை ஒன்றிணைத்து 'பேர்சாலை' எனப் பேரிடுவதில் நல் வழிகாட்டியாக, உடக்குப் பாஸை மணப்பாட்டில் இருந்து பேசாலைக்கு கொண்டுவந்து காட்டியதில் நல்ல கலைஞனாக என தன் வாழ்க்கை முழுவதும் தன்னை உருமாற்றிக் கொண்டே வரும் நீர்போல கப்பித்தான் பறுனாந்துவை மிக முதிர்ச்சியுடன் நாவலின் இறுதிவரை கொண்டு வருவது கதையின் உச்சம். ஒருபுறம் கடையர் இன மக்கள் படுகொலை செய்யப்படுகிறார்கள். மறுபுறம் பரதவ இன மக்கள் தீவிற்குள் வந்து சேருகிறார்கள். காலம் ஒரு சூழலை இவ்வாறுதான் சமன் செய்கிறது.

மன்னார்த் தீவில் பேரளவில் வசிக்கும் சமூகங்களின் வரலாற்றைக்கூறும் நாவலாக கப்பித்தான் உள்ளது. மரிசெல்லா (செல்லா) ஒரு முற்போக்கான பெண்ணாக பறுனாந்து தவித்து நிற்கும்போது பரதவ தலைவனின் மனைவியாக உரிய ஆலோசனை கூறுபவளாக முன்னிற்கிறாள். கத்தோலிக்க 'கொன்சால் சாமியாரின்' பக்க பலமான ஆலோசனைகளும்

தீர்க்கமான திட்டமிடல்களும் வழிகாட்டல்களும் இம்மக்களின் நிறைவான வாழ்க்கையிலும் போராட்ட வாழ்க்கையிலும் கத்தோலிக்க மதத்தின் வகிபங்கு பற்றிப்பேசுகிறது.

"உண்மை கலையல்ல" என்பதற்கேற்ப குலப்பெருமை கூறும் தொன்மக்கலைகள் மிதமிஞ்சிய கற்பனைகளால் தம் மூதாதையர்களைப்பற்றி அடுத்தடுத்த தலைமுறைகளால் வாய்வழியாக பிரமாண்டமான பிம்பங்களாகக் கட்டியெழுப்பப்படுபவை. கீழுள்ள தலைமுறைகளுக்கு கதைகளாக சொல்லப்படுபவை. அவை முற்றிலும் கற்பனையாக இருந்தால் வரலாற்றில் நெடுந்தூரம் பயணிக்க முடியாமல் போயிருக்கும். எனவே அவை முற்றிலும் கற்பனையானவை என புறக்கணிக்க முடியாதவை. ஆனால் கலையில் உண்மை உண்டு என்பதற்கேற்ப ஆய்வுகளின் மூலம் கலையில் உள்ள உண்மையெனும் சரடு தனியாக உருவப்பட்டு தனி வரலாறாகவும் எழுதப்படவேண்டும்.

இலங்கையின் நாவலுலக வரலாற்றில் எழுத்தாளர் எஸ்.ஏ. உதயனுக்கு ஒரு சிறப்பான இடம் உண்டு. சிதைவுண்டும் மறுக்கப்பட்டும் வரும் வரலாற்றை ஒரு சீராக கோர்த்து எழுத்துருவாக்குவது எளிதான காரியம் அல்ல. அவருடைய தொடர் உழைப்பும் தேடலும் ஆய்வுமே இந்த கப்பித்தான் நாவல்.

ஆசிரியரின் பிற நாவல்களைப்போல 'கப்பித்தானும்" இலக்கிய உலகில் பேசப்படும் நாவலாக இருக்கும் என்பதில் ஐயமில்லை.

மன்னார் மக்கள் தம் வரலாற்றை அறிந்துகொள்ள வாசிக்க வேண்டிய நாவல்.

நாவலாசிரியரும் சாகித்ய நாயகனுமாகிய எஸ்.ஏ. உதயன் அவர்கள் இன்னும் பல நாவல்களை எழுத வேண்டும் எனும் தேவை மன்னாருக்கு உண்டு.

> எல்லாப் பதில்களும் மீண்டு எழுகின்ற கேள்விகளைத்
> தவிர்க்க முடியாதவை.
>
> - எஸ்.ஏ. உதயன்

வணக்கம்.

நான் வாழும் மன்னார்த் தீவு பற்றியதான வரலாற்றைத் தெரிந்து கொள்ள வேண்டுமென்ற ஆவல் எனக்கு எப்போதுமிருந்தது. தீவின் வடக்கிலும் தெற்கிலுமாக கடல். வாடைக்கும் சோளகத்துக்கும் வாய்ப்பான தொழில். எங்கு நிலத்தைத் தோண்டினாலும் குடிக்கக்கூடிய நல்ல தண்ணீர். பனை வளத்திற்கும் குறைச்சலில்லை. பயிர் பச்சை காணக்கூடிய மண்வளமும் அதுபோல நாம் அன்றாடம் பயணம் செய்யும் வழிதோறும் தென்னந்தோப்புகளையும் பார்க்கும் இடமெல்லாம் வேம்பு மரங்களுமாயும் பற்றைக்காடுகளுமாக இருக்கின்ற இந்தத் தீவைப்பற்றி எனக்கு அதிகம் சிந்திக்கத்தூண்டும்.

மன்னார்த் தீவுக்குள் இருக்கும் கிராமங்களுக்கு ஆதியில் இடப்பட்ட பெயர்கள் எல்லாமே காரணம் தழுவியதாக இருப்பதைக் காணலாம். அக்காரணங்கள் எல்லாமே தீவின் வரலாறு சொல்வதாய் இருப்பதையும் நம்மால் புரிந்து கொள்ள முடிகிறது.

மன்னார்த் தீவின் வரலாறு பற்றித் தேடும்போது முக்கியத்துவம் வாய்ந்த நிகழ்வுகள் பல்வேறு காலங்களில் இங்கே நடந்தேறியிருப்பதை நாம் அறிகிறோம்.

கதைச் சுவைக்காக நாவலின் கதாபாத்திரங்கள் வாழுகின்ற காலப் பகுதிக்குள்ளேயே அந்த முக்கிய நிகழ்வுகளை குறிப்பிட்டிருப்பதால் கால இடைவெளிகள் வரலாற்றுக்கு முந்தியும் பிந்தியும் காணப்படுவதைத் தவிர்க்க முடியாது போயிருப்பினும் புனைவு போர்த்திய மைய நிகழ்வுகள்

எல்லாமே எனது தேடல் சார்ந்திருப்பதைக் குறிப்பிட விரும்புகிறேன்.

மன்னார்த் தீவுக்குள் இன்று பெரும்பான்மையாக வசிக்கும் பரதவர் இங்கு வருவதற்கு முன்பிருந்தவர்கள் பற்றி நாம் அறிகிறபோது அவர்கள் நல்லதொரு வாழ்க்கையை இங்கே தமக்கென அமைத்து வாழ்ந்தவர்கள் என்பதும் அவர்கள் கத்தோலிக்க மறையைத் தழுவிய காலத்தில் வட புலத்தை ஆட்சி செய்த சங்கிலியனுக்கும் அவர்களுக்குமிடையில் ஏற்பட்ட ஒரு பிணக்கினால் கொடுந்துயரத்திற்குள்ளானவர்கள் என்ற வரலாற்றுப்பதிவும் இந்நாவலை எழுத எனக்குத் தேவையாக இருந்தது.

அந்த வரலாற்று சம்பவத்தை ஆய்வாளர் திரு. எஸ். டேவிட் அவர்கள் ஆய்ந்து தந்ததுபோல் இதற்கு முன்பு வேறெந்த ஆய்வாளர்களும் எமக்குத் தரவில்லை என்றுதான் வாசிப்பவர்கள் அறுதியிடுவார்கள். அதனால்தான் இந் நாவலுக்குத் தேவையான பகுதிகளை அவரின் ஆய்வினை ஆதாரமாக வைத்து எழுதினேன்.

இந்த இடத்தில் வடகரையோரத்தில் பொதுவாக கலப்பில்லாமல் எல்லாரும் கத்தோலிக்கராய் இருப்பதன் காரணத்தையும் நான் அடிக்கடி கேள்விக்குட்படுத்துவதுண்டு. இவர்கள் எப்படி இங்கு வந்து சேர்ந்தார்கள்? இவர்களின் குடிப்பரம்பல் மன்னார்த் தீவையும் தாண்டி பெருநிலப்பரப்பிலும் எவ்வாறு பரவியது? என்ற கேள்விகளும் எம்மிடம் இருந்தது.

அவ்வாறு வாழும் அந்த மக்களிடையே பழக்கவழக்கம், பண்பாடு, கலாசாரம், உறவு முறைகள் எல்லாமே இன்றும் மிகச்சிறப்பாகப் பேணப்படுவதையும் நாம் அவதானிக்கிறோம்.

இதைவிட பேசாலையில் காணப்படும் மரபுக்கலையான உடக்குப் பாஸ் பற்றி எழுகிற கேள்விகள் ஆயிரம். இன்று எல்லோரும் பேசும் உடக்குப் பாஸ் இன்றைய நாட்களின் தேவைக்கேற்ப அதிக இலகுத்தன்மையையும் துணைக்கருவிகளின் வளங்களையும் அதிகமாக உள்வாங்கி மிகவும் உயர்ந்த காண்பியக்கலை என்று சொல்லுமளவுக்கு உன்னத நிலையை அடைந்திருப்பதென்பது உண்மைதான்.

ஓம்... அதெப்படி அக்கலை பேசாலைக்கு வந்தது? அது ஒரு கிறீத்தவ கத்தோலிக்க கலையல்லவா. இதற்கு மூலாதாரம் எங்கிருந்து வந்திருக்க வேண்டும்? இக்கேள்விகளுக்கு பல நழுவல்ப்போக்கான பதில்களே ஆரம்பத்தில் எனக்கு கிடைத்திருந்தன.

பொத்தாம் பொதுவாக உடக்குப் பாஸ் இந்தியாவிலிருந்து வந்திருக்கவேண்டும். அது கேரளாவாகவும் இருந்திருக்கலாம். ஏன் இங்கிருப்போரின் தயாரிப்பாக இருந்தால் என்ன?

இந்த எல்லாப் பதில்களும் மீண்டு எழுகின்ற கேள்விகளைத் தவிர்க்க முடியாதவைதான்.

ஆனால் கடந்த ஐந்து வருடங்களின் முன்பு அருட்பணியாளர் ஜெறோம் லெம்பட் அடிகளாரை நான் மன்னார் ஞானோதயத்தில் சந்தித்தேன். அவர் அப்போது ஆஸ்பத்திரி நோயாளர்களைத் தேற்றும் பணியில் அமர்த்தப்பட்டிருந்தார். அவர் எனது இலக்கிய முயற்சிகளுக்கு அதிக ஊக்குவிப்புத்தரும் உன்னத மனிதர். அவர் கலையை நயப்பதுடன் மட்டுமல்ல சிறந்த வாசிப்பாளரும் கூட. நாடக அரங்கியல் பட்டதாரி. நாட்டுக்கூத்து ஆடுவதில் வல்லவர். தமிழில் மறையுரை ஆற்றுபவர்களில் தலை சிறந்தவர்.

அவருடனான இலக்கியம் சார்ந்த சந்திப்பொன்றில் அவர் ஒரு புத்தகத்தை என்னிடம் தந்தார். அந்தப் புத்தகத்தின் பெறுமதியை அப்போது நான் அறிந்திருக்கவில்லை. ஆனால் பின்னாட்களில் எனக்குள் இருந்த பல கேள்விகளுக்கு அந்தப் புத்தகம்தான் விடையளிக்கும் என நான் அப்போது நினைத்திருக்கவில்லை.

தூத்துக்குடியைச் சேர்ந்த அருட்பணி வெனான்சியு பெர்னான்டோ அடிகளார் எழுதிய குழந்தைப்பருவ சுயசரிதை நூலான ‘கடலோரம் கடவுள்’தான் அது. அதை வாசிக்கும்போதுதான் உடக்குப் பாஸின் தோற்றுவாய் பற்றித் தெளிவான பதில் எனக்கு கிடைத்தது. அது போல முத்துக்குளித்துறைப் பரதவர்களின் வட இலங்கை நோக்கிய இடப்பெயர்வு பற்றிய வரலாற்றுத் தடத்தினையும் அந்தப் புத்தகத்தில் படித்தேன்.

எனது முன்னைய கேள்விகளுக்கான மிகச் சரியான பதிலை நான் கண்டுபிடித்த பின் 2019ஆம் ஆண்டு கிளிநொச்சியில் தோழர் கருணாகரனின் ஏற்பாட்டில் நடந்த இலக்கிய சந்திப்பில் நான் பேசாலை உடக்குப் பாஸ் பற்றியதான உரையொன்றை ஆற்றியிருந்தேன். அச்சமயம் கேள்வி நேரத்தில் மூத்த படைப்பாளி திரு. முருகபூபதி மற்றும் பேராசிரியர் சி.என். மௌனகுரு என்ற மேதைகளினால் எழுப்பப்பட்ட கேள்விகளுக்கு ஆவண ரீதியான ஒரு பதிலை வழங்குமாறு என்னிடம் கேட்கப்பட்டது. அவ்வாறான பதில் ஒரு உரைவடிவில் அல்லாது நாவல் வடிவில் அமைந்தால் இன்னும் சிறப்பாக இருக்கும் என நான் கருதினேன்.

அதுவே இந்த 'கப்பித்தான்' நாவல்.

இந்நாவலை எழுதுவதற்கு எனக்குத் துணை நின்ற ஆளுமையாளர்கள், புத்தகங்கள், பதிவுகள் என்பவற்றை நான் குறிப்பிட வேண்டும்.

1. 'கடலோரம் கடவுள்' (குழந்தைப்பருவ சுயசரிதை) அருட்திரு. வெனான்சியுஸ் பெர்னான்டோ.

2. 'வித்துக்கள்' வேத சாட்சியாளர்களின் புத்தகம். மன்னார்த் தீவின் கேந்திர முக்கியத்துவமும் மறை சாட்சிகள் காலத்து சூழமைவும் திரு. டேவிட் கட்டுரை.

3. கத்தோலிக்க கலை இலக்கியப் பாரம்பரியங்கள் அருட். ஞானமுத்து பிலேந்திரன்.

4. சாயவேர் தொடர்பான ஆய்வுக் கட்டுரை.

5. பரதவர் இணையவழிக் குறிப்புக்கள்.

6. எழுத்தாளர் பத்தினாதன் பறுனாந்து அவர்களுடனான உரையாடல்.

7. அருட்பணி. ப. ஜெறோம் லெம்பட் அடிகளாருடனான உரையாடல்.

8. மூத்தோர் கதை.

9. இலங்கை தேச வழமைகளும் சமூக வழமைகளும் - பேரா. எஸ். பத்மநாதன்.

எப்போதும் போல இந்நாவலுக்கும் ஆய்வுநோக்கில் எனக்கு கருத்துதவி புரிந்ததுடன் ஆய்வுக்கான கட்டுரைப் பிரதிகளையும் தந்த இலக்கிய ஆர்வலரும் ஆய்வாளருமான திரு.எஸ். டேவிட் அவர்களை நான் எப்போதும் என் நெஞ்சருகே வைத்துக்கொண்டாடுபவன்.

எனது நண்பரும் இலக்கியத் தோழனுமாகிய கவிஞர் திரு. மன்னார் அமுதன் அவர்கள் தாம் வாழும் இப்பிரதேச மண்ணை மிக ஆழமாக நேசிப்பவர். மக்கள் கலை பற்றிய உரையாடல்களில் தீவிரப் பற்றுதலை வெளிப்படுத்துபவர். சிறந்த சிறுகதையாளராகவும் கவிஞருமாகவும் வெளித்தெரிகின்ற அவரிடம் இந்நாவல் பற்றிய எண்ணங்களை உரையாக்கித் தரும்படி கேட்டிருந்தேன். மிக அழகாக அருமையாக எழுதித்தந்தார்.

வழமை போல முடிந்தளவு வட்டார மொழி உரையாடல் மூலமே இந்நாவலை நான் நகர்த்தியிருக்கிறேன். எனினும் சில இடங்களில் எனது மொழியாடலைத் தேவை கருதி மாற்றியுமெழுதியிருக்கிறேன்.

இக் கப்பித்தான் நாவல் புத்தகமாக வெளிவரவேண்டும் என்று முனைப்போடு செயற்பட்ட தோழர் கருணாகரன் அவர்களுக்கும்,

இந்நாவலை ஒப்புநோக்கி உதவிய திரு. றோமன் S. குரூஸ் அவர்களுக்கும்,

நாவலைப் பதிப்பிக்க உதவிய தோழர் சிராஜ் அவர்களுக்கும் 'எதிர்' வெளியீட்டாளர்களுக்கும் எனது நெஞ்சார்ந்த நன்றியினைத் தெரிவித்துக் கொள்கிறேன்.

01

ஆரியப் பெருமாளின் அரண்மனை அமளி துமளிப்பட்டது. வான வேடிக்கையோடு விஜயாபதி நகரம் கலகலத்துக் கொண்டிருப்பதை பாளையக்காரன் ஆரியப் பெருமாள் அரண்மனையின் மேல் மாடத்தில் இருந்து இரசித்தானாகிலும் அவன் உள் மனதில் மதுரை நாயக்கன் பற்றிய அச்சம் அறுத்துக்கொண்டேயிருந்தது.

அதை விட நேற்றிரவு சிறைச்சாலைப்பக்கத்தில் தனது ஆருயிர் நண்பன் பிரகலாதன் கொலையுண்டு கிடந்த சம்பவம் அவனை உலுக்கிப் போட்டிருக்க... பிரகலாதனின் சாவுக்கு காரணம் அந்த உவரிப் பெண்களாகத்தான் இருக்கும் என்ற ஆரியப் பெருமாளின் ஊகம் சரியானது என்றாலும் அவர்களால் இந்தப் படுகொலையை சிறைக்காவலர்களின் உதவியின்றி செய்திருக்க முடியாது என்று திட்டவட்டமாக அவன் நம்பினான்.

பாளையக்காரனின் மகளின் திருமண ஏற்பாடு அரண்மனையில் மும்முரமாக நடந்து கொண்டிருந்த வேளையில் சமயம் பார்த்து அவனை அடித்திருக்கிறார்கள். பிரகலாதன் செத்துவிட்டான் என்பது ஆரியப் பெருமாளுக்கு மிகுந்த வருத்தத்தையளித்திருந்தாலும் அவன் நடத்தை குறித்து எப்போதுமே ஒரு நெருடல் அவனுக்கு இருந்து கொண்டுதான் இருந்தது. சிறைச்சாலை நிருவாகம் பிரகலாதனிடம் இருந்தபடியால் அவன் அங்கிருந்த பெண்களிடம் வைத்திருந்த அடாவடிகள் பற்றி ஆரியப் பெருமாள் அறியாமல் இல்லை.

உடலில் ஒரு பொட்டுத்துணியில்லாமல் தரையில் இரத்த வெள்ளத்தில் செத்துக்கிடந்த பிரகலாதனின் பிரேதத்தை இன்னுமொரு தடவை நினைத்துக்கொண்டான். அவனது

ஆணுறுப்பு துண்டமாக்கப்பட்டு தரையில் துப்பப்பட்டிருந்தது. அவனது விதை ஆழமாகக் கிழிக்கப்பட்டு இரத்த விளாறாக சொதசொதத்து சிதைந்திருந்தது.

பிரகலாதனின் குரல்வளையை கடித்துக் குதறியதால் அது முறிக்கப்பட்டு அவன் சாகடிக்கப்பட்டிருந்தான். அவனது உயிர் எவ்வளவு கொடுமையாகப் பறிக்கப்பட்டிருக்கும் என நினைத்தபோது ஆரியப் பெருமாளின் தேகம் ஒருதடவை ஆடியது.

ஆரியப் பெருமாளுக்கு அந்த நினைப்பு அவஸ்தையாகத் தோன்ற சட்டென எழுந்து நடந்தான்.

"பிறகு பார்த்துக்கொள்கிறேன். ம்..." என்று கருவிக்கொண்டவன் இரண்டு கைகளையும் உயர்த்தி சொடக்கு முறித்துக்கொண்டான்.

"மன்னர் வந்து விட்டு சென்ற பிறகு இந்த கலியாணக் கொண்டாட்டமெல்லாம் ஒருவாறாக ஒப்பேறிவிட்டால் பார்த்துக்கொள்ளலாம்" என்றவன் திரும்பவும் அரண்மனை சாலையில் தன் கண்களைப் பதித்தான்.

இன்று காலையிலிருந்தே அவன் அழைத்த விருந்தினர்கள் வில்லு வண்டி பூட்டிக் கொண்டு கலியாணத்திற்கு வருகை தந்து கொண்டிருப்பது அவனுக்குப் பெருமையாக இருந்தது.

மாடத்திலிருந்து பார்க்க, அரண்மனை தாண்டி கோட்டையின் வெளிப்புறச்சாலை நன்றாகத் தெரிந்தது. அவன் மதுரைநாயக்க மன்னர் வரப்போகிற அந்த அரண்மனைச் சாலையை நோக்கியே பார்த்தபடி இருந்தான்.

எப்படியாவது மன்னர் மனதைக்குளிரப்பண்ண வேண்டும். வெளியில் மன்னரை வரவேற்பதற்காக அவன்ஆட்கள் செய்திருந்த ஏற்பாடுகள்அனைத்தும் பிரமாதமாய் இருந்ததை அவனே நேரில் பார்த்து தன்னைத்தானே மெச்சிக் கொண்டான்.

மதுரையில் இருந்து மீனாச்சியம்மன் கோயில் யானைகளில் இருபதினை பாளையக்காரன் ஐந்து நாட்களுக்கு முன்னமே இங்கு அழைத்துவர ஏற்பாடு செய்திருந்தான். மன்னர் வரும் வழி நெடுகிலும் சோடிக்கப்பட்ட யானைகள் வரிசையாக நிற்கவேண்டுமென்பதும் மன்னரை வாழ்த்தி மலர் மாலை வீச வேண்டுமென்பதும் அவன் ஏற்பாடுகளில் ஒன்று.

முத்துக்குளித்துறை ஜில்லாவின் பதினைந்து கடற்கரைக் கிராமங்களுக்கு அவனே பாளையக்காரன் அந்தஸ்தைப் பெற்றிருந்தான். வரி வசூல் செய்கிறேன் பேர்வழியென்று ஆரியப் பெருமாள் அந்தக் கிராமங்களில் நடத்துகின்ற அட்டூழியங்கள் எல்லாம் மன்னர் காதில் விழுந்திருக்கின்றது என்பது அரண்மனைச் செய்திகள் மூலம் ஆரியப் பெருமாள் அறிந்தபோது ஆரம்பத்தில் கொஞ்சம் அச்சமாகத்தான் இருந்தது.

ஆனால் மதுரை நாயக்க மன்னனின் நிருவாகத்தில் இன்னும் சில பாளையக்காரர்களும் இதைத்தான் செய்கிறார்கள் என்பதும் அவர்களையெல்லாம் மன்னர் இதுவரை பெரிதாகக் கண்டிக்கவில்லை என்பதையும் தெரிந்து கொண்டபிறகு ஆரியப் பெருமாளின் போக்கு அடாவடியாக மாறியிருந்தது.

பாளையக்காரன் ஆரியப் பெருமாள் பற்றிய செய்திகள் கொஞ்ச நாளாக இப்போ மதுரை நாயக்கன் அரண்மனையில் உறுத்திக் கொண்டிருந்ததால் ஆரியப் பெருமாள் மன்னர் முகத்தில் முழிக்க கொஞ்சம் பயந்தான்.

அதுவும் உவரிக் கிராமத்துச் சம்பவம் வேறு மன்னருக்கு கோபத்தை ஏற்படுத்தியிருந்தது. வரி வசூல் செய்யும்போது மக்களைப் பயமுறுத்துவது என்பது பாளையக்காரர்களுக்கு சாதாரணமானதுதான் என்றாலும் உவரியில் ஆரியப் பெருமாளின் அத்து மீறிய நடவடிக்கை மன்னர் சமூகத்தில் ஒரு பிரச்சினையாக அரண்மனைப் பிரமுகர்கள் பேசிக்கொண்டிருந்தார்கள்.

"எதென்னாலும் பொம்புளைங்கள இந்த அளவுக்கு அசிங்கப்படுத்தியிருக்க கூடாது. இளங்குமரிப் பெண்களை அம்மணமாக்கியல்லா இழுத்திட்டு வந்திருக்கான் கூறு கெட்டவன்."

"அதானே. ஆரியப் பெருமாள் ரொம்ப மோசம். அவனை மன்னர் இன்னும் கேட்காதிருப்பது மக்கள் குழம்புவதற்கு வழி வகுக்கும். அம்புட்டுதேன்."

"கடல நம்பி பொழைக்கிற பரவக்கூட்டமய்யா அது. அவனுக வருமானத்துக்கு தக்க மாதிரித்தான் நம்பளுக்கும் குடுப்பானுக இல்லியா."

“அது போக இப்போ அந்தப்பக்கம் ஏகத்துக்கும் கத்தோலிக்க வேதத்துக்கு மாறி போத்துக்கீச சாமிமாரு சொல்லுறதத்தான் அவனுக கேட்கிறானுக.”

“அத விடுமய்யா. அவனுக யாரை வேணும்னாலும் கும்பிட்டுட்டுப் போகட்டும், ஆனா வரி நமக்குத்தானே குடுக்கணும்.”

“அதுக்கு வெருட்டி உருட்டி பணத்த வாங்கிறதுதான் முறை எங்கிறீகளா. அதுக்கொரு ஒழுங்கு வேணாமா. தண்டல்காரன் தடியெடுத்தா பிரச்சினதான். எதுக்கும் ஆரியப் பெருமாள அரசர் தட்டி வைக்கிறதுதான் முறை.”

இந்தப் பேச்செல்லாமே ஆரியப் பெருமாள் மீது அரசருக்கு வெறுப்பை ஏற்படுத்தியிருந்தது.

ஆரியப் பெருமாளுக்கு மன்னரை சமாளிக்க வேண்டும் என்ற தேவை இருக்கிறபோதுதான் மகளின் கலியாணம் கூடிவந்திருந்தது.

மன்னர் அழைக்குமுன்னமே பாளையக்காரன் அவர் முன் கலியாண ஓலையோடு நின்றபோது மன்னருக்கு அவனை அப்போது கண்டிக்க மனது வரவில்லை. பாளையக்காரன் வீட்டுத்திருமணத்திற்கு முதலில் விஜயாபதிக்கு சென்று வந்துவிட்டு பின்னர் விவகாரத்தை வைத்துக்கொள்ளலாம் என்று இங்கு வருவதற்கு ஒப்புக்கொண்டிருக்கிறார் என்றும் ஆரியப் பெருமாளுக்குத் தெரிந்திருந்தது. அதனால் மன்னரைக் குளிரப்பண்ணுவதே அவனின் குறியாக இருந்தது.

மன்னர் பரிவாரங்களோடு கோட்டை வாசலை அண்டி வரும்போது பெரிதாக கோசம் வானை முட்டியது. மனதுக்குள் சம்மணம் போட்டிருந்த சங்கடத்தை அவசரமாய் வெளியேற்றிவிட்டு ஆரியப் பெருமாள் மன்னரை எதிர் கொண்டு சென்றான். அரண்மனைக்கு வெளியே மக்கள் கூட்டமாய்க் குழுமியிருந்தார்கள்.

அவன் ஆயிரம் பேரையழைத்து அவனது மகளின் திருமண விழாவை நடத்த ஆயத்தங்களைச் செய்திருந்த போதும் மன்னர் வருகைதான் அவனுக்கு முக்கியமானது.

எப்படியும் மன்னர் மனதில் குடியிருந்த கோபத்தை இன்று இல்லாமல் செய்து விடவேண்டும் என அவன் துடித்தான்.

பதினைந்து கடற்கரைக் கிராமங்களிலும் வரி வசூலிக்க வேண்டுமென்பதற்காக அந்த மக்களைத் துன்புறுத்தியதோடல்லாமல் உவரிக்குட்டிகளை நிர்வாணமாக சிறைப்பிடித்து வந்தது எந்தளவு தவறு என்பதை அவன் உணர்ந்திருந்தாலும் அதை யாரும் குற்றமாக வெளியில் கதைப்பதை அவன் விரும்பவில்லை.

உவரியில் கத்தோலிக்கரின் தேவாலயத்திற்கு நெருப்பு வைத்து அங்கு அவனோடு வாக்குவாதம் புரிந்தார்கள் என்று நான்கு குமரிப் பெண்களையும் கைது செய்து கட்டி இழுத்து வந்தது பற்றி மன்னருக்கு யாராவது விகாரமாகத்தான் சொல்லியிருப்பார்கள்.

அவன் மீது கோபத்துடன் மன்னர் இருக்கிறார் என்ற செய்தியை ஆரியப் பெருமாள் கேள்விப்பட்டதில் இருந்து அவனுக்குத் தடுமாற்றம்தான்.

"கொஞ்சம் அதிகமாகத்தான் பிரபு அன்றைக்கு!"

"அதை இப்போது சொல்லி என்ன பிரயோசனம். அப்போதே சொல்லியிருந்தால் தவிர்த்திருக்கலாம். சரி சரி. இப்போது என்ன செய்வது அதைச்சொல்."

எப்போதும் தன்னுடனே சுற்றிக்கொண்டிருக்கும் நண்பனான பிரகலாதனிடம் கேட்டான் ஆரியப் பெருமாள்.

எதுவாக இருந்தாலும் மன்னரின் சூட்டைத்தணித்தேயாக வேண்டும். அதற்காக அவன் எதையும் செய்யலாமென்றிருந்தான்.

நண்பன் பிரகலாதனின் ஆலோசனைப்படி ஆரியப் பெருமாள் தன் ஒரே மகளின் திருமணத்திற்கான அழைப்பை அவன் பரிவாரங்களுடன் மதுரைக்கு நேரில் சென்று மன்னருக்கு விடுத்திருந்தான்.

ஆரியப் பெருமாளின் நூற்றி இருபது காலாற்படை ஜவான்களுக்கும் ஆளுக்கொரு வேலையாகப் பிரித்துக்கொடுத்து அவன் விழாவை அமர்க்களப்படுத்தியிருந்தான்.

மதுரைநாயக்க அரசரின் கிழக்குப் பாளையக்காரனின் மகன் வர்ண குலத்தான் என்பவன்தான் மணமகன். நாயக்க அரசரின் எழுபத்திரெண்டு பாளையங்களில் கன்னி வாடி பாளையம்தான் விசேடம்.

ஆரியப் பெருமாளின் பெண்ணுக்கு கன்னி வாடியில் இருந்து வருகிற மாப்பிள்ளை மனம் கோணாமல் இருக்கவெண்டுமென்று அவன் நினைத்ததால் மாப்பிள்ளையின் விருப்பம் எதுவோ அதை இங்கு செய்வதற்கு உத்தரவிட்டிருந்தான் ஆரியப் பெருமாள்.

திருமணத்திற்கு வந்திருப்பவர்கள் யாரும் எக்குறையும் சொல்லிவிடக்கூடாதென்று அவர்களை மிகக் கவனமாக கவனித்துக்கொண்டிருந்தார்கள் ஆரியப் பெருமாளின்ஆட்கள்.

மணமகன் ஒரு சோக்காலியாக இருக்கவேண்டும். அவனது ஆடை அலங்காரமும் சோடிப்பும் பிரமாதமாக இருந்தது. வலது கையில் மல்லிகைப்பூச்சரத்தை சுற்றிக்கட்டியிருந்தான். தலையில்வைத்திருந்த தலைப்பாகையில் விலை மதிப்பான கற்கள் பதித்திருந்த படியால் அவன் வெடுக்வெடுக்கென்று திரும்பும் போதெல்லாம் அக்கற்கள் விளக்கு வெளிச்சத்தில் மின்னி ஒளிர்ந்தன. அடிக்கடி சிரித்து தன் மகிழ்ச்சியை வெளிப்படுத்தியவனின் கையில் மதுக்கோப்பை எப்போதும் இருந்தது. அவன் தன் புது மனைவியின் இடுப்பில் கையைப்போட்டு வளையமிட்டபடி அந்த மண்டபத்தில் போவதும் வருவதுமாக இருந்தான்.

ஆரியப் பெருமாளின் ஒரே புத்திரி சோலையம்மாளுக்கு வயது பதினைந்து பதினாருக்குள்தான் இருக்க வேண்டும். அரண்மனை ஒப்பனைக்காரிகள் அவளை பெருங்குமரியாக்கி விட்டிருந்தார்கள்.

மணமகனின் இழுப்புக்கு இழுபடுவதை ரசிக்காதது போல அவள் முகம் அஸ்டகோணலாகுவதை அவள் தவிர்க்கிறாளில்லை. போதாக் குறைக்கு கனவான்கள் நாகரீகம் என்ற வகையில் அவளும் கொஞ்சம் மதுவை ருசித்திருந்தாள்.

அரண்மனைப் பெண்கள் என்றும் மணமகளின் தோழியர் என்றும் ஒரு கூட்டம் மதுரையில் இருந்து வந்திருந்த

மணமகனின் தோழர்களோடு பிணைந்து சல்லாபித்துக் கொண்டிருந்தார்கள்.

நேரம் செல்லச்செல்ல அங்கு முறைகேடுகள் நடந்துவிடும் போல இருக்க பெரியவர்களுக்கு அங்கிருந்து விலகுவதைத் தவிர வேறொன்றும் செய்ய முடியாதிருந்தது.

வந்திருந்தவர்களில் மணமகன் உட்பட எல்லாருமே மது அருந்துவதில் கில்லாடிகளாக இருந்ததால் அங்கு விசேடமாய்த் தயாரித்து வைத்திருந்த உள்நாட்டுச் சரக்கை அள்ளி ஊற்றிவிடச் சொல்லியிருந்தான் ஆரியப் பெருமாள். திருமணம் முடிந்த கையோடு விருந்து ஆரம்பித்து இரவு பத்துமணிக்கெல்லாம் அங்கு அரங்கம் கேளிக்கையால் நிறைந்துவிட்டிருந்தது.

விஜயாபதிக் கோட்டைக்குள் புதிதாக ஆபத்து ஒன்றும் இல்லையென்று ஆரியப் பெருமாள் அனுமானித்திருந்ததால் கோட்டையின் வெளிப்புறத்துக் காவலர்களும் போதையேற்றியிருந்திருக்கக் கூடும்.

ஆரியப் பெருமாள் களைத்துப் போயிருந்தான். அவனுக்கு மன்னர் மதுரை நாயக்கர் தன் வீட்டுக் கலியாணத்திற்குப் பரிவாரங்களோடு வந்து போயிருப்பதுதான் பெருமை என்ற கணக்கில் இப்போது ஓய்வெடுத்தால் பரவாயில்லை என்பது போலிருக்க அவன் உப்பரிகைக்குத் திரும்பியிருந்தான். திரும்பவும் நேற்றிரவு பரிதாபமாய் செத்துப் போயிருந்த அவனது நண்பன் பிரகலாதனின் நினைப்பு இப்போதும் வர அவன் மனம் சோகத்தில் ஆழ்ந்தது.

பிரகலாதன் கொலை செய்யப்பட்டான் என்ற செய்தியில் அவனை அந்நேரம் தடுமாற வைத்திருந்தாலும் இப்போது எதையும் மனதில்வைத்து அலட்டிக்கொள்ள அவனது நிலைமை விடவில்லை. மகளின் திருமண ஏற்பாடு மும்முரமாக நடந்து கொண்டிருக்கும்போது அந்த மரணத்தை தன் மகளின் கலியாணத்துக்கு நேர்ந்த ‘கெடுகுறி’யாகத்தான் மற்றவர்கள் பார்ப்பார்கள் என்ற பயம் அவனைத் தொற்றிக்கொள்ள பிரகலாதனின் சாவுச் செய்தியை அவனும் அரண்மனைக்காரர்களும் பெரிதாக எடுக்க கூடாமல் உடனடியாகவே சிறைக்கூடக்காவலர்களால் பிரகலாதனின் ஈமச்சடங்கு அங்கேயே கமுக்கமாக நிறைவேறியிருந்தது.

அவன் நினைத்துப் பயந்தது போல மன்னர் அவனிடம் விவகாரமாக எதுவும் கூறவுமில்லை நடந்து கொள்ளவுமில்லை என்பதுதான் அவனுக்கு நிம்மதி. வெளி மண்டபத்தின் இரைச்சல் அவனுக்கு இப்போது எரிச்சல் மூட்டுவது போலிருக்க வேகமாகத் தன் படுக்கையறையை நோக்கி நடந்தான். அவன் உப்பரிகையில் சாய்ந்தவுடனே அலுப்பும் களைப்பும் சீக்கிரமாகவே அவனை நித்திரைக்குள் ஆழ்த்தியது.

நள்ளிரவாகிக் கொண்டிருந்தது. மது போதையில் இருந்தவர்களும் ஆயாசமாகி ஓய்வெடுக்க விரும்புகின்ற நேரம்.

முன்மண்டபத்திலிருந்த தீவட்டிகளை வேலைக்காரர்கள் அணைத்துவிட பிரதான மண்டபத்தில் மாத்திரம் சில தீவட்டிகள் எரிந்து கொண்டிருந்தன. மயக்கம்தரும் ஒய்யார ஒளியை அவை சிந்திக்கொண்டிருந்தன.

02

கருமையாகவே நீண்டிருந்த சமுத்திரத்தைக் கிழித்துக்கொண்டு இருபது படகுகள் கொடுமையான காற்றின் அமைதியை அடைகாத்தபடியே விஜயாபதி நோக்கி சீறிப் பாய்ந்து கொண்டிருந்தன. ஒவ்வொரு படகிலும் பதினைந்து என்ற கணக்கில் முந்நூறு வாலிபர்கள் முறுக்கேறிய மனமீசையை முறுக்கிக்கொண்டு வலிமைக் கரங்களால் தண்டிழுத்துக் கொண்டிருந்தார்கள்.

பறுனாந்து என்ற நெஞ்சு விரிந்த வாலிபனது ஒற்றைக் கட்டளையில் அந்த நீண்ட டிங்கி வள்ளங்கள் விரைந்து கொண்டிருந்தன. படகுகளில் இருந்த ஒவ்வொரு வாலிபனின் நெஞ்சிலும் கோபக்கனல் தகிக்க ஆரியப் பெருமாளின் தலையைக் கொய்ய வேண்டும் என்ற வெறி கனத்துக்கு கனம் மேலேறிக்கொண்டிருந்தது.

உவரிக்கரையில் கொழுந்தாய் எரிந்த தீயின் நாக்குகள் இப்போது சாம்பலாய் மாறி மணப்பாட்டு மண்ணின் இளைஞர்கள் மனதில் வக்கிரத்தை விதைத்துக்கொண்டிருந்தது.

இளைஞன் பறுனாந்துவுக்குள் ஓயாமல் கனன்ற பழிவாங்கும் நினைவு சுழன்றடித்தபடி இருக்க உவரி இருக்கும் கிழக்கு கரையை நோக்கிப் பார்க்கிறான்.

நடந்து முடிந்திருந்த படு பாதகத்தின் நினைவுகள் அவனுக்குள் அனல் புயலை ஏற்படுத்திக் கொண்டிருந்தது.

ஆரியப் பெருமாளின் குதிரைக் குளம்பொலி காதுக்குள் இன்னும் கேட்பது போலவே இருக்க பறுனாந்து சற்றுக் கண்களை மூடினான்.

ஆரியப் பெருமாள் தன் படையோடு பயணித்த இடங்களிலெல்லாம் அக்கிரமத்தைக் கட்டவிழ்த்துக் கொண்டிருந்தான் என்பது அந்தக் கடற்கரைக் கிராமங்களின் மக்களின் மனதில் ஆத்திர உடைப்பாய் பரவிக்கொண்டிருந்த ஒரு பகல் வேளையில் அவன் தன் ஆட்களுடன் உவரியின் புனித அந்திரேயா ஆலயத்திற்குள் நுழைந்தான்.

அன்றைக்கு புதன்கிழமையாகவிருந்ததால் சதா சகாயமாதா பிரார்த்தனை நடத்தவென்று இளம் பெண்கள் அந்தக் கோயிலில் கூடிவந்திருந்தார்கள்.

அமைதியும் அருட்சியுமாக குளிர்ந்து கொண்டிருந்த கோயில் வளவுக்குள் வந்தவுடன் அந்தக் குமரிக்கூட்டம் குதிப்பையும் கும்மாளத்தையும் ஒடுக்கி வைத்துவிட்டு பக்தி மயமானதும் பரவசமானதும் ஆச்சரியமாகத்தான் இருந்தது.

கோயிலுக்குள் சதாசகாயமாதாவின் பீடத்தில் மெழுகுதிரிகளை ஏற்றி வைத்து பிரார்த்தனையை ஆரம்பித்திருந்தாள் மரிசெல்லா. அந்நேரம்தான் ஆரியப் பெருமாளும் கூட்டமும் அந்திரேயா ஆலயத்தின் முகப்புக்கு வந்து நின்றனர்.

ஆரியப் பெருமாள் ஏறி வந்த குதிரை கனைத்துக்கொன்டு கோயில் வளவுக்குள் திரும்பியது. அவன் குதிரையிலிருந்தபடியே கொக்கரித்தான்.

“ஏய் பொம்பிளைகளா, எல்லாரும் வெளியே வாங்கடி.”

வெளியில் இருந்து ஆரியப் பெருமாளின் அடாவடியான குரலைக்கேட்டு பிரார்த்தனையை நிறுத்திவிட்டு வெளியே பார்த்தவர்கள் மனங்களில் அச்சம் குடிகொண்டது. அந்தப் பெண்கள் பயந்து திகைத்தனர்.

கட்டைக்குட்டையாய் அவன் உருண்டு திரண்டிருந்தான். வெற்று மார்புக்கு குறுக்காக பனாரஸ் சால்வையைக்கட்டி மிஞ்சினதை இடுப்பின் கீழாகத் தவழவிட்டிருந்தான். பரந்த முகத்தில் பாதியாக இருந்த அவன் உருளைக்கண்கள் சுழன்று கொண்டிருந்தன. கரியதான அவன் தேகம் கட்டுமஸ்தாய் இருந்தது.

மீசையை முறுக்கிவிட்டிருந்தவனது தோற்றமே அடாவடியாகத்தான் இருந்தது.

ஆரியப் பெருமாளின் ஆட்கள் கடப்பாறையுடன் கோயிலுக்குள் நுழைய பெண்கள் கீச்சிட்டுக் கொண்டு வெளியே ஓடிவந்தனர்.

"ஆறுமாச வரி இன்னும் வந்து சேரல. ஒரு நயா பைசா குடுக்காம ஆட்டம் காட்டுறீகளோ. உங்களுக்கு கோயில் கொண்டாட்டம் திருவிழா எல்லாம் கொண்டாடப் பணம் இருக்கு. பாளையக்காரன் எனக்கு வரி குடுக்க முடியாதோ, என்ன. உடைங்கடா அந்த உண்டியல."

கோயிலுக்குள் நுழைந்தவர்களில் ஒரு தெய்வப் பயமறியா மூடன் அந்திரேயா அப்போஸ்தலரின் சுரூவத்துக்கு முன்னிருந்த உண்டியலை கடப்பாறையால் உடைக்க ஆரம்பித்தான்.

வெளியே ஓடிப்போன பொம்பிளைகள் கூவிச்சத்தமிட்டு ஓலமிட ஊர் ஆம்புளைகள் கொஞ்சப்பேர் ஓடி வருகிறார்கள். அவர்கள் வருகிறபோதே ஆரியப் பெருமாளின் ஆட்கள் கோயிலுக்கு தீ வைக்கத் துவங்கியிருந்தார்கள்.

தீவைப்பதை நிறுத்தச் சொல்லுவதற்கு அங்கிருந்த ஆண்களுக்குத் தைரியம் வரவில்லை. நெஞ்சு நடுங்க ஊர்மக்கள்அதில் நின்று கொண்டிருப்பதை தவிர வேறொன்றும் செய்யமுடியாதபடி நிற்பதைப் பார்க்க பரிதாபமாயிருந்தது.

ஆரியப் பெருமாள் எப்படிப்பட்டவன் என்பது ஊர் ஆம்பிளைகளுக்குத் தெரிந்திருந்தபடியால் யாரும் அவனிடம் நியாயம் கேட்க வரவில்லை.

அந்திரேயா அப்போஸ்தலர் ஆலயத்தின் குருசுக்கோயில் எரியத் துவங்கியிருந்தது.

ஆரியப் பெருமாள் செருக்கோடு கைகளை இடுப்பில் கொடுத்து அதைப் பார்த்துக்கொண்டிருந்தான்.

சனம் சபித்தது.

ஆரியப் பெருமாள் அவனுக்கெதிராக மக்கள் கூட்டத்தில் இருந்து குரலெழுப்புவது யாரெனக் கண்களால் துழாவினான்.

மக்களுக்கு அச்சமாக இருந்தது.

அவள் பெண் என்பதால் ஆரியப் பெருமாள் கொஞ்சம் இரங்கக்கூடும் என்று மரிசெல்லா நம்பினாள்.

அவள் தான் தனியாளாக அங்கு நிற்கவில்லை என்ற தைரியமும் இருந்ததால் கூட்டத்திலிருந்து முன்னால்வந்து நின்றாள்.

ஆம்பிளைகள் ஏதும் பேசினால்தானே பாதகன் அடிப்பான். பெண்ணாகிய அவள் கதைத்தால் இரங்குவான் என்ற ஒரு எதிர்பார்ப்பு அங்கிருந்த ஊர்க்காரனிடமும் இருந்ததால் மரிசெல்லா என்ற குமரிக்குட்டி முன் செல்லுவதை யாரும் தடுக்கவில்லை. மரிசெல்லா முன்செல்ல அவளின் சிநேகிதிகளாயிருந்த பத்திமா மேரியும் செக்குண்டா, திரேஸ் என்ற பெண்களுக்கும் ஒரு தைரியம் வந்தது. மரிசெல்லாவின் பின்னால் அவர்களும் வருகிறார்கள். மரிசெல்லாதான் முதலில் பேசுகிறாள்.

என்ன இருந்தாலும் பெண்கள் மட்டில் எல்லாருக்கும் இருக்கும் மரியாதைதானே நம் பண்பாடு என்று கூட அந்தப் பேதைப்பெண் நம்பியது பெரும் பாதகமாகிவிட்டது.

“பாளையக்காரரே, இது அநியாயம். என்ன இருந்தாலும் கோயிலுக்கு நெருப்பு வைக்கலாமா? பாடு இல்லாமல் பட்டினி கிடக்கும்போது நீங்க சனத்திட்ட வரி கேக்கிறது நியாயமில்லன்னு சொன்னதுக்காகவாய்யா இப்பிடிப்பண்ணுவீக? ஏசு சாமி மேல சத்தியமாகச் சொல்லுகிதோம். நீங்க கேக்கிற வரியை தாற நிலைமையில நாங்க இல்ல.”

அவ்வளவுதான். அவன் புரவியை சர்ரெனத்திருப்பி நிறுத்தி அதிலிருந்த இறங்கினான்.

“என்னடி பொட்டப் புள்ள நாயம் கேக்கறயோ. ஏண்டி... என்ன சொன்ன. ஒங்ககிட்ட துட்டு இல்லையோ. அப்புடின்னா இது எப்பிடி வந்திச்சு சொல்லு.” அவன் ஆள் ஒருவனிடம் இருந்த துணிப் பொட்டலத்தை வாங்கி அவிழ்த்துக் கொட்டினான். நாணயங்கள் சொரிந்து தரையில் விழுந்தன.

“எங்களுக்குத் தாறதுக்கு பணமில்ல. கோயில் உண்டியலில இம்புட்டுப்பணம்... என்ன.”

அவன் சொல்ல, மரிசெல்லா அங்கிருந்து கொண்டே கோயிலின் உண்டியலைப் பார்த்தாள். அது கடப்பாரை போட்டு உடைக்கப்பட்டிருந்தது.

“அடப்பாவிகளா! கோயில் உண்டியலையும் உடைச்சிட்டீகளா?”

“நாயம் வேணுமோ நாயம்” என்றவன் சட்டென மரிசெல்லாவின் மயிரைப்பிடித்து இழுக்கிறான்.

“ஏய்... என்ன செய்யிறாய்... விடு” என்று முன்னால் வந்த பத்திமாவின் கன்னத்தில் ஓங்கி அறைகிறான். அப்படியே அதில் நின்ற மற்ற இரு பெண்களும் அதிர்ந்து நிற்க அவர்களையும் சேர்த்து அவன் ஆட்கள் பிடிக்கிறார்கள்.

“ந்தா கேளுங்கள்... நீங்கள் தரவேண்டிய வரிப்பணத்திற்கு இந்தப் பெண்களை நான் பணயமாக கொண்டு போகிறேன். வரியை ஒரு பைசா பாக்கியில்லாமல் கட்டிவிட்டு இவர்களை மீட்டுப் போங்கள்.”

ஆரியப் பெருமாள் நடுநரகத்தின் பேயாய்த் தெரிந்தான்.

“இது என்ன பொம்பிளைகள் மேல கை வைக்கிறீக. வெக்கமா இல்லையா.”

“நீங்களுக அரசாங்கம் என்ட படிக்கு என்ன அக்கிரமத்தையும் செய்திட்டுப் போயிருவீகளோ.”

முண்டிக்கின்டு வந்த ஆம்பிளைகளை ஆயுதத்தால் தாக்க அதில் நின்றவர்கள் பயந்து ஓடுகிறார்கள். அவர்களை விரட்டி விரட்டி ஆரியப் பெருமாளின் ஆட்கள் வாளினால் வெட்டுகிறார்கள்.

மரிசெல்லாவின் தலை முடியை ஆரியப் பெருமாள் இன்னும் விடவில்லை.

அவன் அவளின் இளமையைப் பார்க்கிறான். த்தூ... பொம்பள உன்ன... என்று கருவியவன் மற்றப்பெண்களையும் கிட்ட எடுத்து நான்கு பேரின் தலை முடியையும் இவ்விரண்டு பேராகச் சேர்த்துக் கட்டச் சொல்லுகிறான். ஒரு விளையாட்டுப்போல இந்த சித்திரவதையைச் செய்கிறவன் அவர்களின் உடுப்புக்களைக் களையச் சொல்லுகிறான். ஐயோ... ஐயோ அந்தப் பொண்டுகள் மானத்தை மறைக்கப் பதறியெழுந்த கைகளையும் சேர்த்துக் கட்டிவிடுகிறான் பாதகன்.

நிருவாணமாக்கப்பட்ட அந்தக் குமருகளை சிறைப்பிடித்து இழுத்துச் செல்லுகிறான் விஜயாபதிக் கோட்டைக்கு. குமுறிய பெண்களை காப்பாற்ற யாருமில்லை. பெண்ணாகப்

பிறந்ததற்காய் முதன் முதலாய் அழுது அரற்றிய மரிசெல்லாவும் பொண்டுகளும் கொடியவர்களால் இழுத்துச் செல்லப்பட்டதை தூரத்தில் நின்று பார்த்துக்கொண்டிருக்கும் ஊரினதும் உறவுகளினதும் கையாலாகாத்தனத்தைக் கடிந்து கொள்வதா? அல்லது அவர்களைப் பார்த்து பச்சாதாபப்படுவதா என்று கலங்கியபடியே இனி என்ன! உயிரை மாய்க்கும் மார்க்கம் ஏது? எனத் தேடியபடியே அவர்கள் போய்க்கொண்டிருந்தார்கள்.

அன்றைக்கு உவரியில் நடந்த இந்த அக்கிரமச் செய்தி முத்துக்குளித்துறை ஜில்லா முழுவதிலுமுள்ள கத்தோலிக்க கிராமங்களில் காட்டுத் தீ போலப்பரவ அங்கிருந்தவர்கள் கொதித்தார்கள். ஆனால் யாருக்கும் ஆரியப் பெருமாளை எதிர்த்து கர்ஜிக்க தைரியம் வரவில்லை.

03

மேற்கிலிருந்து கிழக்காக அந்த யுத்த சன்னத்தரின் படகுகள் வேகமாக நீரைக்கிழித்தபடி பரவிக் கொண்டிருந்தன. பறுனாந்து எழுந்து நின்று பார்க்கிறான். அந்த இருட்டிலும் கரையில் ஆரியப் பெருமாள் கால்வைத்து அக்கிரமம் செய்த ஊர்களான தாழையும் கூத்தங்குளியும் உவரியும் இடிந்தகரையும் வேகமாக நகருவது தெரிகின்றது.

பறுனாந்து ஆறரையடி உயரத்திற்கு வளர்ந்திருந்தான். மார்பு விரிந்த நல்ல திடமான இளந்தாரி. தும்புக்கட்டைபோல அடர்த்தியாய் இருந்த மீசையை முறுக்கி விட்டிருந்ததால் முகத்தில் எப்போதும் கம்பீரம் ஒட்டிக்கொண்டிருந்தது. புருவக்கட்டு தடித்து கறுப்பாய் இருக்க, அவன் கண்களின் தீட்சண்யம் பார்ப்பவரை வசீகரிக்கும். எப்போதும் முகத்தில் ஒரு புன்னகையை தவழவிட்டுக்கொண்டிருக்கும் ஆம்பளை.

கடலிலே கட்டுமரம் பாய்ச்சும் முறுக்கு உடம்பு முழுவதும் இருந்ததால் அவன் வார்த்தையும் திடமாகத்தான் இருக்கும் என்ற நம்பிக்கை அந்த ஊரில் எல்லாருக்கும் இருந்தது. தனக்கென்று இருக்கின்ற தொழிலோடு ஊர்ச் சோலியையும் சேர்த்துக்கொண்டதால் மணப்பாட்டில் அவன் பின்னால் திரியும் வாலிபப்பயல்கள் ஏராளம்.

முருகுப்பிள்ளை என்ற பெயரில் திரிந்த சைவப்பிள்ளை பறுனாந்துவாக மாறின அந்த நாட்களை அவனால் மறக்க முடியாது. வீட்டில் உள்ளவர்களெல்லாம் கிறீத்தவ சாமியாரின் உருக்கமான போதனையைக் கேட்டு வேதத்துக்கு மாறியிருந்த போது முருகுப்பிள்ளை மட்டும் அடம் பிடித்தான்.

அந்நாட்களில் முத்துக்குளித்துறையில் புதிதாக வேதத்துக்கு மாறுகிறவர்களுக்கு எல்லா வகையிலும் போத்துக்கீசனின் சகாயம் கிடைத்தது. தொழில் துறைகளில் எல்லாம் போத்துக்கீசன் நினைத்தபடிதான் என்கிறபோது ஏராளமாய் எல்லாரும் வேதத்துக்கு மாறிக்கொண்டிருந்தார்கள். ஏசு சாமியின் அன்பும் கருணையும்தான் இப்போது கிடைத்திருக்கும் புதிய வாழ்க்கை என கண்ணை மூடிக்கொண்டு நம்புகிறவர்களை முருகுப்பிள்ளை வேடிக்கையாகத்தான் பார்த்தான்.

அவனுக்கு கோயில் திருவிழாவில தேரிழுப்பதற்கும் சைவ அனுட்டானங்கள் சடங்குகளைச் செய்யிறதுக்கு கொள்ளை ஆசை. அம்மனைத் தேரில ஏத்தி அதுக்கு வடம்போட்டு இழுக்கிற இழுப்பில இருக்கிற ஆர்ப்பரிப்பும் அருட்சியும் என்னவென்டு சொல்லுறது.

தனியாக கட்டுமரம் வைச்சிருந்த முருகுப்பிள்ளை. நல்ல கடல் தொழிலாளி.

மணல் பாட்டில இருந்த மாரியம்மன் கோயில் திருப்பணிக்காக முருகுப்பிள்ளை தன்னட வருமானத்தில பாதியக் குடுத்திருவான். மணற்பாட்டுக்காரனுகள் ஏகத்துக்கு வேதத்துக்கு மாறிக்கின்டிருந்தானுகள்.

பௌர்ணமி நிலா வெளிச்சத்தில கடக்கரையில வேலாமீன் கொம்ப நாட்டி அதுக்கு மாலையப்போட்டு ஆம்பிளைகளும் பொம்பிளைகளும் கடலாடி களிநடனம் செய்யிற அந்த வர்ண தேவன் வழிபாடு இப்ப இந்தப் பரவரு கூட்டத்தில இல்லாமப் போயிருந்ததும் இந்த சாமியாருக செய்த வேலைதான் என்டும் முருகுப்பிள்ளைக்கு கோபம்.

முருகுப்பிள்ளைக்கு கத்தோலிக்க சாமிமாரக்கண்டாலே பிடிக்காமத்தான் இருந்துது.

மணப்பாட்டில புதுசாக்கட்டியிருந்த பரலோக மாதா கோயிலுக்கு பெஸ்கியென்ட ஒரு இத்தாலிச் சாமியார் வந்து பிரசங்கம் பண்றாராமென்டு ஊருஞ்சனமும் கோயிலிலேயே போய்க் கிடந்தது. முருகுப்பிள்ளைக்கு கூடுதல் ஆத்திரம். அந்தச்சாமியாரு நல்லாத் தமிழ் கதைக்கிறதையும் அவரு தேம்பாவணி என்ட ஒரு தமிழ்க்காவியம் எழுதியிருந்ததையும்

பொழுதுக்கும் சொல்லிச் சொல்லி இவனுக்கு வீட்டாக்கள் வெறுப்பேத்தியிருந்தார்கள்.

ஒருநாள் தன் வீட்டுக்கு வந்திருந்த கொன்சன் சாமியாரப்பார்த்தான்.

சாந்த ரூபியாகத் தெரிஞ்ச அவருக்கு நாலு வார்த்தையச் சொல்லி முகத்த முறிக்கலாமா என்று யோசித்தவன் அவரைத் தவிர்த்து வெளியால போக நினைச்சபோது,

"தம்பி. நல்லாருக்கியோ. நான் ஒன்னப்பாத்து பேசிட்டுப் போகலாமுன்னுதானய்யா வந்தேன்."

அந்த மனுசனின் அந்த வேண்டுகோள் பக்கென்று முருகுப்பிள்ளையின் புத்தியில் பட்டது.

போத்துக்கீச வெள்ளக்காரச் சாமிமார்கள் நன்றாகத் தமிழ் பேசக் கற்றிருந்தார்கள். வெள்ளைக்காரச் சாமியாரோடு ஒரு சுதேச சாமியாரும் உதவிக்கு வருவாரு.

"வேணாம் சாமி அதான் எங்குடும்பத்தில அம்புட்டுப்பேரையும் வேதத்துக்கு மாத்திட்டீகளே சாமி."

"இல்லியே. தம்பி நீங்க இருக்கீகல்ல." சொல்லிவிட்டுச் சிரித்த அந்த மனுசனின் வசீகரத்தில் அவனுக்குள் முளைவிட்ட கோபம் சட்டென அடங்கியது.

பெத்தானியாவில் ஏசு சாமி லாசரு வீட்டுக்குப் போயிருந்தபோது நல்ல பங்கைத் தேர்வு செய்த மரியாளின் தங்கை மார்த்தாளின் கதையை சிரித்துக்கொண்டே சொன்ன சாமியாரின் வார்த்தைகள் அவனுக்குள் ஆழமாய் இறங்க அவன் தடுமாறினான்.

ஏசு சாமியின் சிலுவை மரணத்தையும் சொல்லி அவரின் ரெட்சிப்பு மந்திரத்தையும் சாமியார் உச்சரித்தபோது முருகுப்பிள்ளை கண்களை மூடி மனதைத் திறந்து அதைக் கேட்கத் துவங்கினான். கொன்சன் சாமியாரின் அருட்சியில் இருந்து முருகுப்பிள்ளையால் வெளியேற முடியவில்லை.

அதன் பிறகு எப்போதும்போல கோயில் அனுஸ்டானங்கள் என்று அவனால் போக முடியவில்லை. அந்த வருசம் மண்டகப்படி

என்டு முருகுப்பிள்ளைய கோயில் குருக்கள் கூப்பிட்டபோது அவனால போக முடியல. அவன் கொன்சன் சாமியாரின் வார்த்தைகள் பற்றியே நினைத்துக்கொண்டிருந்தான்.

பிறகு ஞானஸ்நானம், பெயர் மாற்றம் எல்லாம் ஒரு மாதத்துக்குள் நடந்து முடிந்திருந்தன. பறுனாந்து என்கிற பெயரை கொன்சன் சாமியார் விரும்பி அவனுக்குச்சூட்டியதாக சொன்னபோது முருகுப்பிள்ளையாயிருந்து பறுனாந்துவாய் மாறியிருந்தவனின் கண்களில் ஆனந்தக்கண்ணீர் துமித்தது. முத்துக்குளித்துறையில் பறுனாந்து என்ற பட்டம் சூட்டப்பட்டவர்களை போத்துக்கீசர் மேசைக்காரர்களாக்கியிருந்தார்கள். பறுனாந்துக்களுக்கு எல்லாத்திலும் முதலிடம்.

முத்துக்குளித்தலாயிருந்தாலும் கப்பல் கட்டுவதாய் இருந்தாலும் மேசைக்காரர்கள்தான் கண்காணிகளாக நியமிக்கப்பட்டிருந்தார்கள். முத்துக்குளித்துறையில் செல்வம் கொழித்துக்கொண்டிருந்தது.

முருகுப்பிள்ளைப் பறுனாந்து, கொன்சன் சாமியாருடன் நெருக்கமாக புழங்கிக் கொண்டிருந்தபோதுதான் பாளையக்காரன் ஆரியப் பெருமாளினால் உவரியில் அந்தத் துயரம் அரங்கேற்றப்பட்டிருந்தது.

பறுனாந்துவைப் பற்றி சாமியாருக்கு நல்லாவே தெரியும் உவரிச் சம்பவத்துக்குப் பிறகு அதை மனசில எடுத்துப் புலம்பித்திரிஞ்ச இளந்தாரிக்கு ஆறுதல் சொல்ல முடியாமல் கொன்சன் சாமியாரு தவித்தாரு.

பாளையக்காரன் கைது செய்து இழுத்திட்டுப் போன பெண்களில் ஒருத்தியான மரிசெல்லாவை பறுனாந்து விரும்பியிருந்தான் என்பதுவும் அவருக்குத் தெரிந்திருந்தது.

"சிறையிலிருக்கும் உவரிப் பொம்பிளகள மீட்டெடுக்கணுமே பாதர்" என்று அவன் சொன்னதன் பின்னால் பாளையக்காரன் தலைய வாங்கணுமென்டு அவன் நினைச்சதும் சாமிக்குத் தெரிஞ்சுதான் இருந்தது.

"தம்பி. பழிக்குப்பழியென்டு நினைக்காத. எல்லாத்தையும் கடவுள் பாத்துக்கின்டுதான் இருக்காரு."

பறுனாந்துவை ஆறுதல் படுத்த சாமியாரு சொன்னது எதையுமே அவனால் ஏற்றுக்கொள்ள முடியாமல் இருந்தது. அவற்றையெல்லாம் அவன் அப்போதே தூக்கியெறிந்து விட்டான்.

"ஏலெ. விஜயாபதிக் கோட்டைக்குள்ளேயே போய் பாளையக்காரன் கதைய முடிக்கணும். வறீகளா."

அவன் கூப்பிட்ட குரலுக்கு ஆரம்பத்தில பயனில்லாம இருந்தது போலத்தான். ஆனால் அவனுக்கான கூட்டம் ஒண்ணு ரெண்டு என்டு முன்னூறு பயலுகள் இரகசியமாவே வந்த சேர்ந்திருந்தானுக.

அவனுக்கு விஜயாபதிக் கோட்டைக்குள்ள சிறைப்படுத்தப்பட்டிருக்கும் மரிசெல்லாவின் நினைப்புத்தான். பாவம், இப்போ என்ன செய்கிறாளோ? அவன் அவளைப் பார்த்து மூணு மாதம் முடிந்திருந்தது.

விஜயாபதி கோட்டைக்குள்ள நுழையிறதில இருந்து அங்கிருந்து வெளியேறுகிற மார்க்கம் வரைக்கும் அவன் புத்திக்குள்ள ஒரு திட்டமும் ஒரு வரைபடமும் இருந்தது.

தன் பக்கம் எந்த சேதாரமும் இல்லாமல் ஆரியப் பெருமாள் ஆட்களோட சண்டை போடணும் என்டதில அவன் இப்போது கவனமாயிருந்தான். அவன் சகாக்கள் எல்லாருமே ஒத்துக்கையாய் அவனோட ஒத்துழைப்பது அவனுக்குப் பெருமையாகவிருந்தது.

அவன் இளந்தாரிகளுக்கு ஊட்டிய நம்பிக்கையும் வாய்ப்பான யோசனையும் அங்கிருந்த பயலுகளுக்கு நல்லாவே பிடிச்சிருந்துது. காட்டுக்குள்ள பறுனாந்துவும் ஆளுங்களும் இரகசியமாக எடுத்த பயிற்சிகளில வாளைச்சுழட்டி எதிரியிட கழுத்தை வாங்குவதும் மார்பில் பாய்ச்சுவதுமாக ஒரு சண்டையையே ஒத்திகை பார்த்தார்கள்.

விஜயாபதிக் கோட்டையின் உட்புறம் பற்றிக்கிடைத்திருந்த துல்லியமான உளவுச்செய்தியை வைச்சுக்கொண்டு பறுனாந்து காட்டுக்குள்ளேயே ஒரு தடையுடைச்சு செய்யப்போற சமரை ஒத்திகை பார்த்து திருப்திப்பட்டுக் கொண்டான்.

உவரிக்காரனுக்கு ஏற்பட்ட அவமானம் இந்த முத்துக்குளித்துறை கடற்கரைக் கிராமங்களின் எல்லா இளைஞர்களையும் உசுப்பேத்தியிருந்தது.

வாய்ப்பான நேரத்துக்காக அவர்கள் காத்திருந்தார்கள்.

பொழிச் பொழிச்சென்டு முழிச்சுக்கின்டிருந்த ஓடையில இறங்க தண்ணி சில்லிட்டது. மனம் இலேசாகி உடம்பு பாரம் குறைவது போல இருக்க தண்ணியில முங்கி எழும்பினான் பறுனாந்து.

அவன் மனம் இலேசான போது மரிசெல்லாவின் நினைப்பு மனதை சுகந்தமாக நிறைத்தது. கொன்சன் சாமியாரோடு முத்துக்குளித்துறை ஊர்களுக்கு கால்நடையாகவும் சமயத்துக்கு வில்லு வண்டி பூட்டுக்கொண்டும் திரிந்ததில் அந்த ஊர்ப்பக்கமெல்லாம் எல்லாருக்கும் தெரிந்த பயலாக பறுனாந்து வண்ணமாகத் தெரிந்ததால் அவனைக் கவனிக்கும் பொண்டுகள் கூட்டம் ஒன்று எப்போதும் இருந்தது.

அவனுக்கு உவரிக் குட்டி மரிசெல்லாவைப் பிடித்திருந்தது. அவளின் துடுக்கான பேச்சும் கதையும் மாநிறமும் அழகும் அவனை வசீகரித்திருந்தது. அவள் இவனை அறிந்து வைத்த அளவுக்கு இவன் அவளை அறிந்திருக்காத ஒரு பொழுதில் அவள் இவன் மனதைக் குடைந்தாள். யாருடா இவள். இப்படி கொக்கி போடுறாளே.

அவன் சினேகிதன் யுவான் பெரேராவிடம் கேட்டான்.

“டேய் நண்பா... அவளைப் புடிக்கணும்டா. எனக்குப் பிடிச்சிருக்கு.”

கொன்சன் சாமியாருடன் உவரிக்கு வருகிறேன். போகிறேன் என்று மரிசெல்லாவைத் தொடர்ந்தவனுக்கு அவள் வாய்த்தாள். அதன் பிறகு நிறையத் தடவைகள் சந்தித்திருக்கிறார்கள். பேசியிருக்கிறார்கள். கொஞ்சமாக நெருங்கியும் இருக்கிறார்கள். இருவருக்கும் மனம் ஒத்து கலியாணப் பேச்சுவரை வந்திருந்தது.

கடைசியாக உவரியில் அவளை சந்தித்ததை நினைத்துப் பார்த்தான்.

இருட்டுக்குள் திமிறிக்கொண்டு செல்லமாக அவனைக் கடிந்து,

"நான் போறேன் பறுனாந்து. வீட்டில தேடுவாங்க.".

"ஏன் சத்து நேரம் இருந்திட்டுப்போவியா, பறக்கிற. செல்லா இனி எப்போ பாக்கப் போறோமோ."

"ஏன் எங்க போயிருவாறாம் மைனரு. ஞாயிற்றுக்கிழம பாத்துக்கலாமே. வந்துருவீகளில்ல."

அவள் திரும்பவும் காதலாய் அவனது கையைப் பிடித்தாள்.

"வந்துருவேன் கண்ணு" என்றவன் அவளின் உதட்டில் உதட்டைப் பொருத்தினான். சில நிமிசப் பொழுது கழிய... "ம்... விடுங்க போதும்" என்று பொய் சொன்னவள் விருப்பமில்லாமல் கிளம்பினாள்.

04

காற்று கொண்டலில் இருந்து கிளம்பி வேகமாய் வீசியதால் மேற்குப் பயணம் அந்த இளந்தாரிகளுக்கு போராட்டமாக இருந்தது. வள்ளத்தில் மார்சா அள்ளி வைக்க பட்டையால் மாறி மாறி அவர்கள் தண்ணீரை இறைத்துக் கொண்டிருந்தார்கள். இன்னும் மூன்று கயிறு தூரம்தான் கடலோட்டம்.

இடிந்தகரையில் கரையொதுங்கி வள்ளங்களை உரைப்பாய்ச்சி வைத்து விட்டு மின்னலாக விஜயாபதிக்குள் நுழைய வேண்டும். விஜயாபதிக் கோட்டை சூழ் ஆறு பெருக்கெடுத்து ஓடுவதாக பறுனாந்துவிற்கு உளவுத்தகவல் கிடைத்திருந்தது.

அந்த ஆறு இடிந்தகரைக் கடலில் கலப்பதால் அதன் ஓட்டம் பற்றி கடக்கரையிலேயே அறிந்து விடலாம் என்று நினைத்தான் பறுனாந்து.

எதற்கும் எல்லாம் இரவு விடிவதற்குள் நடந்து முடிந்துவிட வேண்டும். பகைவன் உறக்கத்திலிருக்கும் பின்னிரவைத்தான் பறுனாந்து தாக்குதலுக்காகத் தெரிவு செய்திருந்தான். விடியலுக்கும் இருட்டுக்குமிடையில் நடக்கவிருக்கும் இந்தத் தாக்குதல் வெற்றிபெறும் என்று அவன் திடமாக நம்பினான். அவனுக்கு மரிசெல்லாவை மீட்டுக் கொண்டு வர வேண்டும் என்ற விருப்பம் வெறியாகவே மனதுக்குள் வளர்ந்திருந்தது.

ஐயோ... மெல்லிய பூவைப் போன்றவளாச்சே. எப்படித்தான் சிறையைத் தாங்குவாளோ என்ற நினைப்பு காயம் போல வலித்து அவன் கண்ணோரத்தில் கண்ணீராய் நனைத்தது.

பறுனாந்துவிற்கு எல்லாமே வெறுத்தது. அந்த பெண்மைக்கு ஏதும் களங்கம் வந்திருக்குமோ. எதென்டாலும் அவள்

அவனுடையவள். எப்படியும் அவளை மீட்டுக்கொண்டு வரவேணும்.

மனம் திரும்பவும் கெட்டியானது.

அவனுக்கு மரிசெல்லா மீது காதல் ஏற்பட்ட அந்த நாள் ஞாபகம் வந்தது. அதுவும் ஒரு ஞாயிற்றுக்கிழமைதான். வழக்கம்போல கொன்சன் சுவாமி உவரிக்கு பூசைக்குப் போகணும் என்று புறப்பட்டபோது பறுனாந்துவையும் கூட்டி வந்திருந்தார்.

புனித அந்திரேயர் கோயில் பூசை.

பாடர் குழாம்பிள்ளைகள் பாடிய பாட்டுக்கள் அருமையாக இருந்ததை அவதானித்தவனுக்கு பாடிய அந்தப் பிள்ளைகளையும் பார்த்துவிடலாம் என உந்தியது.

கொஞ்சம் கிட்டப் போய்ப்பார்த்தால் என்ன என்று தோன்றியது. கோயிலின் பின் வாசலில் நின்றவன் மெதுவாக விறாந்தை வழியா பாடர்குழாம் இருக்கும் இடத்தை அண்டினான்.

ஆங்கு ஆறு குமரிகள் நின்று பாடிக்கொண்டிருந்தார்கள். பாடல்களைப் பாடும்போது ஒரு சாதியாகத் தலையை சாய்த்துப் பாடும் அந்தப் பெண்மீது அவனுக்கு கண் போயிற்று. மலர்ந்த முகமாய் புருவங்களை அசைத்துப் பாடும் அவளின் கண்கள் பெரிதாக. இவனுக்குள் அந்த அழகு பிடித்திருந்தது.

பிடரியில் இருந்து அடர்த்தியாக நீளமாக விழுந்த கூந்தலின் வசீகரம் இவனை இழுக்க அவளையே பார்த்துக் கொண்டிருந்தான்.

யாரோ ஒரு ஆடவன் தன்னை இமை கொட்டாது பார்க்கிறான் என்ற உள்ளுணர்வு அவளைத் தட்டியிருக்க வேண்டும். சட்டென இவனைப் பார்த்தவள் நாணத்தால் இமைகளை தாழ்த்திக் கொண்டாள். இப்படிப் பல தடவை பார்ப்பதும் தாழ்த்துவதுமாக இருந்தாள். அவளின் மனம் இரகசியமாக குறு குறுக்க அவள் முறுவலித்தாள்.

அவன் பூசை முடிந்து சுவாமியோடு வில் வண்டியில் புறப்பட்டபோது ஆர்வமாய் அவனை அவள் பார்த்த பார்வையில் ஏக்கம் தெரிந்தது.

“அடுத்து எப்போ வருவீக” என்று கேட்கணும் போல இருந்தது. பறுனாந்துவுக்கு பார்த்த மாத்திரத்திலேயே அவள் எழிலும் நடை நடப்பும் பிடித்திருக்க அவளிடம் விருப்பம் கேட்கணுமென்ட ஆவலிலேயே ஒருவாரம் ஏங்கிக் கிடந்தான்.

சாமியாருக்கு அடுத்த வாரமே ஞானஸ்நானச் சடங்கு ஒன்றுக்கு அழைப்பு வந்தது.

“உவரிக்குப் போகணும் யாராச்சும் வாறீகளா.”

அவர் நாலைஞ்சு பசங்க உள்ள இடத்தில கேட்க.

“ஆமா வாறேனே” என்று கிளம்பி விட்டவனைப் பார்க்க சாமியாருக்கு எதுவோ புத்தியில் தட்டியிருக்க வேண்டும். அவதானிச்சாரு.

சாமியாரு சடங்கில் இருந்தபோது கோயில் வளவுக்குள்ளேயே இலுப்பை மரத்தடியில் நின்றிருந்த குட்டிகளுக்குள்ளே அவள் தெரிந்தாள். பறுனாந்துவுக்கு உடம்புக்குள் விறுவிறுத்தது. எப்பிடியும் ஒருவார்த்தையாவது அவளிடம் பேசணுமின்டு மனம் வழுக்கியது.

அவ்விடத்துக்கு அவனாகப் போவது சரியில்லையே என்று நினைத்தபோதே அவள் அந்த கூட்டத்திலிருந்து விலகி அவனை நோக்கி வர, இவன் திகிலாடிப்போனான்.

“என்ன... மணப்பாட்டுக்காரர... என்ன இந்தப் பக்கம்.”

“சாமியாரோடதான்.

“அப்போ நீங்களும் சாமியார்தானோ.”

அவள் ஆழம் பார்த்தாள்.

“இல்லையே.”

அதற்கு பிறகு பயம் தெளிந்தது போல பேரு ஊரு குடும்பம் எல்லா விவரமும் கேட்டுத் தெரிந்து கொண்டார்கள்.

பறுனாந்து வாரத்தில் ஒரு தடவை உவரிக்குப் போகத் துவங்கியிருந்தான்.

“வராமலா போயிறுவீக” என்று சிணுங்கினவள் அவன் கன்னத்தில் உதட்டைப்பதித்து முத்தமிட்ட ஞாபகத்தில் பறுனாந்து அனிச்சையாகவே கன்னத்தை தடவிப்பார்த்து முறுவலித்துக்கொண்டான்.

அவள் பேசிய காதல் வார்த்தைகள் இன்னும் நெஞ்சுக்குள்ளே இனித்துக் கொண்டிருந்த போதுதான் அந்தப் பேரிடியும் விழுந்திருந்தது.

அந்த நினைப்பு ஆத்திர மூட்ட பற்களை கடித்தான் பறுனாந்து. திரும்பவும் தண்ணீருக்குள்ளே முக்கி எழும்பினான்.

“வாறேஞ் சாமி. அவனைக் கொன்னுட்டு பொண்டுகளயும் கூட்டிக்கின்னே வாறேஞ்சாமி. அப்புறம் வைச்ச நேத்திய எங்கையாலயே அவுக்கிறேன். பனிமய மாதேவே உம்மேல சத்தியம்.”

பறுனாந்து வள்ளத்தில இருக்கிற எல்லாருக்கும் கேட்கிறமாதிரி கொஞ்சம் சத்தமாகவே சொன்னான்.

இடிந்த கரை மௌனமாகத் தூங்கிக் கொண்டிருந்தது. வள்ளத்தை ஒன்றன் பின் ஒன்றாய் உரைப்பாய்ச்சிவிட்டு வெளிக்கிட்ட இளந்தாரிகளுக்கு விஜயாபதிக் கோட்டை ஆற்றின் ஓட்டத்தை அது கலக்கும் குடாவுக்குள் போய் காலை வைத்துப் பார்த்தபோதுதான் தெரிந்தது.

“பறுனாந்து சேட்டமாத்தான் ஓடுது.”

“சரி. நாமதான் கஸ்டப்படணும். டேய் ஆயுதத்த கெட்டியாப் புடிச்சிருங்க.”

ஆயுதங்களை மூட்டையாகக்கட்டி அவற்றை நீரில் இழுத்து வருவதற்கு தோதான ஆட்களை நியமித்தான் பறுனாந்து. எல்லோரின் கைகளிலும் குறுவாள்கள் இருந்தன.

எல்லாரும் வேட்டியக்கிழிச்சு மார்புக்கு குறுக்காகத் துணியக்கட்டி இடுப்பில தொங்குற மாதிரி வாளையும் ஈட்டியையும் கட்டிக்கொண்டார்கள்.

ஆற்றைக் கடந்து மறுகரையை அடைவதென்றால் நீரோட்டத்திற்கு வாய்ப்பாக இரண்டு காத தூரத்தில் தண்ணீருக்குள் இறங்கினால்தான் சரி.

கடல் நீச்சலுக்கு பேர்போன கூஞ்ஞு சொன்னதைக் கேட்டார்கள்.

அவனது ஆலோசனையின் பேரில் யாராவது இருவரை முதலில் ஆற்றில் இறக்கத் தீர்மானித்தார்கள்.

பறுனாந்துவோடு மரிய கூஞ்ஞுவே ஆற்றில் இறங்கவேண்டும்.

தண்ணீர் இளம் சூடாய் இருந்தது. வடக்கும் தெற்குமாக ஓடிக்கொண்டிருந்த அந்த ஆற்றில் வடக்குப் பக்கம் ஒரு காத தூரத்தில் இறங்கியபோது நீர் வாடு சேட்டமாக இழுத்தது. நிலத்தில் கால் பிடிமாணம் இல்லாத ஆழத்தில் அவர்களின் எதிர் நீச்சல்தான் கை கொடுத்தது. கையை வீசி வேகமாக அடித்து நீந்தினால் சுளுமம் தெரியும் என்ற ஜாக்கிரதை உணர்வில் இருவரும் நாய் நீச்சல் போட்டார்கள். நாயென்று இல்லை. பிராணிகள் எல்லாமே இந்த வகை நீச்சல்தான். அது கைகளை நீருக்குள்ளேயே வேகமாக அசைத்து வேகமாக கால்களால் தண்ணீரை தள்ளும் ஒரு வகையான நீச்சல். உடம்பை பக்கவாட்டில் சரித்து நீந்தும் நீச்சல். ஒருபக்க உடல் ஆயாசத்தை மறுபக்கம் சாய்ப்பதால் தீர்த்துக்கொள்ள இந்த நீச்சல் வசதியானது. நீரடி சுழியோட்டம் நீர்வாட்டுக்கு சரிவராது என்று தெரிந்திருந்ததால் அவர்கள் சுழியோட்டத்திற்கு முயலவில்லை.

நீரோட்டத்தின் கதகதப்பு அவர்களின் தேகத்திற்கு பரவாயில்லைப் போல இருக்க இருவரும் பேசிக்கொண்டே நீந்தினார்கள். அவர்களிருவருக்கும் உடல் வலிமையோடு உள வலிமையும் தேவையாயிருந்தது. கூஞ்ஞுவின் கணிப்பின் படி அவர்கள் ஆற்றில் இறங்கிய இடமும் கோட்டையின் பின்புறச்சுவரும் இணைந்து வந்தது.

இனி அவர்களின் தீப்பொறி சமிக்கை கிடைக்க இளந்தாரிகள் எல்லாரும் ஒரே நேரத்தில் ஆற்றில் இறங்கி நீந்தத் துவங்கினார்கள்.

நடுநிசி தாண்டி அதிகாலை மூன்று மணி.

விஜயாபதிக் கோட்டையின் ஆர்ப்பாட்டங்கள் எல்லாம் ஓய்வுக்கு வந்திருந்தன. அனேகம் பேர் நித்திரையிலும் மீதிப்பேர் போதையிலும் வழிந்து கொண்டிருக்க, வாந்தி மணம் எங்கும் பரவி ஒரு வகை நாற்றம் எடுத்திருந்தது. பணியாட்கள் விடிந்த பிறகு பார்க்கலாம் என்று நழுவியிருந்தார்கள்.

மணமகனுக்கு போதை தெளியும் நேரம் புதுப்பெண்ணின் மேல் ஒரு கிறக்கமான பார்வை விழ அவன் அவளின் ஆடையை நீக்குவதில் குறியாக இருந்தான். அறைக்கதவைக்கூட சரியாகத் தாழ்ப்பாள் போடாமல் அவன் அவரசமாக அவளைப் படுக்கையில் சாய்த்தான்.

மணப்பெண் ஏகத்துக்கு வெட்கப்படுவதும் அவனை அனுமதிப்பதுமாக 'ச்சுக்' கொட்டிக்கொண்டிருந்தாள். இருக்கின்ற அந்த மந்தகாச விளக்கையும் அணைத்துவிடலாம் என்ற அவளின் யோசனையை அவன் அவசரமாக மறுத்து அவளின் இடுப்பில் கையை வைத்தான்.

05

திடீரென கையில் ஆயுதங்களோடு நாலு திக்கிலும் தோன்றிய வலுத்த மணப்பாட்டு வாலிபர்கள் தீவிரமாய் கோட்டைக்குள் பாய்ந்தனர். கோட்டைச்சுவர்களில் பொருத்தியிருந்த தீவட்டிகளைக் கையிலெடுத்துக்கொண்டு வேகமாக அவர்கள் போக வேண்டிய பாதையை மட்டும் தெளிவாக்கிக்கொண்டு பிரதான மண்டபத்தை அணுக,

அங்கு மெல்லிய வெளிச்சம் படர்ந்த வெளியில் போதை மயக்கத்தில் கிடப்பவர்கள் என்ன நடக்கிறது என்பது தெரியாமல் உளறலோடு புரண்டு படுக்க வாலிபர்கள் அவர்களைத்தாண்டி ஆரியப் பெருமாளைத் தேடுகிறார்கள்.

வரிசையாக இடதும் வலதுமாக திறந்தும் பூட்டியும் இருக்கும் அறைகளில் ஒவ்வொன்றினுள்ளும் வேகமாக நுழைந்து தேடுகிறான் பறுனாந்து. ம்ஹூம். ஆரியப் பெருமாளைக் காணவில்லை. கூட வந்தவர்களை வெவ்வேறு பகுதிக்கும் விரைந்து தேடும்படி பணித்துவிட்டு அங்கு பயந்தபடி ஒளிந்திருந்த பணிப் பெண்ணிடம் கேட்கிறான். அது உறுமலாகத்தான் அவளுக்கு கேட்டிருக்க வேண்டும்.

“சீக்கிரம் சொல். எங்கே பாளையக்காரன் ஆரியப் பெருமாள்.”

அவள் படிக்கட்டைக் காட்டுகிறாள். “படுக்கையறையில்.”

பறுனாந்துவின் சிநேகிதனும் அவனது தளபதியுமான பீரிஸ் நுழைந்த அறைதான் மணமக்களின் சயன அறை. அவன் போதையில் தன் புதுப் பெண்ணுடன் சல்லாபித்துக் கொண்டிருந்த ஆடம்பர அறை.

'பாவம். புதுமணத்தம்பதிகள். விட்டுச்செல்லலாமா.' ஒருவிசை பீரீசுக்குத் தயக்கம். திரும்பியவனுக்கு உவரிப் பெண்களின் நிருவாணம் ஞாபகம் வருகிறது.

மணமக்களுக்கு சத்தமில்லாமலே சொர்க்கத்திற்குப் பாதை காட்டி விட்டுத்திரும்பினான் பீரிஸ்.

இளைஞர்களிடம் வேகமும் நிதானமும் இருக்க தாங்கள் வைத்திருந்த கூரிய வாள்களுக்கும் புத்தி இருந்தது. அங்கிருந்த எல்லோரையும் அவர்கள் கொல்லவில்லை.

கண்ணில் பட்டவர்களையெல்லாம் அவர்கள் வாளால் வெட்டி வீழ்த்திவிடுகிறார்கள் என்று நினைத்து அங்கிருந்தவர்கள் யாரும் அவர்களை எதிர்க்கத் துணியவில்லை. அங்கிருந்தவர்களில் போதை அதிகமல்லாதவர்களால் என்ன ஏதுவென்று கேட்க முடிந்ததே தவிர அவர்களால் வேறொன்றும் செய்ய முடியவில்லை.

ஏக காலத்தில் உவரியூர்ப்பொண்டுகளை மீட்கும் வேலையைச் செய்ய வேண்டிய அணியினர் அந்த அரண்மனையின் பின் பக்கத்தில் இருந்த சிறைக்கு ஓடிச்செல்லுகிறார்கள். அவர்களுக்கு வழங்கப்பட்டிருந்த பயிற்சியில் அவர்கள் செல்ல வேண்டிய திசை இலக்கு பற்றி நன்கு சொல்லப்பட்டிருந்தது. முன்னால் ஓடியவர்கள் அங்கு சிறையில் காவலுக்கு நின்ற நான்கு பேருடன் சமர் செய்ய வேண்டியிருந்தது. காவல் வீரர்களும் போதை ஏற்றியிருந்ததால் அவர்களால் துல்லியமாக வாள்வீச முடியாதிருந்தது. சீக்கிரத்திலேயே மடிந்தார்கள்.

சிறைக்கதவை சம்மட்டியால் அடித்து நொறுக்கி உள் நுழைந்தவர்களுக்கு ஆச்சரியம். ஆரியப் பெருமாள் பிடித்து வந்த நான்கு பேர்களில் மூவர்தானே இங்கிருக்கிறார்கள். இன்னுமொருத்தி எங்கே? பத்திமா மேரி எங்கே? உள்ளே நுழைந்தவர்களின் கேள்விக்கு மரிசெல்லாதான் பதில் சொன்னாள். "அவ செத்துட்டா."

அவர்களுக்கு தூக்கி வாரிப்போட்டது.

பத்திமா மேரி சிறைக்கு வந்த நேரத்தில் இருந்து பிதற்றிக்கொண்டிருந்தாள்.

“முடியாது. உசிரு என்ன மசிரு செல்லா. உடம்புல பொட்டுத்துணியில்லாம... ஐயோ! நினைச்சுப்பாக்க முடியாதிருக்கேடி. செத்திடலாமா... செத்திடலாமா.”

“பைத்தியமாரிப் பேசாத பத்திமா. நீ செத்துட்டா உங்காத்தாவ யாரு பாக்கிறது.”

“யாரும் யாரையும் பாக்க முடியாது. யாரு முகத்திலயும் முழிக்க முடியாது. சாவணும்டி.”

பத்திமா சொல்லுவதுதான் சரி மாதிரிப்படுது செல்லாவுக்கு. இனி எப்பிடி யாரு முகத்திலயும் முழிக்க முடியும்.

அவர்கள் நாலுபேரும் சாப்பிடாமலே கிடந்தார்கள். சாப்பாடு வைக்க வந்த பொம்பிள வெருட்டினாள்.

“கிட்ட வா வைச்சுக்கிறன்” என்டு கருவிய பத்திமா, அந்தப் பொம்பிளை தன்னிடம் வரும் சமயத்துக்காக காத்திருந்தாள்.

பத்திமாவிடம் என்ன திட்டமிருந்தது என்பது மற்றவர்களுக்கு தெரிந்திருக்கவில்லை. சிறைக்காவலாளிப் பெண்ணிடம் பத்திமா அடாவடியாகக் கதைத்தாள்.

என்ன சொன்னால் ஒரு பொம்பிளைக்கு கோபம் வருமோ அந்த வார்த்தையை கேவலமான தூசணத்தோடு கத்திச் சொன்னாள். அந்த காவலாளிப் பொம்பிளைக்கு வெட்கம் தலையாலே போயிருக்க வேண்டும்.

“இரு வாறேன்” என்றவள் ஆத்திரமாகி பூட்டைத்திறந்து வேகமாக ஓடிவந்து பத்திமாவைக் காலால் எட்டி உதைத்தாள். சுவரோடு போய் விழுந்த பத்திமா திரும்பவும் அந்த ஈன வசனத்தைச் சொல்ல “உரிஞ்சாங்குண்டிப்பரவ வேச” என்று திட்டிக்கொண்டு பத்திமா மீது காவலாளிப் பொம்பிளை பாய பத்திமா அவளின் தலை முடியை பலமாய்ப் பிடித்திழுக்கிறாள். இரண்டு பேருக்குமிடையில நடந்த இழுபறி அந்த இடத்தையே களேபரமாக்கி விட்டிருந்தது. “விடடி... விடடி வேச... ஐயோ தலை முடிய விடடி வேச.”

காவலாளிப் பொம்பிள கூப்பாடு போட தூரத்தில் நின்ற வீரனொருவன் பாய்ந்து வருகிறான். அவன் திறந்திருந்த சிறைக்கூடத்தில் நுழைந்து சண்டை பிடிக்கும் பெண்களிடம்

நெருங்க பத்திமா கண்ணிமைக்கும் நேரத்தில் வீரனின் இடுப்பில் செருகியிருந்த குத்தீட்டியை உருவி அந்த நொடியிலேயே...

பத்திமா தன் குரல் வளையை அறுக்க, பத்திமாவின் கழுத்திலிருந்து சீறிய இரத்தம் அந்த சிறைக்கூடத்தை நனைக்கிறது. கொஞ்ச நேரம்தான். விலுக்விலுக்கென காலை உதறிய பத்திமாவின் உயிர் அங்கு நின்றிருந்தவர்களின் கண் முன்னேயே பிரிந்திருந்தது.

காவலர்கள் அவ்விடத்திற்கு ஓடி வருகிறார்கள். எல்லோரின் கண்களிலும் பீதி. கண்முன்னே அவர்கள் அத்தனை பேரினதும் காவலை மீறி நடந்த சாவு என்பதால் பிரகலாதனுக்குப் பதில் சொல்ல வேண்டுமே!

சம்பவத்தைக் கேள்விப்பட்டு விரைந்து வந்த பிரகலாதன் எகிறினான். சத்தமிட்டான். படபடவென பத்திமாவின் பிரேதம் அங்கிருந்து அகற்றப்பட்டது.

சற்று நேரத்தில அங்கு எதுவும் நடக்கவில்லை என்பதாக அவ்விடம் காட்சியளித்தது.

இந்த சம்பவத்தை சிறைக்காவலரும் சிறை நிருவாகமும் பெரிதாக அலட்டிக்கொள்ளவில்லைத்தான் எனினும் இதற்குப்பிறகுதான் அங்கிருந்த மூவருக்கும் ஆடை கொடுக்கச் சொல்லி உத்தரவு வந்தது.

தாமதிக்க முடியாது. அங்கிருந்த உவரிப் பெண்கள் மூவரையும் மணப்பாட்டு இளைஞர்கள் மீட்கிறார்கள்.

எல்லாம் மின்னல் வேகத்தில் நடந்தேறுகிறது.

ஆரியப் பெருமாள் கீழே நடப்பது என்னவென்று அறியாவண்ணம் நித்திரையில் கிடக்கிறான். அவன் படுத்திருக்கும் கட்டில் சுகம் அவனை ஆழ்ந்த தூக்கத்திற்கு கொண்டு சென்றிருக்க, அந்த அறைக்குள் ஓங்கிய வாளுடன் நுழைகிறான் பறுனாந்து.

உறக்கத்தில் இருக்கும் ஆரியப் பெருமாளை சிரச்சேதம் செய்வதில் அவனுக்கு இஸ்டமில்லை. படுத்திருக்கும் ஆரியப் பெருமாளின் நெஞ்சில் வாளினை வைத்து அழுத்துகிறான் பறுனாந்து. கூரிய வாளின் அழுத்தம் படுத்திருப்பவனைக்

காயப்படுத்த சட்டென்று கண்விழித்துப் பார்க்கிறான் ஆரியப் பெருமாள். தன் முன்னால் ஒருவன் வாளுடன் நிற்பதைப் பார்த்து என்ன நடக்கிறது என்று தெரியாமலே பயந்தான்.

பேரச்சத்தால் கண்களை அகல விரித்துக்கொண்டே கேட்டான்.

"யாரடா நீ."

"நான் மணப்பாட்டுக்காரன் பறுனாந்துடா."

"ஏன் எதற்காக வந்திருக்கிறாய்."

"உன்னைக் கொல்வதற்காக."

"ஏய், என்ன? யார் உன்னை இங்கு வரவிட்டது? ஏய் காவலனே..." அச்சத்தால் மிரண்டவன் நாப்பிறழுகிறது.

"பொறு. என்னை உள்ளே அனுமதிப்பதற்கும் தடுப்பதற்கும் வெளியில் யாரும் இல்லை. எல்லோரையும் கொன்று விட்டோம்."

ஆரியப் பெருமாளுக்கு சர்வாங்கமும் வியர்க்கிறது. அவனுக்கு விபரீதம் புரிய,

"என்னை ஒன்றும் செய்து விடாதே. ஒன்றும் செய்து விடாதே."

"உன்னை ஒன்றும் செய்யாமல் போவதற்கா நாங்கள் இத்தனை கஸ்டப்பட்டோம். ச்ச. உன்னுடன் என்ன பேச்சிருக்கிறது. நீ பயந்து பயந்து சாக வேண்டுமென்பதற்காகத்தானடா தூக்கத்திலிருந்த உன்னை எழுப்பினேன். சாவு. அதற்குமுன் உவரிப் பெண்களை நீ சித்திரவதை செய்ததை நினைத்துப்பார்."

ஆரியப் பெருமாளுக்கு சாவுப்பயம் கண்ணில் தெரிந்தது. இரத்தம் பயத்தினால் உறைய அவன் மண்டைக்குள் உவரி நினைப்பு வந்து போனது.

"தொலைந்து போ."

பறுனாந்துவின் வாள் ஓங்கி உயர்ந்து தாழ்ந்தபோது ஆரியப் பெருமாளின் தலை துண்டாடப்பட்டிருந்தது.

06

மணப்பாட்டுக்காரப் பயலுகள் பாளையக்காரன் கோட்டைக்குள்ளேயே போய் அவன் தலைய எடுத்திட்டு வந்திட்டானுக என்டு சேதி கிடைச்சதில இருந்து கொன்சன் சாமியாரின் மனம் கலங்கிக் கொண்டேயிருந்தது.

ஆரியப் பெருமாள் பைத்தியக்காரன் நான் கேட்டபோதே அவர்களை விடுவித்திருக்கலாம்.!

ஆரியப் பெருமாள் உவரிப் பொம்பிளகள அவமானப்படுத்தி அசிங்கமா இழுத்துக்கின்டு போனப்பிறகு கடக்கரை ஊர்களில உள்ள சனம் கொன்சன் சாமியாரிட்ட வந்து முறையிட அந்த மனுசன் வெளிக்கிட்டு பாளையக்காரனிட்டப் போனாரு.

"பாளையக்காரர். நீங்க இவ்வளவு கடுமையா மக்கள் கிட்ட நடந்துக்கிறது அவ்வளவு நல்லதில்ல. உவரியில நீங்க எங்கட வேதக்கார மக்களுக்கு இப்பிடிக் கொடுமை செய்தால் நான் எங்களிட போத்துக்கீச கவர்னரிட்ட கதைச்சு ஒரு முடிவு எடுக்கவேண்டி வரும். நீங்கள் பிடிச்சு வைச்சிருக்கிற பொம்புளகள ரிலீஸ் பண்ணுங்க."

"அதொண்டுமில்ல சாமி. ஒரு விளையாட்டுக்காகத்தான் பொம்பிளகளப் பிடிச்சு அடைச்சிருக்கன். அவங்கள் எனக்குச் சேர வேண்டிய வரியை தந்திட்டு பொம்பிளகளக் கூட்டிட்டுப் போகச் சொல்லுங்க. என்ன?"

ஆரியப் பெருமாள் அவரிடம் எகத்தாளமாய்க் கதைச்சு அனுப்பினது சாமியாருக்கு பெரிய பாரமாக தலையில இறங்கி இருந்தது.

முத்துக்குளித்துறை கடக்கரை ஊரெல்லாம் சவேரியார் சாமியார் மூலமாக கத்தோலிக்க வேதத்தை பரப்பினதோடல்லாமல் அந்த

ஊர் மக்களுக்கு யேசு சபை பாதிரிமார்தான் எல்லா உதவியும் ஒத்தாசையுமாக இருந்தார்கள்.

பாளையக்காரன் அட்டகாசத்தை விலாவரியாக எழுதி அவனுக்கெதிரான ஒரு நடவடிக்கை எடுக்கக் கூடாதாவென்று கொன்சன் சாமியாரு போத்துக்கீச பெரிய துரைக்கு ஒரு கடிதம் எழுதியிருந்தாரு.

இது இப்பிடியிருக்க ஆரியப் பெருமாள் என்கிற பாளையக்காரனுக்கு இந்த ஊர் கத்தோலிக்க வேதப் பயலுகளே இப்பிடி அதிரடி நடவடிக்கை எடுப்பானுக என்னு கொன்சன் சாமியார் நினைச்சுக் கூடப்பாக்கயில்ல.

அவர் நடந்த செய்தியை அறிஞ்சபோது அதிர்ந்து போனார். இனி என்ன நடக்குமோ. மதுரை நாயக்க மன்னன் கொதிப்பானே. இதுகள் எல்லாம் அவன் கோபத்திற்கு ஆளாகிப் போயிருங்களே...!

அன்றைக்கு இரவு நித்திரை வராம உலாவிட்டிருந்தாரு கொன்சன் சாமி. மனம் ஒரு அகாலத்தையே இடைவிடாமல் எதிர்வு கூறிக்கொண்டு நொந்து கொண்டிருந்தது. அவருடைய அறைக்கதவு தட்டப்பட்ட போது மணி அதிகாலை ஐந்து மணி.

சன்னல் கதவை மெதுவாக ஓசையில்லாமல் திறந்து பார்த்தார் கொன்சன் சாமியார்.

அங்கு பீரீசும் மூன்று பெண்களும் நின்றுகொண்டிருந்தார்கள். அவருக்கு எல்லாம் புரிந்தது.

கடல் நீளமாக இருந்தது போலவே மரிசெல்லாவின் மனமும் அவளுக்குள் இருந்த துன்பமும் முடிவில்லாமல் நீண்டு கொண்டேயிருந்தது. நேற்று அதிகாலைவரை தன் எதிர்காலத்தில் நம்பிக்கையில்லாமல் இருந்தவளினை ஒரு மாற்றத்திற்கு கொண்டுவருவதற்காக பறுனாந்து முயன்று தோற்றுக்கொண்டிருந்தான்.

மரிசெல்லா பறுனாந்துவின் முகத்தைப் பார்ப்பதையே தவிர்த்தாள். அவள் சிறையில் இருந்து அழுததை விட இப்போதுதான் அதிகம் அழுகிறாள்.

இப்போ அவள் கண்ணால் காண்கிறவர்களெல்லாருமே அவளின் நிருவாணத்தைப் பார்த்தவர்கள் என்கிற நினைப்பு

அவளைக்கொன்று கொண்டிருந்தது. பத்திமா செத்ததைப் போல அவளும் செத்திருக்கலாமோ என்று மனம் அவளைப் பாடாய்ப் படுத்திக்கொண்டிருந்ததாலதான் இந்த தொலை தூரப்பயணத்திற்கு உடன் பட்டிருந்தாள்.

தான் பிறந்த மண்ணை விட்டு விலகி எங்கோ கொன்சன் சாமியார் சொன்ன இலங்கைக்குப் பயணிக்க சம்மதித்த பின்புதான் அவளின் எதிர்காலத்தின் காவலனாக பறுனாந்துவும் கூட வருகிறான் என்பது தெரிந்தது. அது அவளுக்கு ஆறுதலாக இருந்தாலும் அவன் முன்பு போல அவளை நேசிப்பானா மாட்டானா என்ற கேள்வியும் அவளுக்குள் புதிதாக முளைத்திருந்தது.

இரவு கொன்சன் சாமியாரின் வீட்டு அறைக்கு அந்தப் பெண்களைக் கூட்டிக்கொண்டுவந்த பீரீசு இரகசியமாக கொன்சன் சாமியாரை நெருங்கி எதையோ கதைத்தான்.

அவன் அந்தப் பெண்களிடம் எதுவும் கதைக்காமலே வெளியேறிவிட்டான்.

அவன் என்ன செய்வான். அவனுக்கு அவனது கப்பித்தான் பறுனாந்து எதைச் சொல்லி அனுப்பியிருந்தானோ அதைத்தான் அவன் செய்தான்.

“எதையும் நினைச்சு அழுதிட்டே இருக்காதம்மா. எல்லாம் நடந்து முடிஞ்சு போச்சுது. இனி நாம என்ன செய்யணுமோ அதத்தான் செய்யணும் புரிஞ்சிக்க.”

சாமியார் சொன்ன எந்தக்கதையையும் அவள் காதில் வாங்கிக் கொண்டதாகத் தெரியவில்லை. பறுனாந்து அங்கு வருவதானால் அவனுடன் எப்படி முகம் கொடுப்பது என்று யோசித்தபடி இருந்தாள் செல்லா.

அந்திப்பொழுது சூரியன் படுவான் கரையில் வீழுந்து கொண்டிருந்தது.

மணலில் கால் புதைத்து நடப்பது இதமாக இருந்தது. கடற்கரையில் குழிநண்டுகள் குடுகுடென்று ஓடித் திரிவதைப் பார்த்தபடியே பறுனாந்துவும் கொன்சன் சாமியாரும் நடந்து கொண்டிருந்தார்கள். பறுனாந்துவின் மனசுக்குள் கணத்துக்கொருதடவை

கேள்விகள் முளைத்துக்கொண்டிருப்பதும் கொன்சன் சாமியார் அவனெழுப்பும் கேள்விகளுக்கு அமைதியாக விடையளிப்பதுமாக நீண்ட நேரம் கதைத்துக்கொண்டே நடந்தார்கள்.

மதுரை நாயக்கன் ஆட்களின் தேடுதல் வேட்டையிலிருந்து தப்பி கடலைக் கடந்து மன்னார்ப் பக்கம் போகும்படி சொல்லும் கொன்சன் சாமியார் அங்கு மன்னார் பட்டிமில் நடந்து முடிந்திருந்த பாதகத்தையும் சொன்னபோது பறுனாந்து ஆடிப்போனான்.

"இலங்கையில ஏசு சாமிய ஏத்துக்கிட்ட சனங்கள அங்க இருக்கிற ராசா ஒரு விடியக்காலையில வெட்டிக்கொன்னு போட்ட துயரம் நடந்திருக்கு. பத்து அம்பது இல்லப்பா அறுநூறு பேரக்கொன்னுருக்கான் பாவி. அந்த ஊர்பத்தி சவேரியார் சாமிக்கு பெரிய பாரம் இருந்திச்சு. இப்போ நான் அந்த ஊருக்குப் போறன் எங்கூட வந்துடுறீயா."

"இப்போ ஒண்ணும் பிரச்சினையில்லியா சாமி."

மோவாயைத் தடவிக்கொண்டு யோசித்தவர் தயங்கியபடி கதைத்தார்.

"எதுவா இருந்தாலும் ஆட்சி நடத்துறவன அனுசரிச்சு நடந்துகிட்டா எல்லாருக்கும் நல்லது. இப்போ ஆரியப் பெருமாளப் பகைச்சுக்கிட்டதால இன்னைக்கு நீங்க பொறந்து வளந்த ஊர்ல இருக்கமுடியல. பாத்தியளா."

பறுனாந்துவுக்கு கொன்சன் சாமியாரிட கதைக்க பிடிக்கயில்ல. அவன் தலையைத் திருப்பிக்கொண்டான்.

"அநியாயம் செய்தவனைத்தானே சாமி நாங்க தண்டிச்சோம்."

"சரிப்பா. வாளையெடுத்தவன் வாளாலேயே சாவான் என்டு ஏசு சாமி சொல்லியிருக்காரில்ல. அதச்சொன்னன். ஆரியப் பெருமாள் நீங்க வரி குடுக்கலையின்னு பாதகம் செஞ்சான் இல்லையா. அது மாதிரி அங்க இலங்கையில முத்துக்குளிக்கிறவனுக எல்லாம் சேந்து, வருமானத்த இல்லாமப் பண்ணிட்டானே என்கிற கோபத்தில அநியாயம் செய்திட்டான் சங்கிலி ராசா."

"என்ன சாமி சொல்லுதீக."

ஆமாப்பா. ஒரு நாட்டுக்குள்ள போயி அங்கிருக்கிறவன் கழுத்தப்புடிச்சா சும்மா இருந்திடுவானுகளா” என்றவர் கண்ணை மூடிக்கொண்டு கதைச்சார்.

“இப்பவும் போத்துக்கீசன் அந்த மன்னார்த் தீவத்தாண்டி இலங்கையில கால் வைக்க முடியாமத் திணறுறான். சங்கிலியன் போட்டிருக்கிற பாதுகாப்புத் திட்டம் அப்பிடியிருக்கு. யாழ்ப்பாண ராச்சியம் அவனோடது. அதுக்குள்ள போய் விளையாடலாமா.”

ஆரியப் பெருமாளின் தலையை எடுத்துக் கொண்டு வந்த பறுனாந்துவுக்கு கொன்சன் சாமியார் ஏன் இந்தக் கதையைச் சொல்லுகிறார் என்பது புரிந்தது.

“நாங்க ஏசுசாமியப் போதிச்சதோடு நிறுத்தியிருக்கணும். அத விட்டு அவன் வருமானத்தில கைய வைச்சா எப்பிடி. மன்னார்த் தீவுலசாயவேருத் தொழில் செய்யுற கடையனும் முத்துக்குளிக்கிற கரையானும் வேதக்காரனுகதான். இதுநாள் வரைக்கும் ராசாவுக்கு குடுத்த முத்துக் குவியலுக்கும் சாய வேருக்கும் விலை உசத்திக் குடுத்தான் போத்துக்கீசன் என்டதுக்காக அவனுக்கு அந்தப் பொருளக் குடுக்கப் போயி சங்கிலி ராசாவிட கோபத்துக்கு ஆளாயிட்டானுக.”

“அந்த ஊருக்கு இப்போ நானும் போகணுமெங்கிறீகளே சாமி” புருவத்தை உயர்த்திக்கேட்டான் பறுனாந்து.

“தம்பி நீ வேதக்காரனா அங்க இருக்கிறது பிரச்சினையில்ல. ராசாவுக்கு அடங்கியிருக்கணும். கீழக்கரையில இருந்து அங்க போனவனும் மல்லிப்பட்டணத்தில இருந்து போன சோனவனும் அங்க காணி பூமியோட இத்தவரைக்கும் நல்லாத்தான் இருக்கிறானுக. அவனுக செய்யிற யாவாரம் பெருசு. ராசாவ அனுசரிச்சு நடந்தா எங்கயும் இருக்கலாம்.”

பறுனாந்துவுக்கு கொன்சன் சாமியார் சொல்லுவதென்பது போய் உடனே திரும்புவது போல் இல்லை என்பது மட்டும் புரிந்தது.

அவர்கள் கதைத்துக்கொண்டே கோயிலடிக்கு வந்து சேரும்போது இருட்டாயிருந்தது.

"பறுனாந்து. நாம பேசிக்கின்ட விசயங்கள பொம்பிளைக கூட கதைச்சிராத. அதுக பயந்திருங்க. ஏற்கனவே ரொம்ப நொந்து போனதுக, பாவம்."

சாமியாரின் அறைவீடு சுத்தமாக இருந்தது.

"ந்தா. திரேசும் செக்குண்டாவும் என்னோட இலங்கைக்கு வரணும்கிறது கட்டாயமில்ல. ஆனா நான் செல்லாவ கூட்டிப்போறன்."

பறுனாந்து இரைந்தபடி மெதுவாகத்தான் சொன்னான். அதுவரை குழப்பமும் கலவரமுமாக இருந்த செல்லாவின் முகம் பூரித்தது. அவள் கதைச்சுக் கொண்டிருந்த பறுனாந்துவின் கண்களை ஊடுருவிப்பார்த்து விட்டு சட்டென விழிகளை மூடிக்கொண்டாள்.

ஆரியப் பெருமாளின் சிறையில் என்ன நடந்தது என்பது இவனுக்குத் தெரியாதோ... அது இவனுக்குத் தெரிந்தால் முன்னைப்போல என்னை நேசிப்பானா... அங்கு என்ன நடந்ததென்பதை சொல்லாமலே விட்டால் என்ன. நிருவாணமாக இந்தப்பொண்டுகளைத் தெருவழியாக இழுத்துப்போனதைத்தான் ஊர் மக்கள் பார்த்தார்கள். அதைவிட... அதைவிட...!

செல்லாவுக்கு அந்த ஞாபகம் மேலிட்டபோது திரும்பவும் யன்னல் வழியாக கடலைப்பார்த்தாள்.

"சரி. அப்புறம் எப்ப திரும்பி இங்க வாறது." நிறைய வாழ்க்கைக் கனவுகளோடு இருந்த பணக்கார செக்குண்டா கேட்பதும் அதற்கு பறுனாந்து பதிலளித்துக் கொண்டிருப்பதும் செல்லாவின் காதில் சலனமாகக் கேட்டுக்கொண்டிருந்தது. செல்லாவின் நினைவு ஆரியப் பெருமாளின் சிறைக்குத் தாவிக்கொண்டிருந்தது. மூன்று மாதங்கள் கண்ணீரும் அங்கலாய்ப்பும் அவமானமும் ஒன்றாய்த்திரண்டு அவளைப் பாடாய்ப்படுத்திய அந்த அநீத சிறைக்கூடத்து நினைவுகள், அவளின் நடு நெஞ்சில் குத்தீட்டியாய் இப்போதும் கிழித்தது.

07

திரேஸ் என்ற அந்தப் பெண் ஆரியப் பெருமாளின் ஆட்களால் அதிகம் அலைக்கழிக்கப்பட்டாள் என்ற உண்மையை மற்றப்பெண்களும் சேர்ந்து நிறையவே மறைத்திருந்தார்கள். ஆரியப் பெருமாளின் ஆட்கள் சுத்த மோசம். அதில் அவனது ஆலோசகன் பிரகலாதன் பெண் பித்தன்.

அந்தப் பெண்களில் அவன் இலகுவாக நெருங்கக் கூடிய விதமாக நடந்து கொண்டவள் திரேஸ்தான்.

அளவான உயரமும் மெல்லிய தேகமுமாய் மாநிறத்தில் இருந்த திரேஸ் மற்றவர்களை படக்கென்று வசீகரிக்கக்கூடியவளாய் இருந்தாள்.

பிரகலாதன் நினைத்தால் அங்கு எதுவும் நடக்குமென அங்கிருந்த கைதிகள் அறிந்திருந்தனர். பிரகலாதன் சிறைப்பக்கம் வரும்போதெல்லாம் திரேஸிடம் ஏதாவது சீண்டல் நையாண்டிக் கதை சொல்லி விட்டுச்செல்ல இவளும் நிலைமை மறந்து இளிப்பது மற்றவர்களுக்கு எரிச்சல் மூட்டியிருந்தது.

சில வேளைகளில் பிரகலாதன் வரச்சொன்னதாக யாராவது ஒரு காவலன் வந்து திரேஸைக் கூட்டிப் போவதையும் அவர்கள் பார்த்தார்கள்.

“ந்தா திரேசு, எதுவென்டாலும் நம்ம மூணுபேருக்கும் இங்க ஒண்ணுதான். அதுவும் நாம நடந்துக்கிற மாதிரித்தான் எல்லாம் நடக்கும். இதில உனக்கு என்ன தனியாக் கிடைச்சிறப் போகுதுன்னு அவனோடட இளிக்கிற.”

“நான் ஒண்ணும் எனக்காக அவனோடட பேசல. எல்லாம் நம்ம மூணு பேருக்காவும்தான். நீ ஒண்ணும் பேசாதிரு.”

அவள் மரிசெல்லாவின் வாயை மூடினாள். நமக்கு கிடைக்கிற சாப்பாடும் துணியும் திரேஸாலதான் கிடைக்குது என்று ஸ்ரெலாவும் செக்குண்டாவும் நம்பத் துவங்கியிருந்தார்கள்.

“நம்ம ஊர்க்காரங்கள் ஆரியப் பெருமாளுக்கு இன்னும் வரி ஏய்ப்புச் செய்தால் நாம தொடர்ந்து இந்த சிறையிலதான் இருக்கணுமென்டு ஆரியப் பெருமாள் சொன்னதாக பிரகலாதன் அவளிடம் சொன்னானாம். நாம நல்லபடியா நடந்துகிட்டா இன்னும் ஒரு மாசத்தில விட்டுவிடுவதாகவும் சொன்னான்.”

“நல்லபடியான்னா.”

“ஞ்சே. நம்மள அம்மணமா அந்த ஊரே பாத்தாச்சு. இனி என்ன இருக்கு. அதுக்காக நீங்க யாரும் இங்க முந்தி அவுக்க வேணாம்” என்று குரல் உடைந்து சொன்ன திரேஸின் கண் கலங்கியிருந்தது.

பிரகலாதன் என்ற வடுவா திரேஸிடம் கேட்டான். “ஏன் திரேசு, உன்னைய மாதிரி அந்த மரிசெல்லாப் பொண்ணு என்னை அனுசரிச்சுப்போனா என்னவாம்.”

அவனது கேள்வி திரேஸின் மனதை அறுத்தது. “ஏண்டா உனக்கு நான் போதாதா. பாவம் அது கலியாணம் முடிக்க இருக்கிற பொண்ணுடா. அதுக்குன்னு பறுனாந்தின்னு ஒரு ஆம்பள காத்துக்கின்டிருக்கான். அவளை விட்டுடு.”

“அடி சக்க. அப்பிடியா சங்கதி. நான் ஒரு கை பாத்ததுக்கு அப்புறம் அவ கல்யாணம் முடிக்கட்டும். அவ அழகு மனசக்குடையுது திரேசு. அடிச்சுப்பறிக்காம அவளாவே வந்து படுத்தான்னா சௌகரிமா இருக்கும். அதான் சொன்னன்.”

திரேஸுக்கு அழுகை வந்தது. முடிந்தவரை மற்ற இரண்டு பெண்களையும் இவனது காமவெறியிலிருந்து காப்பாத்திரணும் என்று நினைத்தவள்.

“அப்பிடி ஏதும் நடக்குமின்னா அவனை சாகடிச்சிரணும்.”

பிரகலாதானைக் கொல்ல வேண்டும் என்ற நினைப்பு திரேஸுக்குள் முளைவிட்டிருந்ததை அவள் செல்லாவிடம் சொன்னாள்.

"செல்லா அந்தப் பாதகனுக்கு உம்மேலயும் கண்ணு விழுந்துட்டுதடி."

திரேஸ் சொல்ல செல்லாவின் நெஞ்சு வெடித்தது. "ஐயோ" பதறினாள்.

"அவன் அவனிட விளையாட்ட என்னோட நிறுத்திக்கணுமென்டு நான் சொன்னதை மீறி அவன் உம்மேலயும் ஆசைப்படுறான். விடக்கூடாது. எதுவாயிருந்தாலும் அவனப் படுக்கையில வைச்சே கொன்னுறணும்."

"அது எப்பிடி."

அன்றைக்கு முழுவதும் பிரகலாதனைக் கொலை செய்வது பற்றியே அந்தப் பெண்கள் இரகசியமாகப் பேசிக்கொண்டிருந்தார்கள்.

பாளையக்காரனின் மகளுக்கு கலியாண ஏற்பாடு அரண்மனையில் நடந்து கொண்டிருந்த நாட்களில் பிரகலாதன் சிறைக்கூடப் பக்கம் வருவதும் பெண்களிடம் சேட்டை விடுவதும் கொஞ்சம் குறைவாக இருந்தது. அவன் திரேஸிடம் சயனத்தில் இருக்கும்போது திரும்பவும் செல்லா பற்றி விசாரித்திருக்கிறான்.

சிறைக்கூடத்தின் வராண்டா வெளியிலேயே பிரகலாதனின் ஓய்வு அறை இருந்தது. பிரகலாதன் அரண்மனையில் இருந்தால் மட்டும்தான் அவ்வறையில் காவல் கடமைக்காக இரண்டு காவலாளிகள் நிறுத்தப்படுவார்கள். அதிலும் பிரகலாதன் தன்னறைக்கு பிரத்தியேகமாக யாரையும் அழைத்திருப்பானாகில் அந்தக் காவலாளிகளை வேறெங்கும் காவல் கடமையென்று சொல்லி அனுப்பி விடுவான்.

பாளையக்காரன் மகள் கலியாணத்திற்கு இன்னும் ஒரு வாரம் இருப்பதாக சிறைக்கைதிகள் பிரகலாதன் மூலம் அறிந்திருந்தார்கள்.

அரண்மனை விழாக் கோலம் பூணும்போது அந்தப் பிரச்சினைக்குரிய கைதிகள் சிறையில் இருப்பதை பாளையக்காரன் ஆரியப் பெருமாள் விரும்பவில்லையாம் என்றும் அவன் சொல்லியிருந்தான்.

ஆனால் உவரி கிராமத்தான் இன்னும் தனக்குச் சேர வேண்டிய வரிப்பணத்தைக்கட்ட முன்வருகிறானில்லை என்று ஆரியப் பெருமாள் கடுப்பாகியிருந்ததால் அந்தப்பெண்களின் விடுதலையை அவ்வளவு எளிதில் செய்து விட முடியாது என்று சொல்லும் பிரகலாதன் யோசனையையும் மறுக்கிறானில்லை.

கலியாணத்திற்கு விஜயாபதி நகருக்கு வரும் மன்னன் ஒரு வேளை அந்த சர்ச்சைக்குரிய கைதிகள் பற்றிக் கேட்டால் என்ன சொல்லுவது?

"'மணவிழா மகிழ்ச்சி' என்ற பெயரில் எல்லோரையும் விடுதலை செய்து விட்டதாக இப்போதே சொல்லிவைத்து விடுங்கள்."

"அப்போ அவர்களின் விடுவிப்பு..?"

"இப்போதைக்கு இல்லை. உவரிக்காரன் வரி வந்து சேரட்டும் பார்க்கலாம். அதுவரையில் அந்தப் பெண்கள் எனது பொறுப்பில் இருக்கட்டும் நான் பார்த்துக்கொள்கிறேன்."

பாளையக்காரன் தன் நண்பன் பிரகலாதனை கூர்ந்து பார்த்தான்.

"ம்."

பாளையக்காரனின் அந்த ஒற்றைச் சொல்லில் வேறு அர்த்தம் இருப்பதை பிரகலாதன் அறியாமல் இல்லை.

பிரகலாதன் வேறு திட்டம் வைத்திருந்தான்.

கைதி செல்லாவை சீக்கிரத்திலேயே சுவைத்துவிட வேண்டுமென்ற காமஆசை அவனுக்குள் தீயாய்ப் பற்றி எரிந்தது.

"நீ ஆசைப்படுவதாக நான் அவளிடம் சொன்னேன். அவள் பெரிதாக மறுப்புத் தெரிவிக்கவில்லை. எதற்கும் நான் அவளிடம் பக்குவமாகப்பேசி அழைத்துவருகிறேன். அதுவரை பொறுத்திரு பிரகலாதா."

பிரகலாதன் திரேஸை நம்பினான். "நீ என் ஆசைக்கு அவளை இணங்க வைத்தால் நான் உங்கள் மூவரையும் அரண்மனையில் நடக்கப்போகும் திருமணத்திற்கு முன்பே விடுதலை செய்யச்சொல்லி பாளையக்காரனிடம் சொல்லுகிறேன்."

"அதுதான் எங்களுக்கு வேண்டும். அதற்காக எந்த விட்டுக்கொடுப்புக்கும் நான் தயார்."

அவன் அவளை மூர்க்கத்தனமாக அணைத்தான். அவள் திணறினாள்.

அடுத்த நாளே செல்லாவை தன் அறைக்கு அழைத்துவரும்படி திரேஸிடம் சொல்லியிருந்தான் பிரகலாதன்.

அன்றைக்கு மிகுந்த குஷியோடு இருந்த பிரகலாதன் மதுவும் அருந்தியிருந்தான். சிறையிருக்கும் செல்லா என்ற பெண் இன்று தன்னறைக்கு வரப்போகிறாள் என்ற மகிழ்ச்சி அவனிடம் இருந்தது. அவளை அனுபவிப்பதைப்பற்றியே அவன் எப்போதும் நினைத்துக்கொண்டிருந்தான்.

அரண்மனையின் நாலாபுறத்திலும் கலியாண வேலைகள் முடுக்கிவிடப்பட்டிருந்ததால் எந்நேரத்திலும் எங்கேயும் ஆட்களின் நடமாட்டம் இருந்ததை அவன் அவதானித்தான். அந்தப் பெண் அறைக்குள் நுழைந்ததும்... எதுவித இழுபறியும் இருக்கக்கூடாது என அவன் நினைத்தான். அதனால் திரும்பவும் திரேஸிடம் கேட்டுவைத்தான்.

"அவள் விரும்பாவிட்டாள் அவளை அழைத்து வராதே. பின்பு பார்த்துக்கொள்ளலாம்."

"பின்பு எப்படிப் பார்க்கப்போகிறாய் பிரகலாதா. அதுதான் திருமணத்திற்கு முன்பு எங்களை மன்னர் விடுதலை செய்து விடுவார் என்று சொன்னாயே."

"ஆமாம். அப்படி ஒன்று இருக்கிறதல்லவா. எதற்கும் அவளை நன்றாக சமாதானப்படுத்தியே இங்கு நீ அழைத்துவர வேண்டும். என்ன புரிகிறதா?"

திரேஸ் தலையாட்டினாள்.

அன்றிரவு. மந்தகாசமாக எரிந்து கொண்டிருந்த தீவட்டி வெளிச்சத்தில் வேறு யாருடையதும் கண்ணில் படாதவாறு திரேஸ் செல்லாவை அழைத்துச் சென்றாள். செல்லா அன்று மாலை குளிர்ந்த நீரில் நீராடியிருந்தாள். தன் மனதை ஒருமைப்படுத்தி தியானம் செய்திருந்தாள். திரேஸ் அவளின் நீண்ட கூந்தலை பின்னி விட்டிருந்ததால் அவள் முகம்

இன்னும் வசீகரமாய்த் தோன்றியது. ஆரியப் பெருமாளின் நம்பிக்கைகுரிய கையாள் பிரகலாதன்.

ஆரியப் பெருமாளின் யோசனைக்காரனான இந்தப் பிரகலாதன் என்கிற காமாந்தகன் இன்று செல்லாவின் கையில் படப்போகும் பாட்டை நினைத்து அவள் முகம் சிரித்தது. செல்லா செய்யப் போவதை திரேஸ் என்ற அந்த பாவப்பட்ட பெண் ஏகாந்தத்தில் பல தடவைகள் வாயை வேகமாக பற்கள் உரசும்படி கடித்து கடித்துப் பார்த்துக் கொண்டாள். துண்டாகி விடவேண்டும். அவள் கடியின் வீச்சம் எவ்வாறு இருக்கவேண்டும் என்பதை மனதுக்குள் நினைத்துக் கருவிக்கொண்டாள்.

செல்லா திரேஸிடம் கேட்டாள்...

“ஒரு வேளை தாக்குதலில் இருந்து அவன் தப்பிவிட்டால்.”

“அவ்வாறான நிலை ஏற்படும்போது நான் அறைக்குள் நுழைவேன் பயப்படாதே. பின்பு நமக்கு பற்களும் நகமும்தான் ஆயுதம். அவன் குரல்வளையைக் கடித்தாவது அவன் உயிரைப்போக்கிவிட வேண்டும்.”

இந்த உவரிப் பெண்கள் யாரென்று அவனுக்கு உணர்த்தி அவனைக் கொல்ல வேண்டும். இரண்டு பெண்கள் நினைத்தால் முடியாதா என்ன என்று இருவருமே தமக்குள் கேட்டுக்கொண்டனர்.

திரேஸ் செல்லாவிடம் அந்த காமக்காரனின் நடத்தை அந்த சமயத்தில் எப்படியிருக்கும் என்பதை நன்றாகவே ஒளிவு மறைவில்லாமல் சொல்லியிருந்தாள். அவனுக்கு அந்த நேரத்தில் பெண்ணானவள் எப்படி நடந்து கொண்டால் பிரியமாயிருக்கும் என்பதைச் சொல்லும்போது செல்லாவுக்கு திரேஸின் அந்த கசப்பான அனுபவம் பற்றிய புரிதல் தெளிவாக இருந்தது. அதனால் எவ்விடத்தில் தனது தாக்குதலைத் தொடுக்கவேண்டும் என்பதையும் புரிந்து கொண்டாள்.

அந்த அறைக்கதவை வழக்கம் போல தள்ளித் திறந்தபோது அவனின் காத்திருப்பு வாசலண்டையில் இருந்ததை அவள் ஆத்திரமாக மாற்றிக்கொண்டாள். செல்லாவை உள்ளே அனுப்பி விட்டு, “நான் இங்கேயே நிற்கிறேன். நீ தைரியமாகப் போ” என்றவள், பிரகலாதனிடம் “ந்தா, உவரிக்காரிகள்

எல்லாரையும் ஒண்ணுபோல நினைச்சிடாத" என்று உறுமிச் சொன்ன எச்சரிக்கையை அவன் புரிந்து கொள்ளாத பொழுதில் உள்ளே வந்த செல்லா சுற்றுமுற்றுமாகப் பார்த்தாள்.

அங்கிருந்த ஒற்றைக் கட்டில் படு சுத்தமாக இருந்தது. வெள்ளை நிறத்தில் விரிப்பு.

செல்லா அவன் முன்னால் அவன் கேட்காமலே மேலாடையை அவிழ்த்துப்போட்டு விட்டு வெற்றுக் கொங்கைகளை அவனுக்கு காட்டியபடி நின்றாள்.

அவன் உச்சியில் சுரீரென்று அந்த காம வெறி பற்றிக்கொள்ள அவளை மூர்க்கமாக நெருங்கினான்.

செல்லா அவன் விரும்பியதைச் செய்வது போலவே அவனிடம் நெருங்கினாள். பிரகலாதனுக்கு எல்லாமே பிடித்திருந்தது. பழம் நழுவிப்பாலில் விழுவதாய் நினைத்துக்கொண்டு ஆடைகழற்றி நின்றவனிடம் அவன் எதிர்பார்க்காத வேளையில் செல்லா நிமிர்ந்து நின்ற அதை மூர்க்கமாக கடிக்க அவன் அலறினான்.

"என்ன இது... என்ன இது... ஆ, உவரிக் கண்டார ஓலிகளே." பிரகலாதன் திகைப்பொலியை இரைச்சலாய் முணகினான்.

செல்லா அவனது ஆண்குறியை ஆங்காரமாய்க் கடித்ததில் அவன் துடித்தான். அவனது குரல் ஓங்குவதற்கு முன்பு உள் நுழைந்த திரேஸ் வேகமாய் அவனது குரல்வளைக்கு நேராகப் பாய்ந்து கடித்தாள். அவளது கடி இத்தனை நாள் அந்தக் காமுகனிடம் போராடித் தோற்றுப்போனதன் எதிர் வினையாய் இருந்தது.

அந்த ஆண்மகனின் உயிர்த்துடிப்பு அடங்கும்வரை அவள் தன் கடியை விடுவதாயில்லை. சற்று நேரத்தில் குருதி வெள்ளத்தில் அவன் உடல் சடசடத்தது.

கைகள் துடித்து தரையில் விழும்வரைதான் பிரகலாதனின் எதிர்ப்பு இருந்தது. திரேஸும் செல்லாவும் பிரகலாதனின் உடலில் இருந்து உயிர் பிரிவதைப் பார்த்தார்கள்.

08

பிரகலாதன் இறந்து போன இரண்டாம் நாள் 'மாப்பிள்ளை அழைப்பு' என்று ஆரியப் பெருமாளின் ஒரே மகளின் திருமணநாள் கிட்டியிருந்தது.

கடைத்தெருவில் இரண்டு பரவர்கள் தங்களுக்குள் பேசிக்கொண்டார்கள்.

"ஆரியப் பெருமாள் சிறையிலிருக்கும் உவரிப் பெண்களை தன் மகளின் திருமணத்தையொட்டி விடுதலை செய்யப்போவதாக சொன்னானாமே."

"ஆமாமாம். சொன்னான்... சொன்னான். பயந்தாங்கொள்ளி. மதுரை நாயக்க மன்னனுக்கு அவனின் அட்டூழியம் தெரிந்து விட்டது. அதனால் தனக்குப் பிரச்சினை வந்துவிடும் என்று பயந்துவிட்டான். இனி பாளையக்காரனின் வாலை ஒட்ட நறுக்கியது போலத்தான். நாம் நிம்மதியாக இருக்கலாம்."

அந்தப் பரவர்கள் கதைத்த கதை பாளையக்காரன் காதில் விழுந்திருந்தது. முத்துக்குளித்துறைப் பரவர்களுக்கு பாளையக்காரன் மீதுள்ள பயம் தெளிந்து விட்டால் இனி வரி வசூல்பண்ணிப் பிழைக்க முடியாது என்ற உள்ளுணர்வு இப்போது அவனுக்குள் ஆங்காரமாய்த் தலைகாட்டியிருந்தது.

பிரகலாதனைக் கொன்றதற்காக உவரிப் பெண்கள் இருவரையும் திரும்பவும் தடுத்துவைத்து தண்டனை வழங்குவதா அல்லது எதுவுமே இங்கு நடக்கவில்லை என்பதாக அவர்களை விடுதலை செய்து விடுவதா என்று ஆரியப் பெருமாள் குழம்பியிருந்தான். அவன் தன் ஆருயிர் நண்பன் பிரகலாதனின் இறப்புக்கு பழிவாங்காமல் அந்தப் பெண்களை அப்படியே விட்டுவிடவேண்டும் என்றும் நினைக்கிறானில்லை.

பிரகலாதனின் மரணத்திற்கும் இந்த உவரிப் பெண்களின் தடுப்பு நீடிப்புக்கும் சம்பந்தமில்லாமல் பார்த்துக்கொண்டால் சரி என்ற விதமாக மனம் கற்பித்தது. இதற்காக நிகழப்போகின்ற விபரீதம் என்னவென்று அவன் அறியாதிருந்தான்.

மதுரைநாயக்க அரசர் முன்பு நீதிக்காக காத்திருப்பது என்பது அவனுக்கு அத்துனை சுலபமான ஒன்றல்ல என்பதுவும் பாளையக்காரனுக்கு தெரிந்திருந்ததால் எந்தப் பாதகத்தையும் அவன் செய்யத் துணிந்திருந்தான். சிறைப்பக்கத்தை அவன் மறக்க முயன்றான். ஏதாகிலும் நடந்திருக்கட்டும். தன் மகளின் திருமணத்தின்போது எவ்விதக் குழப்பமும் வரக்கூடாது.

இந்த மாயத்தோற்றம் இன்னும் இரண்டு நாளைக்குத்தான் இருக்கும் என்பதால் அதனை சமாளித்துவிடலாம் என எண்ணினான் ஆரியப் பெருமாள்.

செல்லாவுக்கும் அங்கிருந்த மற்ற இரு பெண்களும் தமக்கு நீதி கிடைத்ததாக எண்ணிக் கொண்டார்கள். அவர்களுக்கு பிரகலாதனின் மரணமே ஒரு நீதியாகத் தெரிந்தது. மனிதர்கள் வடிக்கும் கண்ணீருக்கு காலம் ஒரு நீதி சொல்லும் என்ற நம்பிக்கை எல்லாருக்கும் உண்டு. அதற்காகவே இந்த உலக ஒழுங்கு நடைபெறுவதாக நினைத்து ஆண்டுக் கணக்கில் மனிதன் காத்திருக்கிறான்.

அந்தப் பெண்கள் இருவரும் செய்த படுகொலை பற்றிய எவ்வித பச்சாத்தாபமும் இல்லாமல் தமது விடுதலைக்காகவோ அல்லது தண்டனைக்காகவோ காத்திருந்தார்கள்.

மணற்பாட்டுப் பயல்கள் துணிச்சலாக ஆரியப் பெருமாளின் அரண்மனைக்குள் புகுந்து அவனை சங்காரித்துவிட்டு உவரிக் குட்டிகளை சிறைமீட்டார்கள் என்பதை அந்தப் பெண்களின் மனம் கொண்டாடினாலும் அவர்களுக்குள் குவிந்திருந்த அழுக்கான அனுபவத் தழும்புகள் வெளியில் தெரியக்கூடாது என்று மூன்று பெண்களுமே நினைத்தார்கள்.

பறுனாந்துவும் நண்பர்களும் ஆரியப் பெருமாளின் வெட்டப்பட்ட தலையை உவரி அந்திரேயர் கோயிலில் காட்சிக்கு வைத்துப் பெருமை பாராட்டியபோது அந்த மூன்று பெண்களின் மனங்களும் உவரிச் சம்பவத்துக்கு

பழி தீர்த்துக்கொள்ளுவதாய் நினைத்து சந்தோசப்படாமல் துயரத்திலேயே ஆழ்ந்திருந்தன.

உவரிக்கே திரும்பிவிடலாம் என்ற மனப்போக்குத்தான் திரேஸுக்கு இருந்தது. எது என்னவோ நடப்பது நடந்துவிட்டது. அதையே நினைத்து அழுதுகொண்டிருப்பதை அவள் விரும்பியிருக்கவில்லை. உவரிக்குப் போனால் அங்கிருப்பவர்கள் அவளுக்கும் மற்றப் பெண்களுக்கும் என்ன நடந்தது என்று விடுத்து விடுத்துக் கேட்பார்களே. அவர்களுக்கு எந்தவிதமான விக்கினமும் இல்லாமல் பதில் சொல்ல வேண்டுமே என்ற தவிப்பு ஏனோ அவளுக்கு இல்லாமலே இருந்தது.

ஆனால் மரிசெல்லாவுக்கும் செக்குண்டாவுக்கும் அந்தத் தவிப்பு நிறையவே இருந்ததால் திரேசைத் தனியாக உவரிக்கு அனுப்புவதை அவர்கள் இருவருமே விரும்பவில்லை.

“திரேஸ் கொஞ்ச நாளைக்கென்டாலும் சாமியாரு சொல்லுறமாதிரி இலங்கைக்குப் போயிருந்திட்டு வந்திரலாம். புதுசா ஒரு இடம். கொஞ்சம் நம்ம மனப்பாரம் குறைஞ்சமாதிரி இருக்கும். என்ன போயிரலாமா.”

நீண்ட பெருமூச்சுக்குப் பிறகு திரேஸும் தலையை ஆட்டினாள்.

09

அது பாய்மர வள்ளம் என்ற படியால் காற்றுச்சாயலுக்கு அங்கிட்டும் இங்கிட்டும் ஓடித்தான் கரைப்புடிக்கும் என்று ஓட்டி சொன்னான்.

அவன் சொன்ன மாதிரியே அந்த வள்ளம் மேற்கிற்கும் கிழக்கிற்குமாக ஓடிப் பரந்து ஓடிக்கொண்டிருந்தது.

காயல் பட்டினக்கடல் வழியாக மண்டபம் வந்து அப்பிடியே கிழக்கால வள்ளத்த திருப்பினா சேது சமுத்திரம்.

தீடை வழியில பயணப்பட்டு பாக்கு நீரிணையால பகல் முழுக்க ஓடினா கொன்சன் சாமியாரு கரையிறங்கச்சொன்ன இடம் வந்திரும் என்டதுதான் வள்ளம் ஓடின ஓட்டியிட கணக்கு. இதுக்குள்ள காத்துக் கொண்டலுக்கு மாறி இருந்துது.

அதிகாலையில் வெளிக்கிட்ட பிரயாணம் நண்பகல் கடந்து மாலை நேரமாகும் வரை கடலில் வலிந்து கொண்டே இருந்தது. வானம் மசட்டையாக் கிடந்ததினால வெய்யில் வெட்கை தணிந்திருந்தது.

காத்து உரமாய் வீசும்போது வேகமாகவும் காத்து தணியும்போது மிதமாகவும் வள்ளம் ஓடிக் கொண்டிருந்தது. ஓட்டி காத்துச் சாயலுக்கேற்ற மாதிரி வள்ளத்தின் அணியத்தை திருப்பிக் கொண்டிருந்தான். அந்த வள்ளத்தில் ஓட்டியுடன் சேர்த்து எல்லாமாக ஏழுபேர் இருந்தார்கள்.

அணியத்தில் செல்லாவும் பறுனாந்துவும் இருந்தார்கள். செக்குண்டா தனக்கு ஓய்வு தேவை என்பது போல வள்ளத்தின் சள்ளையில் சாய்ந்திருந்தாள். திரேஸ் மனதில் எந்தக் குழப்பமும் இல்லாததுபோல கடலையும் வானத்தையும் மாறி மாறி

பார்த்துக் கொண்டு இருந்தது மற்றவர்களுக்கு ஆச்சரியமாக இருந்தது.

“இவருதான் ஒங்க கூட இலங்கைக்கு வரப்போகிற சாமியாரு.”

அவர் காட்டிய ஆளை பறுனாந்து பார்த்தான். அவர் இளைஞனாக இருந்தார். நேற்று சாயந்தரம்தான் கோவாவிலிருந்து பெட்டி படுக்கையோடு வந்திறங்கியிருந்த அவரை இனி இவருதான் உங்க கூட இருக்கப்போகிறவர் என்று சொன்னபோது பறுனாந்துக்கு அந்த மனிதரின் முன்பு தாழ்ச்சியாக நடந்து கொள்ள வேண்டும் என்று தோன்றியது.

ஹென்றிக்கஸ் சாமியார் ஆட்களுடன் அதிகம் கதைக்கவில்லை. நீண்ட பிரயாண அலுப்பு. நேரத்திற்கு சாப்பிட்டு விட்டு உறங்கப்போய்விட்டார். அதிகாலையில் இலங்கைப் பயணத்திற்காக வெளிக்கிட்ட அவரைப்பார்க்க உற்சாகமாக இருந்தது. வேதத்தைப் போதிப்பதற்கு இந்த சாமியார்கள் எங்கு வேண்டுமானாலும் போகத் தயாராய் இருக்கிறார்கள் என்பதே உற்சாகமான விசயந்தான் என்று அவன் சொல்லிக் கொண்டான்.

அவர் தன்னை ஹென்றிக்கஸ் என்று அறிமுகப்படுத்திக்கொண்டு கதைத்தார். இந்த வெள்ளைக்காரர்களால் எப்படித்தான் இவ்வளவு சீக்கிரத்தில் தமிழைப் பேச முடிகின்றதோ என்று பறுனாந்து நினைத்துக்கொண்டான்.

படகோட்டியும் கொன்சன் சாமியாரின் ஆள் என்று அதில் உட்கார்ந்திருந்த இளமை தாண்டாத நடுத்தர வயது. திடகாத்திரமான நல்ல உயரமான ஒரு சிவளை மனுசன். அவன் பெயர் சித்தன்.

சித்தனும் ஹென்றிக்கஸ் சாமியாரும் மட்டும் ஒருவருக்கொருவர் எதையாவது கேட்பதும் பதில் சொல்லுவதுமாக இருந்தார்கள்.

சித்தனின் காலடியிலதான் ஒரு பெரிய மண்பானை இருந்தது. நல்லாக் குழையவிட்டு இறக்கின சோற்றை முட்ட முட்ட தண்ணியை ஊத்தி ஊறுகாய் போட்டு பிசைஞ்சு கஞ்சியாக்கி வைச்சிருந்தான் சித்தன்.

படகு வெளிக்கிட்டப்பிறகு ஒரு மணி நேரத்துக் கொருதடவை ரெண்டு குவளை கஞ்சியை வள்ளத்தில் இருந்தவர்களுக்கு

ஊற்றி வார்த்துக் கொடுத்துக்கொண்டிருந்தான் சித்தன். வயிற்றைக் குளிரப்பண்ணி பசி எழும்பாமல் வைத்துக் கொண்டிருந்த சித்தன் செயல் எல்லாருக்கும் பிடித்திருந்தது.

வள்ளம் ஏறின போது எதுவும் கதைக்காமல் இருந்தவன் இப்போது அதிகம் பேசத் துவங்கியிருந்தான். அவனது கதை முழுவதும் ஏசப்பாவின் இரட்சிப்பு பற்றித்தான் இருந்தது. பாவங்களை மன்னித்து பரலோகத்துக்கு ஏற்ற ஆன்மாவாக ஏசப்பா மாற்றுவார் என்று அவன் சொன்னவைகள் செல்லாவின் மனதில் ஆழமாக ஊன்றத் துவங்கியிருந்தது.

ஆரம்பத்தில் அற்பமாகத் காணப்பட்ட அந்த மனிதன்தன்னை சித்தன் என்று அறிமுகம் செய்து கொண்டான். அவன் புத்திக்குள் நிறைய விசயங்களை வைத்திருக்கிறான் என்பது போகப்போகத் தெரிந்தது.

“செல்லா.”

“ம்.”

“பேசு, நம்மளத் தெரிஞ்ச எந்த மனுசரும் நாம போற இடத்தில இல்ல. இலங்கையில ஒரு புதுவாழ்க்கையை ஆரம்பிச்சுடு என்டு கொன்சன் சாமியாரு சொல்லிட்டாரு.”

“கொன்சன் சாமியாரு சொன்னாத்தான் செய்வியா பறுனாந்து, நீயாக ஒண்ணும் செய்ய மாட்டியா.” அவள் மனதுக்குள் எதை வைத்துக்கொண்டு கதைக்கிறாள் என்று புரியாதிருந்தான் பறுனாந்து.

அவளிடம் எப்படிப் பதில் சொல்வது என்று தெரியாமல் தன் புத்திக்குள் தேட கொஞ்சம் நேரம் எடுத்தது அவனுக்கு.

“பறுனாந்து, என்னதான் நீ என்னை ஏத்துக்கிட்டாலும் உன் மனசில என்னைப் பத்தி அந்த சிறை வாழ்க்கையப் பத்தி நினைப்பு இல்லாமலா போயிறும். என்னுடைய அந்த அனுபவம் அசிங்கம். அது உனக்குத் தெரிஞ்சா நீ சாமியாரு சொல்லாமலே என்னை வெறுத்திருவாய் பறுனாந்து.”

“ந்தா திரும்பத் திரும்ப நீ ஏன் அந்த மாதிரியே பேசுற செல்லா. நான் சொல்றன் கேளு. ஆரியப் பெருமாளிட ஆக்கள் உன்னப் பலவந்தம் செய்தாங்களென்டே இருக்கட்டும். நான் ஒரு

பேச்சுக்குச் சொல்றன். அதனால் என்ன... என் செல்லாவின் மனசு புனிதமானது என்டு நினைச்சுக்கிறேனே செல்லா."

"தப்பு பறுனாந்து."

அவளுக்கு உவரி மக்களுக்கு முன்னுக்கு நிருவாணமாக நின்றது ஞாபகத்தில் வந்தது. இனி எந்த இளந்தாரி மனப்பூர்வமாக என்னை ஏற்றுக்கொள்ளப்போகிறான். ஆரியப் பெருமாளின் சிறை. அந்த அசிங்கம் தெரிந்தால் யார்தான் என்னை சீண்டப்போகிறார்கள் என்ற நினைப்பில் அவளின் முகம் பாறையாக இறுகியது.

செல்லா நேரத்தை மௌனமாகக் கரைத்துவிட்டுச் சொன்னாள்.

"இனி என்னை இப்பிடியே விட்டா நம்ம பரவருக சமூகத்தில யாருமே என்னைக் கலியாணம் செய்ய வரமாட்டாங்க. அப்பிடி யாரும் முன்வந்தால் அதை ஒரு ஆம்பிளை செய்யுற தியாகமாத்தான் சமூகம் நினைக்கும். நீ தியாகியா?"

"இல்ல. நான் உன்னட காதலன். நான் உன்னை மீட்டெடுக்கிறதுக்காகவே படை நடத்தினன் தெரியுமா?"

அந்த உரையாடலுக்குப் பிறகு அவர்கள் நீண்ட நேரம் கதைக்கயில்ல.

"ஏன் பேசாமல் இருக்கிறாய் பறுனாந்து. நீ என்னை நேசிக்கிற பழைய பறுனாந்துவாய் வேணும். இல்லேன்னா கலியாணம் முடிச்சு தியாகி ஆகிறதென்டால் நீ கலியாணம் முடிக்கவேண்டியது என்னையில்ல. தோ... திரேஸத்தான் முடிக்கணும்."

சொன்னவள் பீறிட்ட அழுகையை நிறுத்த முடியாமல் குமுறினாள்.

வள்ளம் மன்னார் தீவின் வடகரையோரம் தரை தட்டிய போது இரவாகியிருந்தது.

வள்ளத்த உரப்பாய்ச்சி விட்டு சித்தன் முன்னால் போக மற்றவர்கள் பின்னால் நடந்தார்கள். கடற்கரையிலிருந்து ஐந்நூறு அடி தூரத்தில் தென்னந்தோப்புக்குள் சின்னதாய் ஒரு கொட்டில். அதற்குள் ஒரு குருசு மட்டும் நாட்டப்பட்டிருந்தது.

அது கறுப்பாக எண்ணெய் வடிந்த பிசுபிசுப்போடு இருந்தது. அது யாராலோ சேவிக்கப்பட்டு வருகிறது என்பது பார்த்தவுடன் தெரிந்தது.

“இது நம்ம சவேரிச் சாமியார் நாட்டின குருசுதான்ல. முன்னல்லாம் கடைய பகுதி ஆக்கள் சேவிச்சு வந்தது. இப்போ அவனுகள் இந்தப்பக்கம் வாறதுக்கே பயப்பிடுகிறானுக. சிவத்தியான் தற்குரூசு என்கிற ஒரு கிழவன்தான் எப்போவாவது இங்க வந்து எண்ணைய ஊத்தி சேமால சொல்லிட்டுப் போறாரு.” சித்தனுக்கு இவ்விடம் பரிச்சயம் என்பதால் அதைச் சொன்னான்.

சற்று வேளைக்குள் குளிர்ந்த காத்து வீசியது.

மழை வரப்போகுது. எல்லாரும் கொட்டிலுக்குள்ள போனார்கள்.

அந்தக் கொட்டில் தென்னையோலையால் வேயப்பட்டிருந்ததால் மழைக்குத் தாக்குப்பிடிக்குமாப்போல் இருந்தது.

“இப்போதைக்கு இதுதான். எல்லாரும் இதுக்குள்ளயே படுத்துக்கலாம். பொழுது விடிஞ்சாப்பிறகு எதுன்னாலும் பாத்துக்கலாம்” என்று சொன்ன சித்தன் நட்டியிருந்த குருசில படுகிறமாதிரி கையில் வைத்திருந்த துணி மூட்டையை வைத்து அதில் தலையை வைத்துப்படுத்தவன் சற்று நேரத்திலேயே குறட்டை விட்டான்.

ஹென்றிக்கஸ் சாமியார் தனியாகப் போய் கொட்டிலின் ஒரு மூலையில் அமர்ந்து கொண்டார். அவர் இருந்து கொண்டே நித்திரை கொள்ளுகிறார் என்று தெரிந்தது.

அதற்கு மேல அவ்விடத்தித யாரும் கதைக்கவில்லை. எல்லாருக்கும் அயர்ச்சியும் களைப்புமாக இருந்தபடியால் அந்தக் கொட்டிலுக்குள் ஆளுக்கொரு இடம் பிடித்துப் படுத்துக் கொண்டார்கள்.

செல்லா மட்டும் வெகு நேரமாக நித்திரை வராமல் புரண்டு கொண்டிருந்தாள். அவள் மனம் ஓயாமல் அலை பாய்ந்து கொண்டிருந்தது.

பறுனாந்து அடித்துப்போட்டது போல தூங்கினான். அவன் மனம் கலங்கிக்கிடந்தது போலவே இரவு முழுவதும் யாருடனோ பேசுவது போல வாய் புலம்பிக்கொண்டிருந்தான். அவனைக் கனவு மொய்த்தது.

அந்த நீண்ட திடலில் மரக்குதிரைக்கு கீழே பறுனாந்து படுத்திருந்தான். அந்த மரக்குதிரை வேகமாக ஓடிக்கொண்டிருக்கின்றது. குதிரையின் மேலே உட்காந்திருக்கும் அந்த மீசை வைத்த கறுத்த உயரமான உடக்குதான் கப்பித்தான். பறுனாந்து உடக்கைத்தூக்கி ஓடுபவர்களிடம் சொன்னான்.

"அவன விட்டுராதீக. இவன் நம்ம ஏசு சாமியக் கொல்லணும்னுதான் வந்திருக்கான்."

கப்பித்தான் குதிரை உடக்கை தோளில் சுமக்கிறவர்கள் வேகமாக ஓடுகிறார்கள். அவர்கள் ஓட்டத்திற்கு ஏற்றமாதிரி குதிரை வாலைக்கிளப்பிக் கொண்டு ஓடுகின்றது. முன்னங்கால் பாய்ச்சலுக்கு வெள்ளைக்கலர் தங்கூசி நூல். பறுனாந்து கையில்தான் அந்த நூல் இருக்கின்றது. கப்பித்தான் கதைப்பதும் கொக்கரிப்பதும்,பறுனாந்து இழுக்கும் விசைக்கயிறினால்தான். அந்தக் கப்பித்தான் உடக்கு திமிர் பிடித்தது போல நிமிர்ந்த தலையை அங்கு மிங்கும் திருப்புகின்றது. அதற்கேற்றாற்போல அவன் தலையில் வைத்திருக்கும் தொப்பியும் அதில் பூட்டியிருந்த மணிகளும் கிணுகிணுக்கின்றன.

கப்பித்தான் ஏசு சாமியைக் கொல்லணும்னு ஆரம்பத்தில் இருந்தே கங்கனம் கட்டித்திரிவதாகச் சொல்லிக்கொண்டிருந்தான். "ஒரு நா மட்டும் அந்த சாமியாரு எங்கையில கிடைச்சா எப்புடியும் நா அவர சிலுவையில அறைஞ்சு கொன்னுடுவன்" என்று சத்தமாய்ச் சொல்லிக்கொண்டிருந்தான்.

பறுனாந்து அந்தக் கப்பித்தான் உடக்கின் தலையிலிருந்து வலது புறமாய் தெரிந்த நூலைப்பிடித்து இழுத்தான். உடக்கு தலையைத் திருப்பி பறுனாந்துவை முறைப்பது போலப் பார்த்தது.

ஏசு சாமியை நினைத்து நெஞ்சுருகி பெருமூச்சை விட்டான் பறுனாந்து. கனவு கலைய விழித்துக்கொண்டான்.

மன்னார்க் கடற்கரையின் ஒரு கொட்டிலில் படுத்திருப்பது ஞாபகம் வரப் புரண்டு படுத்தான்.

விடிந்தது. வெகு நேரமட்டும் அவன் இரவு கண்ட கனவு அவன் நினைப்புக்குள் நின்றது. பெரிய தாழையில் லோறன்ஸ் றொட்ரிகோ மேஸ்திரி ஐயா காட்டுகிற உடக்காண்டவர் பாஸில் சிறுவயதில இருந்து பறுனாந்துவும் கூடமாட நின்று வேலை செய்த நினைப்பு வந்தது.

றொட்ரிக்கோ மேஸ்திரி ஒண்ணும் லேசுப்பட்ட ஆளில்ல. முத்துக்குளித்துறை ஜில்லாவிலேயே பரிசுத்தவான்களிட சொரூபம் செய்யிறதுக்கு அவர மிஞ்சின ஆள் கிடையாது.

புனிதச் சுரூவங்கள கல்லில வடிக்கிற சிற்பி. நூலினாலும் கயித்தினாலும் விசைக்கு இயங்கிற விதமா அவரு ஆசனி மரத்தில செய்யிற உடக்கெல்லாம் பிரமாதமா இருக்கும். தாழைத் திருவிழாவில அவரு நடத்திற காட்சியப் பாக்கிறதுக்கு ஆயிரம் கண் வேணும்.

காணிக்கை மாதா கையில குழந்தை யேசுவத் தாங்கியிருக்க புனித சாமிநாதரும் புனித கத்தரீனம்மாளும் கைகூப்பி முழங்காலில இருக்கிறமாதிரி அவரு உடக்க செட் பண்ணி வைச்சிருப்பாரு. காணிக்கை மாதா ரெண்டு கையையும் தூக்கி ஆசீர்வாதம் குடுப்பா. தலைய அங்கிட்டும் இங்கிட்டு ஆட்டுறமாதிரி நூல் இழுத்துக் காட்டுற சூத்திரம் மத்தவங்க யாருக்கும் தெரியாது.

இது மாதிரியே தவசுகாலத்தில திமிங்கலக் குருசத் தோளில சாத்தின படி ஏசுசாமி பரிதாபமா நிக்கிறமாதிரி ஒரு காட்சியக் காட்டுவாரு பெரிய மேஸ்திரி.

பெரிய வெள்ளிக்கிழமையில கோயில் நடுப் பீடத்தில சிலுவையில அறைஞ்ச ஆண்டவர் உடக்குச் சுரூவம் சொல்லுற மாதிரி ஏழுவசனத்தையும் குருவானவர் வாசிக்கிற போது தலையை மேலே உ்யத்தி மக்களையெல்லாம் ஒருமுறை சுத்தி'ப் பாத்திட்டு தலையைத் தொங்கவிடும்.

பாக்கறவங்க எல்லாரும் அவர றொம்பத்தான் புகழ்ந்தாலும் அந்த மனுசனுக்குத் திருப்தியில்லாமத்தான் இருந்துது.

குருசில தொங்கிற உடக்காண்டவர துடிச்சுப் பதைபதைச்சு சாவுறமாதிரிக் காட்டணுமேயென்டு மண்டையப்போட்டுக் கசக்கினாரு. ஒருநாளைக்கு ஒரு மாதிரி யோசனை.

சிரமம் பாக்காம மினக்கெட்டு ஒவ்வொரு யோசனைக்கும் ஒரு உடக்கு என்டவிதமாச் செய்து அடுக்கினாரு.

பாரம் குறைஞ்ச ஆசனி மரம் எல்லாத்துக்கும் கை குடுத்துது. அதில சுரூவத்தச் செதுக்கினாரு. தோள் மூட்டிலயும் முழங்கை வளைவிலுமாக தடிச்ச காரிக்கன் துணியை துருசுப் பசையில ஊறவைச்சு அத மடக்கி உருட்டி கட்டையில சுள்ளாணி வைச்சுத் தைச்சாரு. அவரு நினைச்சது போல கையை கம்பிய போட்டு நெம்ப அந்த உடக்கு நடிச்சுக் காட்டியது.

சொல்லுற கதைக்கு ஏத்தமாதிரி தலையையும் அது அசைக்கிற மாதிரி மாட்டுத்தோல் பொருத்திப் பாத்தாரு சரியாப் போச்சுது. இனிக் கண் அசைவுதான. அதுக்கு அவரு செய்த சூத்திரந்தான் பெரிசு.

எட்டடி உயரமான உடக்கிட நடுப்பகுதியில் ஒரு மனுசன் தாராளமா வாகா உக்காருறமாதிரி இடைவெளியில அச்சு செய்து முழுசாப் போத்தியிருந்த அங்கிக்குள்ள மறைஞ்சிருந்து விசையாக நூல் இழுத்து உடக்கிட கண்ணைத் திறந்து மூடவைக்கவும் தலையை அசைத்துக் காட்டவும் ஏலுமென்டு அவரு முதல் முதல் செய்து காட்டினாரு.

மேஸ்திரியாரிட யோசனையில ஏசு ஆண்டவரு மேரி மாதா யுவானி அப்போஸ்தலர் என்று மூணு உடக்குச் செய்து பெரிய தாழை கோயில் பீடத்தில மறைப்புக் கட்டி காட்டின பாசுதான் முதல் உடக்குப் பாசு. முத்துக்குளித்துறை ஜில்லாவே அசந்து போய் அதிசயமாகப் பேசிக் கொண்டது.

இனி அப்பிடியொரு உடக்குப்பாச நாம எங்க போய்ப் பாக்கப்போறோமோ. பறுனாந்துவுக்கு அந்த நினைப்பு சுட்டது.

பறுனாந்துவுக்கு நேற்றைய கடல் பயண அசதி நீங்கிப்போக வந்திருக்கும் அந்தப் புதிய இடத்தைப் பார்க்க வேண்டும் என்று ஆவல் முட்டியது.

குருசுக் கொட்டிலை விட்டு வெளியில் வந்து பார்த்தான். அந்தக் கொட்டிலைக் கொஞ்சம் உயரமான மண் பிட்டியில்

கட்டியிருந்தார்கள். அது ஒரு அழகுதான். குருசுக் கொட்டிலில் நின்று பார்த்தால் வடக்கால் தெரியும் நீண்டு பரந்த கடலும் கடற்கரையும் அந்த சூழலை ரம்மியமாக்கிக் கொண்டிருந்தது. எப்படியும் அந்தக் கொட்டிலுக்குச் சொந்தமான நிலமாகத் தெரிந்த விசால பூமியில் ஒரு நல்லதண்ணீர் கிணறு. அது அங்கு வந்துபோவோருக்கு சகாயமாக அமைந்திருந்ததை பறுனாந்து பார்த்தபடியே இருந்தான்.

திரும்பும் பக்கமெல்லாம் பார்வைய மறைக்குமாப்போல தெரிந்த பனங்கூடலைப் பார்த்தான். அடேடே இது நம்ம ஊரு போலயே இருக்கே.

எழும்பி நடந்தான்.

செல்லா கொட்டிலைவிட்டுக் காலையிலேயே வெளியேறி இருந்தாள். பெண் பிரசைகளின் தேவைக்குத்தோதாக பக்கத்திலேயே தோதாக பற்றைக்காடு மண்டிக்கிடந்தது நல்லதாக இருந்தது.

செல்லா கால்களை அலைவாய்க்கரையில் சுறுசுறுத்துக்கிடந்த கண்ணாடி போன்ற நீரில் அலம்பியபடியே தூர வெளியைப் பார்த்தாள்.

கண்ணுக்கெட்டிய தூரத்துக்கு ஒரு குஞ்சு குருமானக் காணயில்ல. கடக்கரையின் வெண்ணிறப்பரப்பு அவளுக்கு மணற்கடலாய்த் தெரிந்தது. கால்களை அந்த மணலில் புதைத்து புதைத்து நடக்க ஆசையாக இருக்க செல்லா தன் மனம் போன போக்கிலே நடந்து கொண்டிருந்தாள்.

தாழையும் கிளுவையுமாக இருந்த கடற்கரை. இன்னும் மனிதக்கால்கள் இந்தப் பக்கத்தில் படவில்லை என்பதற்கு அடையாளமாகி சிரித்தன.

சற்றுத் தூரத்தில் கடற்கரையைத் தொடுவது போலவே நீண்ட வளர்ந்து நிற்கிற தென்னைமரங்கள் சலசலத்துக்கின்டு நிற்க பசுமையாகத் தெரிந்த இடமெல்லாம் உப்பு நீரில் நனைந்தபடி இருக்கின்ற பச்சைப் புற்தரையைப் பார்த்தாள். உப்புநீரிலும் உயிர்ப்பாக சிரிக்கின்ற மாயத்தை நினைக்க ஆச்சரியமாக இருந்தது.

“இனி இதுதான் ஒங்க இடம் நல்லாப் பாத்துக்குங்க. முடிஞ்ச வரைக்கும் ‘ந்தாப் பெரிய’ சமுத்திரத்தில மீன் பிடிச்சுப் புழைக்கலாம். அங்கிட்டு இருந்தமாதி கட்டுமரமா, வள்ளமான்னு பாத்துக்குங்க.”

“சாமி. இப்பிடித் தலையச்சுத்தி விட்டாப்போல நிக்கோம். வள்ளத் தொழிலுக்கு எங்கிட்டுப்போறது.”

“வரும். எல்லா வசதியும் இங்க வரணும் பறுனாந்து” என்ற சித்தன் நம்பிக்கையூட்டினான்.

பறுனாந்து நம்பிக்கையீனமாகி முழித்தான்.

“ந்தா நான் சொல்றன் கேளு. எதுவென்டாலும் நம்ம சாமியாரு ஏற்பாடு பண்ணுவாரு. புரிஞ்சுதா. இனி உங்க ஊர்ப்பக்கம் போறத மறந்திருங்க.”

10

கோயில் மணிய வேகமாக இழுத்து அடிச்சான் பாய்வா. புன்னக் காயல். அந்தக் கடற்கரைக் கிராமத்து சாதிசனம் எல்லாம் சாமியாரப் பாக்கணுமின்னு ஓட்டமும் நடையுமா அலுவாக்கரையால வாறதாக கோயில் மெலிஞ்சி பாய்வாவுக்கு சேதி கிடைச்ச போது அவன் கோயில் மணிய வேகமாக இழுத்தடித்தான். ஏதேனும் அசாதாரணமென்டால் கோயில் மணிய வேகமாக இழுத்தடிக்கணும். அந்தக் கத்தோலிக்க கிராமத்துச் சட்டப்படி மெலிஞ்சி பாய்வா அந்த மணியை அடித்தான்.

கொன்சன் சாமி திடுக்கிட்டு எழும்பிப் பாக்கிறாரு. "என்னாச்சுப்பா."

கடக்கரையில ஓலமிட்டபடி வேகமாக வந்த கொண்டிருந்த சனத்தைப் பாக்கிறாரு.

ஏராளமாக வந்தவர்களின் கணக்கைத் தோராயமாக சாமியார் தூரத்திலிருந்தே பாத்தாரு. எப்பிடியும் நூற்றம்பது பேரு.

வந்தவர்களை எதிர் கொண்டு சாமியார் போறாரு.. "என்ன மக்கா, என்ன..."

"பயமாயிருக்கு பாதர். பயலுக பாளையக்காரன் தலைய வெட்டிக் கொண்டாந்து உவரிக் கோயில் சுவரில கொழுவி வைச்சிருக்கானுக."

"அப்பிடியா. சரிதான் இப்போ என்ன."

"என்ன சாமி சொல்லுதீக. அவன் பாளையக்காரன் தலைய இவன் எடுத்தா மதுரை நாயக்கன் நம்ம தலைய வாங்க மாட்டானா... சொல்லுங்க."

"பறுனாந்துதான் சாமி எல்லாத்துக்கும் தலையாய் நிக்கான்."

“ஓ. அப்பிடியா.”

அவரின் நெஞ்சுக்குள்ளிருந்து பெருமூச்சொன்று கிளம்பி வெளியேறியது. “பறுனாந்து இப்போது பத்திரமாக மன்னாருக்குப் போய்ச் சேர்ந்திருப்பான்.”

அந்த நினைப்பில் ஏறிட்டார். மாதா கோயிலின் முகப்புக் குருசு இன்னும் இந்த மக்கள் படப்போகும் பாடுகளை சொல்லுவது போல அவருக்குத் தெரிந்தது.

புன்னக்காயல் கடக்கரை காய்ஞ்சுகிண்டு கிடந்த மத்தியானம். கொன்சன் சாமியார் பயண ஏற்பாடெல்லாத்தையும் முடிச்சிற்று கோயில் விறாந்தையில் சாய்ஞ்சாரு. அவருட மனம் சஞ்சலப்பட்டபடியே இருந்தது.

கடக்கரை நுரையெறிஞ்சு கிடந்துது. கார்த்திகை மாதம் இந்தக்கடல் போடுற கூத்து சொல்லி மாளாது.

எப்போதும் கடல் ஒரு நேரத்துக்கு ஒரு வண்ணம் காட்டினபடி கிடக்கும். மார்சா மாறி மாறி அலையாகப் புரண்டு கிண்டு கிடக்கிறதால எப்போதும் கலங்கினபடிதான் கடல். கடல் திரவியங்கள கரையில ஒதுக்கினபடி இரைந்து கொண்டிருந்த அலுவாக்ரையைப் பார்த்தபடியே கோயில் வராண்டாவில சாய்ஞ்சுகிண்டு கிடந்தாரு சொன்சன் சாமியாரு.

கோயில் மேட்டில இருந்து பாத்தா கண்ணுக்கெட்டியதூரம் வரையிலும் ஒரு ஈ காக்கா இல்லாம இருந்துது. கொன்சன் சாமியாரு கண்ணுக்கு மனுச நாமமே இல்லாம இருந்த அந்தக் கடக்கரைய பாக்க மனம் வெறுத்தது.

என்னமாதிரி கலகலத்துக்கிடந்த கடக்கரை. சனம் பயத்தில தொழிலுக்காகவேணும் வீட்டைவிட்டு வெளிய எட்டிப்பாக்கப் பயப்பிடுதுகள். நேற்று அதிகாலையில் கூட மதுரை நாயக்கனின் வீரர்கள் பரதவர் குடியிருப்புக்குள்ள நுழைந்து ஆறு இளந்தாரிகளை கைது செய்து இழுத்துக்கொண்டு போனதாக அவருக்கு செய்தி கிடைத்திருந்தது.

மதுரையில நாயக்க ராசாவுக்கு பாளையக்காரன் ஆரியப் பெருமாள் செத்துப்போனான் என்கிற செய்தியை விட பரதசாதியச் சேர்ந்த இளந்தாரிகள் படையெடுத்து விஜயாபதிக் கோட்டையத்தாக்கி கைதிகள சிறைமீட்டுப்

போயிட்டானுகளாம் என்ற செய்தி அவனுக்கு நெருப்ப மிதிச்ச மாதிரி இருந்தது.

என்னதான் இருந்தாலும் இது மதுரை நாயக்க அரசரின் நாமத்துக்கு கேவலம் என்கிற மாதிரி அங்கு அவருக்கு சொல்லப்பட்டதால அரசர் அந்தப் புரட்சிக்குழுவைச் சேர்ந்த யாரும் வெளியில இருக்கப்படாது. அவனுகளத் தேடிப்பிடிச்சு சிறையில அடைக்கணுமெண்டு படையை அனுப்பியிருந்தாரு முத்துக்குளித்துறைக்கு.

"நெடு நெடுன்னு வளந்த நல்ல சிவப்பு பயலாமே. அவன்தான் அந்தப்படைக்குத் தலைவனாம். பேரு பறுனாந்து."

விசாரித்தார்கள். விசாரணை எல்லாப்பக்கத்திலும் தீவிரமாக நடந்தது. மணப்பாட்டில் சவரியான் பறுனாந்துவின் வீட்டை சல்லடையாகத் தேடியது மதுரை நாயக்கனின் படை.

பறுனாந்துவின் தகப்பன் சவரியான் பறுனாந்துவைப் பிடித்து கண்ட சாயலுக்கு அடித்து இழுத்துக்கொண்டு போயிருந்ததை அந்தக் கடக்கரைக் கிராமங்களில் எல்லாரும் கதைச்சாங்கள். கதை பரவிற்று. பாளையக்காரன் சாவோடு சம்பந்தப்பட்டவர்களைப் பிடித்து அடைப்பான் மதுரை நாயக்கன் என்று பயந்ததால் கொன்சன் சாமியாரிடம் தப்பிக்க மார்க்கம் கேட்டு புன்னைக்காயலுக்கு ஓடி வந்துது சனம்.

மூன்று நாட்களுக்குள்ளயே பறுனாந்துவின் சகாக்களில் ஆறுபேரை மதுரைநாயக்கனிட படை வீரர்கள் பிடித்துவிட்டதாக கொன்சன் சாமியாரின் காதுக்கு சேதி எட்டினது.

அதில் பறுனாந்துவைப் பிடித்து சிரச்சேதம் செய்வதற்காக மதுரை நாயக்க அரசன் தேடுவதாக ஊர்முழுவதும் தண்டோராப் போடப்பட்டதை அறிந்த கொன்சன் சாமியார் மனசுக்குள் சிரித்துக்கொண்டார்.

"நல்ல வேளைதான்" என்று முறுவலித்தவர் இப்போது இலங்கை மன்னார்த் தீவில் பாதுகாப்பாக இருக்கும் பறுனாந்துவைப் பற்றி நினைத்தார்.

"கெட்டிக்காரன். பாளையக்காரன் கண்ணில விரல விட்டுக் கடைஞ்ச கப்பித்தான். ம்... பறுனாந்து."

11

கடலில் வலிமையாக தரித்திருக்கும் போத்துக்கீசியக் கப்பலின் முன்புற ஜீப்பில் நீண்ட தொலைநோக்குக் காட்டியுடன் நின்ற தளபதி அல்மேடாவுக்கு இன்னும் யாழ் குடா நாட்டில் கால்பதிக்க முடியாதிருந்தது வெறுப்பாக இருந்தது.

அல்மேடாவின் கப்பல் இலங்கைத்தீவுக்கு வடகிழக்காக அரபிக்கடலை நெருக்கி இந்து சமுத்திர இணையத்தில யாழ்குடா நாட்டை நோக்கினபடி நங்கூரமிடப்பட்டுக் கிடந்தது.

யாழ்ப்பாண சங்கிலி அரசன் தஞ்சை நாயக்கனோடு படைப்பரிமாற்ற ஒப்பந்தம் செய்திருப்பதை அல்மேடா அறிந்து வைத்திருந்ததால் அவன் கடல் கண்காணிப்பைத் தீவிரப்படுத்தியிருந்தான்.

புன்னைக்காயலில் இருந்து கொன்சன் சாமியார் தளபதி அல்மேடாவுக்கு அன்று காலையில் தகவல் அனுப்பியிருந்தார்.

'பாளையக்காரன் படுகொலை சம்பந்தமாக கத்தோலிக்க மக்கள்மீது மதுரைநாயக்கன் கடும் சினமுற்றிருக்கிறான். கத்தோலிக்கரைக் காப்பாற்ற வேண்டும். அவர்களுக்கு சமுத்திரத்தை திறந்து விடவும். கடற்பரப்பில் அவர்களுக்கு பாதுகாப்பு வேண்டும்.'

- கொன்சன் பாதிரியார்.

கொன்சன் சாமியார் அனுப்பிய செய்தியின் பின்னால் இருந்த பாளையக்காரன் படுகொலை பற்றி தளபதி அல்மேடா பெரிதாக அலட்டிக்கொள்ளவில்லை என்றாலும் சாமியார்

கோரும் பாதுகாப்பை அவர் அனுப்பும் கத்தோலிக்கருக்காக வழங்குவதாக அவன் சாமியாருக்கு மறுதகவல் அனுப்பியிருந்தான்.

அது மாரி காலமாக இருப்பதால் கொன்சன் சாமியார் அனுப்பும் கத்தோலிக்கர் கடலில் பாதுகாப்பாக பிரயாணம் செய்வதற்கான மார்க்கம் பற்றி கப்பல் தளபதி அல்மேடா யோசித்தான்.

அதனால் புன்னைக்காயலில் இருந்து புறப்படும் கத்தோலிக்கரின் வள்ளங்கள் இந்தியாவின் தனுஸ்கோடிக்கரையை அண்டியதாய் வந்து பாக்கு நீரினை வழியாக மன்னாரின் வடகடற் கரையையடைவதுதான் உசிதம் என்று அல்மேடா கொன்சன் சாமியாருக்கு அனுப்பிய மறுதகவலில் குறிப்பிட்டிருந்தான்.

அல்மேடா தன் படையிருப்பைக் கடலைத்தாண்டி மன்னார் தீவுக்குள் மட்டும்தான் இப்போது தரையிறக்க முடிந்திருந்தது. ஆனால் அல்மேடாவின் நோக்கம் அதுவல்ல. அவன் தன் படைக்கலத்தையும் வீரர்களையும் யாழ்ப்பாணக்குடா நாட்டுக்குள் எப்படியாவது தரையிறக்க வேண்டும் என்று நாளும் பொழுதுமாக கடலில் இருந்தபடியே காத்திருந்தான்.

கப்பலின் மேல் தளத்தில இருந்து தூரத்தில் தெரிந்த சின்னஞ்சிறு தீவுகளையே பார்த்துக்கொண்டிருந்த அல்மேடா என்ன நினைத்தானோ வேகமாக படியிறங்கி தன் அறைக்குள் வந்தவன் அங்கிருந்த மரப்பெட்டியொன்றைத் திறந்தான்.

அது இந்தக்கப்பலில் பணியாற்றி இளைப்பாறிய தளபதி பயஸ் டிமெல் பயன்படுத்திய மரப் பெட்டி. அல்மேடா இங்கு பணிக்கு வந்த போது பயஸ் டி மெல் சொன்னது ஞாபகம் வந்தது.

“அல்மேடா. சங்கிலியன் மன்னார் தீவில் நடத்திய வெறியாட்டம் பற்றி இதில் எழுதிப் பத்திரப்படுத்தியிருக்கிறேன். யாழ்ப்பாணத்தை எப்படியாவது பிடித்துவிட வேண்டும் என்பதற்கு நமக்கு விடுக்கப்பட்டிருக்கும் ஊக்க மருந்துதான் இந்தப்பதிவு. நீ மனந்தளரும் போதெல்லாம் இதை எடுத்துப் படிக்க வேண்டும்.”

தளபதி அல்மேடா அந்த மரப்பெட்டியில் பத்திரப்படுத்தியிருந்த சிவப்பு கோப்பை கையிலெடுத்தான். 'பட்டிம் படுகொலைகள்' என்று அந்த கோப்புக்கு பெயரிடப்பட்டிருந்தது.

யாழ்ப்பாண ராசா சங்கிலி செகராச சேகரனால் மன்னார்த் தீவில் திட்டமிட்டு நடத்தப்பட்ட மக்கள் மீதான படுகொலை பற்றி போத்துக்கீசிய உளவாளி மிராசு தைல நாடார் எழுதிக் கொடுத்திருந்த அந்த உளவுக் குறிப்புக்களை திரும்பவும் எடுத்துப் புரட்டினான் அல்மேடா.

மனம் கனத்தது. "சங்கிலி. சங்கிலி ராசா" என்று தன் வாய்க்குள் முணுமுணுத்தான். அவன் நினைவுக்குள் அந்த சம்பவம் இடியாய் விழுந்து கொண்டிருந்தது.

போத்துக்கீச மரக்கலத்தில வந்து இறங்கின ஏசு சபை சாமிமார் மன்னார் தீவிலயும் ஏசு சாமியின் வேதத்தப் போதிக்கத் துவங்கியிருந்தாங்க.

ஸ்பெயின் நாட்டில ஒரு செல்வக் குடும்பத்தில பிறந்து பிரான்ஸ் தேசத்தில பாரீஸ் நகர பல்கலைக்கழகத்தில் படிச்சு பட்டம் வாங்கி பார்பரா கல்லூரியில் பேராசிரியராக வேலையும் செய்தவருதான் சவேரியாரு.

அதுக்குப்பின்னால அவரு சாமியாப் போய் மனுசன் ஏசு சாமிக்காக உசிர வெறுத்து இந்தியாவில தமிழ்நாட்டுக்கு வந்தபோதுதான் இலங்கைக்கும் வந்தாரு. அவருக்கும் மன்னார் தீவில இருந்த கடையருகளுக்கும் வேதம் போதிச்சதிலதான் அதில ஆயிரம் பேரு வேதக்காரனாகிட்டானுக. பிறகு அவருடைய நாமத்திலேயே அவரிட சீடர் ஒருவரு வந்து வேதத்தப் போதிச்சுக்கின்டிருந்தாரு.

மன்னார் வளை குடாக்கடலில முத்துக்குளிப்பு அமோகமா இருந்துது. அரிப்பு, சிலாவத்துறை, கொண்டச்சி, பூக்குளம், குதிரைமலை, பொன்பரப்பு- இந்த ஆறு இடத்தையும் அகலித்து இருக்கிற எட்டு முத்துப்பார்களும் தினமும் அக்களிப்பு மிஞ்சியதாய் இருக்கும். கரையில் எத்தனை காவலைப்போட்டு சங்கிலியன் பாதுகாத்து வந்தாலும் போத்துக்கீச சிஞ்ஞோர் வியாபாரியின் ஊடுருவலை அவனால் தடுக்க முடியவில்லை.

முத்துக்குளிப்பான்களை கப்பலில் ஏற்றி ஆழக்கடலுக்கு அழைத்துச் செல்வோர்கள்தான் பெரும்பாலும் குத்தகைகாரர்களாய் இருந்தார்கள்.

கப்பலில் இருந்து சிறு சலாங்குப் படகுகளில் ஒரு தோணிக்கு ஐந்து பேர் என்ற கணக்கில் இறக்கி விடுவார்கள்.

இனி சலாங்குத் தோணிக்காரர் கெட்டித்தனம்தான். தோணியிலிருக்கும் ஐந்து பேரும் மாறிமாறிக்கடலுக்குள் இறங்கி முத்துப் புறக்கணும். வேகமாகப் புறக்கிறவர்கள் பாடு அமோகமா இருக்கும்.

சலாங்குத் தோணியில் இருந்து முத்துக்குளிக்கிறவனின் இடுப்பில் கயிற்றைக்கட்டி அவனைக்கடலில் இறக்கிவிடுவார்கள்... இருவர் இடுப்புக் கயிற்றைப் பிடித்துக்கொள்ளுவார்கள். கடலுக்கடியில் போனவன் பறியில் முத்துக்களைப் பொறுக்கிப் போட்டபின் கயிற்றை அசைப்பான் மேலே உள்ளவர்கள் சடக்கென்டு அவனை இழுத்து எடுப்பார்கள்.

ஒரு பகல் பொழுதில் பிடிக்கப்படும் முத்துக்கள்தான் அவர்களின் அன்றைய தொழில். இனி அந்த முத்துக்களைக் கரையில் வைத்து காயவைப்பதும் முத்துக்களை சிப்பியில் இருந்து பிரித்து எடுப்பதும் அவற்றைத்தரம் பிரிப்பதும் தரத்துக்கு ஏற்ப ஏலத்திற்கு விடுவதும் அந்த தொழிலின் பகுதிகள் என்றாலும் அதற்குள் இருக்கும் சூட்சுமங்களை புரிந்துகொண்டு இலாபம் ஈட்டுகிறவர்களின் சமர்த்து சொல்லி மாளாது.

ஏலம் கேட்கிற இடம் கலகலத்துப்போய்க் கிடந்தது. உரோமாபுரி இளவரசி ஹலீனா என்கிற பெண்ணும் அவளின் தோழிப்பெண்களும் அந்த முத்து ஏலத்தை கண்களை அகலத்திறந்தபடி பார்த்துக்கொண்டிருந்தார்கள்.

எப்படியும் இம்முறை இந்த முத்துக்கள் அனைத்தையும் தமது நாட்டிற்கு கொண்டு சென்று விட வேண்டும் என்ற அந்தப் பெண்ணின் நினைப்பை ஒரு கீழைத்தேய வணிகனான குத்திகன் என்பவன் முதல் சுற்றிலேயே முறித்துப்போட்டது அவளுக்கு மிகுந்த கவலையாக இருந்தது.

அடுத்த சுற்றிலாவது தன் கைக்கு அந்த முத்துக்குவியலைக் கொண்டு வரவேண்டும் என்று அவளின் ஆட்களை வைத்துக்கொண்டே ஏலத்தை ஏற்றிக்கொண்டிருந்தாள்.

சங்கிலியனின் சிறாப்பருக்கு அது ஆனந்தமாய் இருந்தது.

சிலாவத்துறையில் முத்துக்களுக்கு இத்தனை கிராக்கி. அது ஒருபோதும் குறையப்போவதில்லை.

ஆனால் சங்கிலியனுக்கு மன்னார் தீவின் கடையரு கூட்டம் முத்துக்களால் வருகின்ற வருமானத்துக்கு உலை வைத்துவிடுகிறார்கள் என்பதை நினைக்க அவனுக்கு ஆத்திரம் ஆத்திரமாக வந்தது.

இங்கு முத்துக்களை காயவைத்து எடுப்போரும் சிப்பிகளில் இருந்து முத்தைப் பிரித்தெடுப்போரும் முத்துக்களை வகைப்படுத்துவோருமாக பலர் வேலை செய்வதால் அந்தக்கடற்கரை அமர்க்களப்பட்டுக் கொண்டிருந்தது.

வழமையாக முத்துக்குவியலுக்கு இவ்வளவு என்டு விலையப்பேசி யாழ்ப்பாண ராச்சிய ராசா சங்கிலியனுக்கு வித்த கடையரு பயலுக இப்ப வேதம் மாறினப்பிறகு விலையக்கூட்டிக் கேட்ட போத்துக்கீச அதிகாரிக்கு முத்துக்குவியலக் குடுக்கப் போறமென்டு சொன்னதால வந்த விவகாரம் கடைசியல பெரும் படுகொலையில வந்து முடிஞ்சிருந்துது.

யாழ்ப்பாண ராசாவிட கஜானாவுக்கு முத்து யாவாரத்தில் கொள்ளையாக் கிடைச்ச திரவியம் மாசி முத்துக்குளிப்பு காலத்தில அரைமண்டியாக் கிடைச்சது சங்கிலியனுக்கு ஏமாற்றமாக இருந்துது.

மன்னார்த் தீவு முத்துக் குளிப்புக்காரனெல்லாம் கையச்சுருக்கிட்டானுக. கையில போய்ச் சேருரறமுத்துக்கள் எல்லாம் இப்போ போத்துக்கீசன் கைக்கு மாறிப் போனதினால கோவங்கொண்ட சங்கிலி ராசா அவனிட ஊர்ப் பட்டங்கட்டி இளஞ்சிங்களை அழைத்து ஒரு காட்டுக்காட்டியிருந்தான்.

இந்த வருசமும் சிலாவத்துறைப்பட்டினத்தில இருந்து முத்தரிப்புத்துறை ஈறாக இருக்கும் எட்டு முத்துப்பாறையிலயும் முத்துக்குளிப்பு திருவிழா நடத்துறதுக்கு தை மாசம் ரெண்டாம் கிழமையே சமிக்கா குழல் ஊதியிருந்தாங்க.

இன்னும் கொடியிழுப்புக்கு நாளிருந்துது. அதற்கிடையில் சிலாவத்துறையில் முத்துக்குவியல் மேடையும் அதைப் பாதுகாக்கும் காவலரண்களும் வியாபாரிகள் வந்து போகும் அங்காடிகளும் உணவுச்சாலைகளும் அங்கு திறந்து வேலைகளைச் செய்து கொண்டிருந்தார்கள்.

இந்த முறை மன்னார்தீவு கடையருக முத்துக்குளிக்க வாறதென்டால் முத்துக்குவியல் முழுதும் சங்கிலி ராசா சமூகத்துக்குத்தான் என்டு பட்டங்கட்டி மூலம் தகவல் வந்திருந்துது.

பட்டங்கட்டி இளஞ்சிங்கன் வந்த வேகத்திலேயே சந்தைவெளியில் மக்களோடு கதைத்தான்.

"மக்களாகிய நீங்கள் ராசாவுக்கு கட்டுப்பட்டுத்தானே ஆகணும். நீங்கள் இந்நாள் வரைக்கும் முத்துக்குவியல சங்கிலி ராசாவுக்குத்தானே வித்தனீங்கள். நீங்கள் விக்கிற முத்துக்குவியல ஒரு சின்ன லாபம் பாத்து சிலாபத்துறையில அடுத்த நாட்டுக்காரனுக்கு ராசா குடுக்கிறார். இது நம்மட யாழ்ப்பாண இராச்சியத்துக்குத்தானே நன்மை. இதவிட்டுப்போட்டு நாடு புடிக்கணுமென்டு வந்திருக்கிற அவனுக்கு நீங்கள் நேரடியாக வித்தால் நம்ம ராசாவுக்குத்தானே நட்டம். விளங்குதோ. அதனால யாரும் இனி இப்பிடிக் குறுக்கால போக நினைக்காதீங்கள். விளங்கிற்றா."

பட்டங்கட்டி இளஞ்சிங்கனின் முகத்துக்கு முன்னுக்கு கதை சொல்லுறதுக்கு சனம் விரும்பாமல் அவன் சொல்லுறதையே கேட்டுக்கொண்டிருந்துது.

"எதென்டாலும் வாயத்திறந்து கதையுங்கோ. ராசாவுக்குரிய மரியாதையை குடுக்கத்தானே வேணும். என்ன சொல்லுறீக?"

இப்போது இளஞ்சிங்கனின் வார்த்தைகள் கொஞ்சம் தடிப்பாக வந்தது.

அதில் நின்றவர்களில் கூலிக்கு ஆள்பிடித்து முத்துக்குளிப்புக்கு அனுப்பிற சம்மாட்டிமார்தான் அதிகமாக நின்றார்கள். எதென்டாலும் இப்போதே முடிவை எடுத்துவிட வேண்டுமென்று பட்டங்கட்டி நின்றது அந்த சனத்துக்கு எரிச்சலூட்டியிருக்க வேண்டும்.

அதில் மாசிலான் சம்மாட்டி கதைத்தான்.

“பட்டங்கட்டி, நாங்கள் சொல்லுறமெண்டு குறை நினைக்காதீக. ராசா விடுற கப்பலுக்காக புறக்கிற முத்தில பாதிய அப்பிடியே தூக்கிக் குடுக்கிறது எங்களுக்கு வயித்தெரிச்சலில்லையா. சிஞ்ஞோர் யாவாரி சனத்திட கஸ்டத்துக்கு உதவிற மாதி அந்த முத்த வில தந்து எங்கட்ட இருந்து வாங்கிறது உங்களுக்குப் பொறுக்குதில்லையா.”

பட்டங்கட்டிக்கு கோபம் வந்தது. “என்ன சொல்லுறீக. காலாகாலமா இருக்கிற நடைமுறைய நீங்கள் நினைச்சமாதி மாத்த ஏலுமா. யாரும் காசு தாறாங்களெண்டால் இங்க ராசாட ஆட்சிய மதிக்க மாட்டீங்களோ. நீங்கள் சீவிக்கிறது ராசாவின்ர ராட்சியத்தில விளங்குதா. நாளைக்கு நான் அடாவடியாக உங்கட்ட இருந்து முத்தப் பறிக்கிற மாதிரிச் செய்து போடாதீங்கள். சொல்லிப்போட்டன்.”

கடக்கரையில கூடியிருந்த முத்துக்குளிப்பான்களுக்கும் சம்மாட்டிமாருக்கும் பட்டங்கட்டி இளஞ்சிங்கன் கதைச்சது பிடிக்கயில்ல.

“பட்டங்கட்டி, அப்பிடியென்டால் நீங்களும் எங்கட முத்துக்கு விலைய அனுசரிச்சுத் தாங்க. அந்தளவுக்கு இல்லாட்டிலும் எங்கட கஸ்டத்துக்கு ஏத்த விலையென்டாலும் தரத்தானே வேணும்.”

“முத்துக்குவியலால கிடைக்கிற லாபம் ஒண்டும் ராசா அனுபவிக்கிற சுகத்துக்காக இல்ல கண்டியளே. அது எங்கட ராச்சியத்துக்கு நன்மை செய்யிறதுக்காகத்தான். விளங்கிற்றோ.”

“நீங்கள் சொல்லுறது சரிதான் பட்டங்கட்டி. ஆனால்...”

“என்ன ஆனால்? சொல்லுங்கோ.”

“அது எங்கட சாமியாரும் இல்ல. நாங்கள் இப்ப படிக்கிற வேதத்தில நாங்கள் ஏசு சாமிக்கு மட்டும்தான் கட்டுப்பட வேணும் என்டு சொல்லியிருக்கு.”

அவனுகள் மாறிமாறிக் கதைச்சு பட்டங்கட்டிக்கு சூடேத்துறானுக.

“ஓம். நாங்கள் சங்கிலி ராசாவுக்கு கட்டுப்படத்தேவையில்ல.”

பட்டங்கட்டி இளஞ்சிங்கனுக்கு கோவம் வந்தது.

“உங்கட கத சரியில்ல. நீங்கள் யாரையும் கும்பிடுங்கோ. எந்த மதத்துக்கும் போங்கோ. ஆனால் சங்கிலி ராசாவின்ர கோரிக்கை அதில்ல. முத்துக்குவியல பழையபடி சங்கிலி ராசாவுக்குத்தான் குடுக்க வேணும். விளங்கிற்றோ. இல்லாட்டில் நீங்கள் சிலாவத்துறைக்கு முத்துக்குளிப்புக்கெண்டு வரக்கூடாது.”

“நாங்கள் ஒன்டும் ராசாவிட ஆக்கள் இல்ல. எங்களுக்கு போத்துக்கீச அல்மேடாவிட தயவு இருந்தால் போதும். அவர்தான் எங்களுக்கு வள்ளம் அனுப்புறவர்.”

“நீங்கள் இப்பிடிக் கதைக்கப்படாது. நீங்கள் இப்பிடிக் கதைக்கிறது ராசாவுக்குத் தெரிஞ்சால் நாளைக்கு என்ன நடக்குமென்டு தெரியாது.”

கூட்டம் நீண்டு கொண்டிருந்தது. கடைசியில் “சரி. பாப்போம்” என்று சொன்ன முத்துச்சுழியோடிகள் பிறகு சங்கிலி ராசாவிடம் இருந்து வந்த செய்திகளையும் எச்சரிக்கையையும் பெரிதாக மதிக்கவில்லை.

12

சங்கிலி ராசா திரும்பவும் மன்னார்ப்பகுதி பட்டங்கட்டியை அழைத்துப் பேசினான்.

"மன்னார் கடையருகளின் முத்துக்குவியல் மட்டும் சிலாவத்துறை முத்து பஜாரில் சிஞ்ஞோர் வியாபாரியிடம் போனது எவ்வளவு பெரிய இழப்பு. போத்துக்கீச சிஞ்ஞோர் யாவாரிக்கு கடக்கரயில வைச்சே சனம் முத்துக்குடுக்கிறத நம்மளால நிப்பாட்ட ஏலாமப் போச்சுது. கவனிச்சீரா பட்டங்கட்டி."

"அரசர் சொஞ்சம் கவனிக்கணும். மன்னார்ப்பக்கத்தில் வேதக்கார சாமியார்கள் சொல்லுறதத்தான் அவங்கள் கேட்கிறாங்கள். அங்க நினைச்ச நேரத்தில் போத்துக்கீச சைன்னியத்துக்காரங்கள் தரையிறங்கித் திரியிறாங்கள்."

"பட்டங்கட்டி, நீர் என்ன மண்ணைப் பறிகொடுத்திருவீரோ. போத்துக்கீசன் யாழ்ப்பாணத்துக்குள் வந்திட்டானென்டால் என்ன நடக்கும் தெரியும்தானே."

போத்துக்கீசனுக்கு சனம் குடுக்கிற ஒத்தாசைய நிறுத்தணுமென்டால் அவங்கள் வேதத்துக்கு மாறுறத முதல் நிப்பாட்டணும் என்ட எண்ணம் சங்கிலியனுக்குள்ளே முளைத்தது.

பட்டங்கட்டி இளஞ்சிங்கன் கதைத்தது எதுவும் அந்தக் கடையர்கள் காதில் விழாதது அவனுக்கு எரிச்சல் மூட்டியது.

முன்னமெல்லாம் பட்டங்கட்டிக்கு முன்பு கைகட்டி நிற்கிற இந்தச்சனம் இப்போ வேதம் மாறினப்பிறகு இப்பிடி மாறிட்டாங்களே... திமிர்... முதல்ல இவங்கள் வேதம்

மாறிப்போறதத் தடுக்கணும். இவங்கள இப்பிடியே விட்டால் போத்துக்கீசனுக்கு அடிமையாகிவிடுவாங்கள்.

பட்டங்கட்டிக்கு இருப்புக்கொள்ளவில்லை. அந்த மக்களைத் திரும்பவும் சந்தித்தான்.

“நாங்க எங்கட முத்துக்குவியல சிஞ்ஞோர் யாவாரிக்கு விக்கிறது குற்றமா?”

“ஓம் குற்றம்தான். முத்து எங்கட சொத்து. வளம். இதனால நம்மட ராச்சியத்துக்குத்தான் வருமானம் வரணும். நீங்க அந்நியத்தில வந்திருக்கிற போத்துக்கீச சிஞ்ஞோர் யாவாரிக்கு குடுக்க வேணாம்.” பட்டங்கட்டி இளஞ்சிங்கன் திரும்பவும் அழுத்தமாகவே அதைச் சொன்னான்.

“அப்ப சிஞ்ஞோர் யாவாரி தாற விலைய ராசாவையும் எங்களுக்குத் தரச் சொல்லுங்க பட்டங்கட்டி.”

“அதெப்பிடி முடியும் அருகன்.”

“நான் இப்ப அருகனில்ல. அருளப்பு.”

அவன் போன வெள்ளிக்கிழமைதான் சவேரிச்சாமியாரிடம் ஞானஸ்நானம் வாங்கி அருளப்பு என்று பெயருக்கு மாறியிருந்தான்.

“அருளப்போ.”

“ஓம் அருளப்புத்தான். நான் ஏசுசாமி பேர்ல ஞான தீட்சை வாங்கிட்டன் பட்டங்கட்டி.”

“ந்தா அருளப்பு நல்லாக் கேளு. ராசா உங்களிட்ட வாங்கிற முத்துக்கு குடுக்கிற வில குறைவா இருக்கலாம். ஆனால் அவரு எங்களிட்ட வாங்கி போத்துக்கீசனுக்கு சிலாவத்துறையில விக்கிற காசு எல்லாம் நம்ம ராச்சியத்த வளப்படுத்தத்தான் என்கிறத மறந்துடாதீங்க.”

“சங்கிலி ராசா அப்பிடி என்னதான் எங்க மக்களுக்கு செஞ்சிட்டாரு. சொல்லுங்க பட்டங்கட்டி.”

பட்டங்கட்டிக்குக்கு அருளப்பு கேட்ட கேள்விக்கு படக்கென்று பதில் சொல்ல முடியாமல் இருந்தது. ஒப்பீட்டளவில் சங்கிலி ராசாவின் அரச திட்டங்கள் அதிகமாக இந்த மன்னார்த் தீவுக்கு

கிடைப்பதில்லை என்ற குறைபாட்டை பட்டங்கட்டியான இளஞ்சிங்கனுமறிந்திருந்தான்.

போர்த்துக்கீசிய வணிகன் சிஞ்ஞோர் மன்னார் தீவுக்குள் செய்யும் இந்த முத்து வியாபாரத்தை எப்படியாவது முடக்கிவிடவேண்டும் என்று பட்டங்கட்டி இளஞ்சிங்கன் எடுத்த முயற்சிகள் தோற்றுப்போயிருப்பது அதிக கவலையைக் கொடுத்தது.

அந்த தொழிலாளிகளின் முன்பு பட்டங்கட்டியான தனது பேச்சு மதிப்பில்லாமல் போவதும் அவனுக்கு கோபத்தை ஏற்படுத்தியிருந்தது. அதற்கு காரணம் இந்த கத்தோலிக்க சாமியார்கள்தான் என்பதுவும் அவனுக்குத் தெரிந்திருந்தது.

இவர்கள் சாமியார்கள் சொல்வதைத்தான் கேட்பார்கள் என்று அவன் தனக்குள் ஒரு எண்ணத்தை வளர்த்திருந்த படியால் சாமியார்களிடமும் ஒரு பேச்சு வார்த்தை நடத்துவது நல்லது என்று நினைத்தான்.

ஒரு வெள்ளிக்கிழமை தோட்டவெளியில் வழிபாடு நடத்த குருசுச்சாமியார் வந்திருந்தார். நல்ல உயரமும் சிவந்த தெளிவான முகத்தைப் பாதியாக மூடியிருந்த தாடியோடு வந்திருந்தவரின் கண்களில் காணப்பட்ட அருட்சி பட்டங்கட்டியான இளஞ்சிங்கனைத் தடுமாற வைத்தது.

“சாமி நீங்கதான் இந்த மக்களுக்குச் சொல்லணும். இவங்கள் எங்கட ராசாவுக்கு இவ்வளவு நாளாக விற்கிற முத்துக்குவியல்கள இப்போ புதுசா வந்திருக்கிற போத்துக்கீச வணிகன் சிஞ்ஞோருக்கு விக்கிறாங்கள். இது எங்கட ராசா சங்கிலிக்குப் பிடிக்கயில்ல. இதனால வருகிற வருமானம் எங்கட ராச்சிய பரிபாலனத்துக்குரியது. சாமி... இது இந்த மக்களுக்குப் புரியுதில்ல. சிஞ்ஞோர் குடுக்கிற விலைதான் பெரிசு என்டு ராசாவ மதிக்கிறாங்களில்ல சாமி. நீங்கதான் எடுத்துச் சொல்லணும்.”

பட்டங்கட்டி இவ்வளத்தையும் இடை வெளியில்லாமல் சாமியாருக்கு முன்பு ஒப்புவித்துவிட்டு கொஞ்சம் மூச்சுவிட்டான். பொறுமையாகவே அவன் சொன்னதைக் கேட்டுவிட்டு சவேரி சாமியார் புன்முறுவலோடு சொன்னார்.

“பட்டங்கட்டி” நாங்கள் ஏசு சாமியப் போதிக்க வந்த குருக்கள். நீங்க இப்ப கதைக்கிறது அவர்களுடைய தொழில் பிரச்சினை. தொழில், வருமானம் என்பதையெல்லாம் அவர்கள்தான் தீர்மானித்துக் கொள்ளவேண்டும். நாங்கள் எப்படி அதில் தலையீடு செய்து கொள்வது.? சொல்லுங்கள்.”

“இல்ல நீங்கள் சொன்னாத்தான் அவங்கள் கேட்பாங்கள் சாமி.”

“நான் எதைச் சொல்லுவது. உழைப்புக்குரிய கூலியைப் பெறுங்கள் என்பதா அல்லது அரசருக்கு பணிந்து நடவுங்கள் என்பதா.?”

சவேரிச்சாமியார் கேட்டதற்கு பட்டங்கட்டி இளஞ்சிங்கன் பதில் சொல்லத் தயங்கினான். ஆனால் அவனுக்குள் திடமான மனம் இருந்தது. சாமியார் மூலம்தான் எதையும் சாதிக்க முடியும் என்று அவன் நம்பினான்.

“சாமி, அந்த போத்துக்கீச வணிகனை எனது பொறுப்பிலிருக்கும் மன்னார்த் தீவிற்குள் வியாபாரம் செய்யவேண்டாமெனத் தடுத்துவிட்டால் எல்லாப் பிரச்சினையும் ஓய்ந்துவிடும்.”

“போத்துக்கீசிய வணிகன் ஒருவனை இங்கு வியாபாரம் செய்ய வேண்டாமெனத் தடுக்கும் அதிகாரம் எனக்கில்லை பட்டங்கட்டி.”

“அப்படியானால் நான் அவனைத் தடுக்க முடியுமென்று நினைக்கிறீர்களா சாமி.”

“பட்டங்கட்டி, நீங்கள் அவனை வியாபாரம் செய்ய வேண்டாமெனத் தடுப்பது உங்கள் அரசரின் முடிவாக மட்டும் இருக்கட்டும்.”

சவேரிசாமிக்கு இதற்கு மேல் பட்டங்கட்டியுடன் கதைப்பது உசிதம் இல்லையெனப்பட அவர் அவனுடன் கதைப்பதை தவிர்த்துக்கொண்டார். ஆனால் சவேரிச் சாமியின் வார்த்தையில் இருந்த நியாயமும் மனப்பொதிவும் பட்டங்கட்டியைத் தடுமாற வைத்திருந்தது. அவன் குழம்பிப் போயிருந்தான்.

அவனது கடைசிக் கேள்வியில் அரச நடவடிக்கை பற்றிய அழுத்தத்தை தெரிவித்திருந்தான் என்ற போதிலும் அதன்

விபரீதம் பின்னாட்களில் பயங்கரமாக முடியும் என அப்போது அவன் நினைத்திருக்கவில்லை.

முத்துக்குளிப்புக்கு இன்னும் இரண்டு வாரங்கள்தான் இருந்தது. பட்டங்கட்டி இளஞ்சிங்கனுக்கு மனம் நிலை கொள்ளாமல் தவித்தது. இன்னும் கடையருகள் தங்கட பிடிய விட்டு விலகாமல் இருந்தது இளஞ்சிங்கனுக்கு கவலை. சங்கிலி ராசாவிடம் பதில் சொல்ல வேண்டுமே என்று அவன் சங்கடப்பட்டுக் கொண்டிருந்தான்.

காலையில் எழும்பினவன் தன்னுடைய குதிரையில் ஏறி அதனை நடக்க விட்டபடி சிந்தனை வயப்பட்டுக் கொண்டிருந்தான். அவன் லாகானைப் பிடித்துக்கொண்டிருந்தானேயொழிய அவன் செல்லும் திசையைக் குறித்து ஒரு கவனமும் இல்லாமல் இருந்தான். ஆனால் அவனது அந்தக்குதிரை தோட்டவெளிக்குத்தான் போனது.

இளஞ்சிங்கனுக்கு இப்போது கொஞ்ச நாளாக தோட்டவெளிதான் கேட்கிறது என்று அந்த குதிரைக்குத் தெரிந்திருந்தது. இளங்சிங்கனுக்கு இப்போது இருபத்தேழு வயதுதான் ஆகின்றது. அதற்கிடையில் அவனுக்கு ஒரு அரச சேவை கிட்டியிருந்தது. அவனைப் பெற்றவர்களுக்கு சந்தோசம்தான். ஆனால் சங்கிலி ராசாவின் இழுப்புக்கெல்லாம் இழுபடுவதுதான் அவனுக்கு பெருஞ்சோதனை என்பதை அவன் அடிக்கடி உணருகிறான்.

இளஞ்சிங்கனுக்கு முறுக்கேறிய உடல் வாகும் அவனது நடையுடை பாவனையும் தோள்வரை வளர்த்து நேர்த்தியாக சீவி விட்டிருந்த சிகையும் அவன் காதில் மின்னுகின்ற மெல்லியதான கடுக்கனும் அவனை ஒரு ஆணழகனாகத்தான் காட்டியது.

யாழ்ப்பாணத்திலிருந்து பூநகரி தாண்டி மன்னாருக்குள் வந்த போதே நண்பகல் தாண்டியிருந்தது. இளஞ்சிங்கன் இன்னும் வேகமாக தன் புரவியைத்தட்டிவிட்டான். அது அரச பயணமாக இல்லாதபடியினால் பட்டங்கட்டிக்குரிய படைகளில் யாரையும் அவன் கூட்டிச்செல்லாமல் தனியாகவே அன்றைக்குப் பிரயாணப்பட்டிருந்தான்.

முடிந்தளவு இருட்டுப்படுவதற்குள் மன்னாருக்குச் சென்றுவிடுவதுதான் அவனுடைய நோக்கமாக இருந்தது. மன்னாரில் விரானாவுக்குப் பக்கத்திலேயே இருந்த சுங்கச்சாவடிக்குப் போகவேண்டும். குதிரை பட்டங்கட்டி நினைப்பது போலவே ஓடிக்கொண்டிருந்தது.

மன்னாருக்குள் வந்தபோது பட்டங்கட்டி இளஞ்சிங்கன் தன் குதிரை களைத்திருப்பதை உணர்ந்து பரிதாபப்பட்டான். அவனுக்கு தோட்டவெளி மேட்டுக்கருகே ஒரு சுனை இருப்பது ஞாபகம் வந்தது. அவன் குதிரையை அவ்விடத்திற்கு ஓட்டினான்.

அந்தப் பெண்கள் ஒரு தீர்மானத்தோடு இன்றைக்கு சுனைக்கு வந்திருந்தார்கள்.

சுனைக்கருகே இருந்த மாமரத்தில் இருந்த தேன்கூட்டில்தான் அந்தப் பொண்டுகளுக்கு கண். பௌர்ணமி கடந்து ஒருநாள் கூட தாமதிக்க கூடாது. வேறு யாருக்கும் தெரியாமல் நாமே எடுத்துவிடலாம் என்று பேசிக்கொண்டார்கள்.

தேய்பிறையென்றாலே இந்தத் தேனீக்கள் தேன் சேரிப்பை நிறுத்திவிட்டு கலைந்துவிடுமென்று பாக்கியமலர்ப்பாட்டி சொன்னதாக வளர்மதி சொன்னதைக்கேட்டு இன்றைக்கு எப்படியும் தேனை எடுத்து விடவேண்டும் என்று கங்கனம் கட்டிக்கொண்டிருந்தார்கள். வழமையாக மந்தைகளுக்கு தண்ணீர் காட்டுவது என்றாலே இந்த சுனைதான்.

சுற்றி இருந்த வேம்புகளின் நிழலில் எப்போதும் குளிச்சியாக இருக்கும் அந்தச் சுனைநீரில் கைகால் முகம் கழுவிவிட்டு ஆடுகள் குடிக்க ஏதுவாக அவைகளை விட்டுவிட்டு இளைப்பாறுகிற பெண்களின் கண்களில்தான் அந்த தேன்கூடு பட்டிருந்தது.

நான்கு பெண்களும் கூடியிருந்தால் கேட்கவா வேண்டும். ஒரே பகிடியும் முசுப்பாத்தியும்தான். களுக்கென்று சேர்ந்து சிரிப்பதும் ஒருவருக்கொருவர் சீண்டுவதும் சிணுங்குவதுமாக இருந்தார்கள். “எடி. வாங்கோடி தேன் எடுப்போம்.” மரிய நாயகிக்கு தேன் எடுக்கும் மந்திரமும் பக்குவமும் தெரிந்திருந்தது.

அவள் கையோடு சுண்ணாம்பு, வெங்காயப்பள்ளு, வெள்ளைத்துணி எல்லாம் எடுத்து வந்திருந்தாள். தேன் கூடு இருக்கும் கிளைக்கு கொஞ்சமென்டாலும் கிட்ட ஏறிப்போகணுமே. மரிய நாயகி தான் கொண்டுவந்திருந்த துணியை எடுத்து கண்கள் மட்டும் வெளியில் தெரியும்படி அவளின் முகத்தைச் சுற்றிக்கட்டிக்கொண்டு மரத்தின் மேல் ஏறப்போகிறேன் என்று நின்றாள். மரிய நாயகி கெட்டிக்காரி, ஆம்பிளை செய்கின்ற வேலையெல்லாம் தானும் செய்ய முடியும் என்று வீராப்புக்காட்டுகிறவள்.

அவள் மரத்தில் ஏறினாள். மற்ற மூன்று பெண்களும் அவள் வேகமாய் கிளை மாறித்தாவி ஏறுவதையே ஆவென்று பார்த்தபடி கீழே நின்று கொண்டிருந்தார்கள். எட்டும் தூரத்தில் சரியாக ஒரு கிளையில் காலூன்றி நின்றுகொண்டு மரிய நாயகி வாய்தெரிகிற மாதிரி துணியை நீக்கி விட்டு வாயில் வெங்காயப் பல்லைச்சப்பினாள். மிக்கேல் சம்மனசானவர் மந்திரத்தை முணுமுணுத்தாள் மரிய நாயகி. அவள் கண்ணுக்கும் மனதுக்கும் தேனீக்கள் கட்டுண்டவையாகத்தான் தெரிந்தது. இப்போது ஊவ்... என்று வாய்க்குள் இருந்த வெங்காய வாசனையை வேகமாக ஊதினாள். அவளின் பாட்டி சொன்னது சரிதான். தேனீக்கள் களைவது போலிருக்க.

அவள் இன்னும் பொறுமையாக இருந்திருக்க வேண்டும். மாவிலைக் கொத்தை முறித்து விசிறினாள். அவ்வளவுதான் காயப்பட்டது போல நொய்யென்று தேன்கூட்டில் இருந்து கிளம்பிய தேனீக்கள் களைய மரிய நாயகி பயத்தில் மரத்தோடு மரமாக ஒண்டினாள்.

தேனீக்கள் களைந்து பறக்க "அடி, தேனீ களையுது... கொட்டும்" என்று சொல்லிக்கொண்டு கீழே நின்ற பெண்கள் ஓட்டம் பிடிக்க அங்கு என்ன நடக்கிறது என்பதை புரிந்து கொள்ளாமல் அவ்விடத்திற்கு வந்து சேருகிறான் இளஞ்சிங்கன். அவனுக்கு அந்தப் பெண்களின் நளினமற்ற பரபரப்பான ஓட்டம் வினோதமாய் இருந்திருக்க வேண்டும்.

அது என்ன ஏதுவென்று பார்க்கவெண்ணி சுனையருகே குதிரையோடு போனவனை விட்டுவைக்குமா தேனீ. சரமாரியாக அவனுக்கு தேனீக்கள் போட்டுத்தள்ள வலியோடு

வெருண்டு கைகளால் தன் முகத்தை மூட எத்தனித்து அவனும் ஓடுகிறான்.

அவன் கைகளை விசிறியபடி தன்னைத் தற்காத்துக்கொள்ள அவ்விடத்தை விட்டு ஓடினான். இளஞ்சிங்கனுக்கு தேனீ முகத்திலும் கொட்டியிருந்தது. முகத்தைத் தேய்த்தபடி ஓடிய இளஞ்சிங்கன் சுனையில் நீர் பருகிக்கொண்டிருந்த தன் குதிரை ஞாபகம் வர தூரத்தில் நின்று பார்த்தான்.

குமரிக்குட்டிகள் கெக்காளமிட்டு சிரித்தபடி அந்தப்பக்கம் வந்து கொண்டிருந்தது தெரிந்தது. அவனுக்கு எல்லாம் புரிந்தது. தேன்கூட்டைக் களைத்தவர்கள் இவர்கள்தான். இவனது வலியும் அவன் கைகளை வீசிப் பதறிக்கொண்டு ஓடியதையும் சொல்லிச் செய்து காட்டியபடி வந்தவளைப் பார்த்தான். அவள் அழகாயிருந்தாள். அவளின் பருவ எடுப்பை ஒரு நிமிடம் ரசித்தான்.

"ஏய் இங்கே வா."

அந்தப் பெண்கள் பயந்து போயிருந்தார்கள். வந்திருப்பது பட்டங்கட்டிதான் என்று அந்தக் குட்டிகளுக்கு சடுதியாகத் தெரிந்ததும் அவர்களின் தேகம் நடுங்கத்துவங்கியது.

"தேனீ கொட்டிப்படுற அவதிக்கு சிரிச்சது யாரு."

நான்கு பெண்களும் ஒருவரையொருவர் கை நீட்டுகிறார்கள். அதில் மருண்டுபோய் விழிகள் படபடத்து நிற்கிற வளர்மதி என்ற அந்தப் பெண்ணின்மேல்தான் அவனுக்கு கண்ணோடியது.

"அட, இவள் இத்தனை அழகாய் இருக்கிறாளே."

அவனது முகத்தில கண்ணடியில் வீக்கம் கண்டிருந்தது. வளர்மதி அந்த வீக்கத்தைப் பார்த்தபடியே நின்றாள். பார்த்திருக்க அவனது முகம் முழுவதும் வீக்கத்தால் அகன்றது.

"சுண்ணாம்போட புளியும் சேத்துப் பூசினா நோவு குறைஞ்சு வீக்கம் இறங்கிரும்" என்று அவள் வாய்க்குள் முணுமுணுத்தாள்.

அவன் தன் முகத்தை தடவிப் பார்த்துவிட்டு கண்களைச் சுருக்கிக் கொண்டே கேட்டான்.

"உண்மையாகவா."

“என் அம்மா அப்பிடித்தான் சொல்லும்.”

பட்டங்கட்டிக்கு அவள் சொன்னவிதம் சிரிப்பு வந்தது.

“கொஞ்சம் இருங்க. இதோ வந்திடுறேன்” என்று ஓடியவள் சற்று நேரத்தில் சுண்ணாம்போடு புளியும் சேர்த்து எடுத்துக்கொண்டு ஓடிவந்தாள். அவளின் ஓட்டமும் பயிர்ப்பும் பட்டங்கட்டிக்கு பிடித்திருந்தது. அவன் முகத்தை அவள் பக்கம் நீட்டினான். வளர்மதி பூசிவிட்டாள். மிருதுவான அவள் கைவிரலின் ஸ்பரிசம் இளஞ்சிங்களை உசுப்பியது.

“பேரென்ன.”

“வளர்மதி.”

“நான் யார் தெரியுமா.”

“தெரியும். பட்டங்கட்டி.” அவள் அதை அவன் காதுக்குள் சொன்னது போல அவனுக்கு ஒரு பிரமை.

அவன் நினைத்துக்கொண்டான். நல்ல வேளையாக தன் படையாளிகளுடன் வரவில்லை. அவர்கள் வந்திருந்தால் அவர்களில் யாரோவல்லவா இப்படி மருந்து பூச வேண்டி வந்திருக்கும். அந்த நினைப்பிற்கு அவன் வாய்விட்டுச் சிரித்தான்.

“ஏன் சிரிக்கிறீக.”

“இல்லை. ஒன்றுமில்லை.”

அவள் அவனது கண்களுக்குள்ளாகப் பார்த்துவிட்டு தலையைக் குனிந்து கொண்டாள். மற்றப் பெண்கள் நிற்கிறார்களே என்று அவளுக்கு சங்கோஜமாக இருந்தது.

“சரி. சரி. நான் வருகிறேனே” என்றவன் சுனையில் தாகம் தீர்த்துக்கொண்டிருந்த குதிரையை நோக்கி மெல்லியதாய் ஒலியெழுப்ப அது தன் எஜமான் பக்கத்தில் வந்து நின்றது.

கண்கள் விரிய அந்தப் பெண்கள் அதைப் பார்த்துக்கொண்டு நின்றார்கள். பட்டங்கட்டி அந்த உயர்ந்த குதிரையில் லாவகமாக ஏறி அமர்ந்த தோரணை அசாத்தியமாய் இருந்தது. அந்த வீரனின் உருவம் வளர்மதியின் மனதில்

சித்திரம்போலப் பதிய அவன் செல்லும் திக்கைப் பார்த்தாள். வேகமாய்ப் பறக்கும் குதிரையின் மேல் கம்பீரமாய் ஒரு வீரன் சவாரிசெய்யும் அழகில் அவள் மயங்கிப் போனாள்.

இப்போதெல்லாம் சாயந்தரமானால் பட்டங்கட்டிக்கு சுனைக்குச் சென்று வருவோம் என்ற நினைப்பு தவறாமல் வந்துவிடுகிறது. ஆட்டு மந்தைகளுடன் அவ்விடத்திற்கு வருகிற வளர்மதியைப் பார்க்கவேண்டும் என்று மனம் கிடந்து துள்ளுகிறது.

வளர்மதியும் தன் தோழியர்களை விட்டுத் தனியாக அந்த சுனைப்பக்கம் வருவதைத்தான் விரும்புகிறாள். அப்படி வருகிறவள் சுனையில் குதிரை நிற்கிறதா என்று தேடுவதை பட்டங்கட்டி பார்த்துவிடுகிறான்.

இரண்டு வாரமாக இருவரும் சந்திக்கிறார்கள்.

இருவரும் கண்ணில் காதல் மல்க கதைத்துக் கொள்கிறார்கள்தான்.

“நாளைக்கு வந்திருவியா வளர்மதி.”

தலையை அவசரமாக இல்லையென்று ஆட்டுகிறாள்.

“இல்லயே. நான் வரமாட்டடன்.”

“ஏன்.”

“நான் வேதம் படிக்கணுமில்லையா. சாமியார் வாறாரு.”

அவன் வேண்டாததைப் பார்ப்பதுபோல புருவத்தை நெளித்துக் கேட்டான்.

“என்னைவிட சாமியார்தான் முக்கியமோ.”

சற்று மௌனம் காத்து தலை குனிந்தவள் பொருமினாள்.

“அப்பிடியில்ல பட்டங்கட்டி. வீட்டில எல்லாரும் போகும்போது நா மட்டும் எப்பிடி போகாம இருக்கிறது.”

“வளர்மதி. ஏன்.”

“வாற கிழம நாங்க வேதத்துக்குப் போறோமே. ஞானமுழுக்கு.”

சலிப்பாகக் கேட்டான் இளஞ்சிங்கன்.

"அது எங்க நடக்குது."

"தோட்டவெளியிலதான். சவேரிச்சாமியார் அங்கதான் பிரசங்கத்துக்கு வாறாரு."

"அடேயப்பா. அப்போ நீங்கள்ளாம் இனி வேதக்காரங்களோ."

"ஓம்."

"எதுக்கு இதெல்லாம் நாம இருந்தமாதியே இருந்திட்டா என்னவாம்."

"ச்சே. ஏசப்பாவ தெரிஞ்சப்பிறகு அப்பிடியே இருந்திடலாமா, பாவமில்லையா."

"அதெல்லாம் சும்மா வளர்மதி."

"எது சும்மா. ஆண்டவரிட இரட்சிப்பு சும்மாவா. அதான். ராசாவுக்காக அதிகாரம் பண்ணிக்கின்டு திரியிற உங்களுக்கு அதெல்லாம் எங்க தெரியப்போகுது. அதான் கொஞ்சநாளா உங்க கததான் ஊருக்குள்ள. சங்கு யாவாரத்தையும் முத்துயாவாரத்தையும் முழுசா நீங்க கேக்கிறீகளாமே. வீட்டில அப்பாரு சொன்னாரு."

"ம்... ம்.. வேறென்ன சொன்னாரு உங்கய்யன். அரசருக்கு குடுக்கிறதக் குடுத்தா என்ன குடி முழுகிருமா சொல்லு. இப்ப வந்த போத்துகீச சிஞ்ஞோரோட நம்ம ஆளுக வைச்சிருக்கிற யாவாரம் வேணாங்கிறாரு ராசா. உத்தியோகம் பாக்கிற நான் இதக்கேட்கப்படாதா சொல்லு."

சனிக்கிழமை சவேரிச்சாமியார் இன்னும் ஐம்பது பேருக்கு ஞானமுழுக்கு கொடுக்கும் சடங்கு நடந்தது.

வளர்மதியின் குடும்பமும் ஞானமுழுக்குக்காக வந்திருந்தது.

வளர்மதியைப் பாக்கிறதுக்காக பட்டங்கட்டி தன் பரிவாரத்தோடு அங்கு வந்திருந்தான்.

சவேரிச்சாமியார் மேட்டில ஏறிநின்டு ஏசு ஆண்டவர் தருகிற இரட்சிப்பு பற்றி பிரசங்கம் பண்றாரு. ஏசுவின் பாடுகள் மரணம் உயிர்ப்பு பற்றி அவரு கதைக்கிற நியாயம் கேட்டுக்

கொண்டிருக்கிற மனுசங்கட உணர்வோட கதைக்கிற மாதிரி ஒரு நடப்பு நடக்குது.

சவேரிச்சாமியின் பிரசங்கத்தை முதன் முதலாகக் கேட்கும் பட்டங்கட்டி இளஞ்சிங்கன் மனசும் உருகுது. அவன் தன் தலையைக் குனிஞ்சு காதுகளைத் தீட்டிக்கொண்டே கேட்கிறான். சவேரிச்சாமியாரிட பிரசங்கம் முடிஞ்சு ஏசு ஆண்டவரிட இரட்சிப்ப ஏற்றுக்கொள்ளுகிற பாக்கியவான்கள அவரு முன்னுக்கு அழைக்கிறாரு. திருஞானமுழுக்கிட அவசியத்தச் சொல்லுறாரு.

இரட்சிப்புக்கான தீர்மானத்தை ஒரு போதும் எதற்காகவும் பின்போடக்கூடாது என்று அவருடைய வார்த்தைகள் மனசோட பேசப்பேச அதில் நின்று கொண்டிருந்த எல்லாரும் ஞானமுழுக்குக்காக முன்னுக்கு வாறாங்கள்.

அன்று முழுவதும் தோட்டவெளியிலும் பட்டிமிலும் பட்டங்கட்டியும் அவன் பரிவாரமும் சவேரிச்சாமியாரிட்ட ஞானமுழுக்குப் பெற்ற கதையைத்தான் கதைக்கிறாங்க. பட்டங்கட்டிக்கு சாந்த குரூஸ் என்ட பேருதான் இனி.

தன் மகளான வளர்மதியை பட்டங்கட்டியான இளஞ்சிங்கன் விரும்புகிறான் என்றும் அவர்கள் இருவரும் பழகித் திரிவதும் வளர்மதியின் அப்பாவுக்கும் அம்மைக்கும் தெரிந்துவிட்டிருந்தபடியால் அவர்களுக்குள்ளே அச்சம் குடிகொண்டிருந்தது. என்ன இருந்தாலும் இளஞ்சிங்கன் பட்டங்கட்டி. ராச பரிபாலன உத்தியோகமல்லவா.

சாதாரணமாக ஆட்டு மந்தைவளர்ப்பு என்று ஓசீவனத்தை ஓட்டிக்கொண்டிருக்கும் சாதாரண குடும்பத்துக்கும் அந்த அரசாங்க அதிகாரி குடும்பத்துக்கும் ஏணி வைச்சாலும் எட்டுமா. இந்த தெம்மாட்டுக்குட்டி ஆசைப்பட்டாள்... என்டதுக்காக இதெல்லாம் நடந்திருமா, என்டு வளர்மதியின் அய்யன் மருதனுக்கு சந்தேகம்தான்.

வீட்டில் ஞானமுழுக்கு கொண்டாட்டம் நடக்கிறபோது பட்டங்கட்டி பரிவாரத்துடன் அந்தப்பக்கம் வருகிறதை ஊர்ச்சனம் முழுவதும் தாரைக்கு வந்து பார்த்துக்கொண்டு நின்றது. வளர்மதியும் அவனைப் பெருமையோடு பார்த்தாள்.

13

சங்கிலி ராசா குமுறினான். போத்துக்கீச அல்மேடாத் தளபதியை இப்படியே மன்னார்க் கடற்பரப்பில் தரிக்கவிட்டால் அவன் நாம் நினையாப் பொழுதில் தன் படையோடு யாழ்ப்பாண ராட்சியத்துக்குள் நுழைந்து விடுவான் என்ற எச்சரிக்கை அவனுக்குத் திரும்பவும் கிடைத்திருந்தது.

மன்னாருக்குப் பொறுப்பான பட்டங்கட்டி இளஞ்சிங்கனும் படையினரும் வேதத்திற்கு மாறி விட்டதாக சங்கிலி ராசாவுக்கு கிடைத்த செய்தியில் உண்மை இருக்காது என்றுதான் அவன் முதலில் நினைத்தான்.

ஆனால் இன்னும் மன்னாரில் சங்குவிற்பனையும் முத்துப்பரிமாற்றமும் தன்னுடைய கட்டை மீறி நடப்பதைப் பார்க்கும்போது இனி பட்டங்கட்டி இளஞ்சிங்கனை நம்ப முடியாது என்று தனக்குள்ளே சொல்லிக்கொண்டான்.

இளஞ்சிங்கனின் மத மாற்றத்தை விட போத்துக்கீச அல்மேடாத் தளபதி யாழ் குடாநாட்டுக்குள் நுழையும் புதிய முனைப்பில் ஈடுபடுகிறான் என்று செய்தி அவனை உண்மையில் நடுங்க வைத்திருந்தது.

கடந்த சில நாட்களாக இந்துக்கடலில் போத்துக்கீசக் கொடியோடு பிரமாண்டக் கப்பலைக் கண்டதாக கடலோடிகள் சங்கிலி ராசாவுக்கு தகவல் சொல்லிக்கொண்டேயிருக்கிறார்கள்.

சில வேளைகளில் அல்மேடா தனக்கு உதவியாக பீரங்கிச் சுடுகலன்கள் பொருத்தப்பட்ட மற்றுமொரு கப்பற் கலத்தை இங்கு கொண்டுவர முயற்சி செய்திருக்கலாம்.

அவசரமாக சங்கிலியன் கூட்டியிருந்த அந்த அவைக்குள் பிராமண வேதியர்கள் அதிகமாக இருந்தார்கள். யாழ்ப்பாண சங்கிலியன் தோப்பு அரண்மனை மௌன இறுக்கத்தில் ஆழ்ந்திருந்தது. அரச பிரதானிகளின் முகங்களில் பயம் ஒட்டியிருந்தது. போத்துக்கீசன் படையுடன் யாழ்ப்பாணத்துக்குள் நுழைந்துவிட்டால் முதலில் பிடித்து ஒழிப்பது நாட்டின் அரச பிரதானிகளைத்தான் என்று சகட்டு மேனிக்கு எல்லாரும் நம்பியிருந்தார்கள். அதனால்தான் அங்கு அச்சம் நிலவியது.

அரசனுக்கு அறிவுரை கூறக்கூடியவர்கள் தாங்கள்தான் என்ற இறுமாப்பு அங்கிருந்த பண்டிதர்கள் கண்களில் பளிச்சிட சங்கிலியன் அவர்களை ஏறெடுத்துப் பார்த்தான்.

தமிழ் மொழியில் பாண்டித்தியம் பெற்றவர் என்று பேரெடுத்த பரந்தாமர் எழுந்து பேசத்தொடங்கினார்.

"அரசர் நினைப்பது போல நாம் எதிர்நோக்கியிருப்பது அதி முக்கியமான பிரச்சினைதான். இது நாட்டு மக்களுக்கு மட்டுமல்ல சாஸ்திரம் அறிந்த சைவர்களுக்கும் பெரும் பிரச்சினையாக உருவெடுத்துள்ளது. போத்துக்கீசன் மன்னாரில் இருக்கின்ற நிலப்பரப்பை தன் ஆளுகைக்கு உட்படுத்தியிருக்கிறான். அங்கிருப்பவர்கள் போத்துக்கீசனுக்குப் பயந்து அரசருக்கு வரவேண்டிய முத்துக்குவியலை அவனுக்கே கொடுத்துவிடுகிறார்கள். புதிதாக வந்திருக்கும் வேதத்தை தழுவும்படி மக்கள் அச்சுறுத்தப்படுகிறார்கள். இதை எப்படி எதிர் கொள்வது என்பதுதான் பிரச்சினை."

பண்டிதர் பரந்தாமர் தீன் தமிழில் அழகாக எடுத்துரைப்பதை எல்லாரும் வாயைப்பிளந்து கேட்டுக்கொண்டிருந்தார்கள்.

"என்ன செய்வது. என்ன செய்வது" என்று அங்கிருந்த பலரும் குரல் எழுப்பினார்கள்.

சங்கிலியனின் வெறிகொண்ட கண்களை வெறித்துப் பார்த்தபடியே தளபதி வர்ணசேனன் கதைத்தான்.

"கொன்று விடுவோம் மன்னா. கொன்று விடுவோம்."

சங்கிலியன் அச்சம் தாண்டி பலமாகச் சிரித்தான். வித்தியாதரரின் விறைப்பான வார்த்தைகள் சங்கிலியனின் சிரிப்பை அடக்கியது.

“அரசன் தன் குடிகளை இப்படி அற்ப காரணத்தைச் சொல்லி கொன்று விடுவது நியாயமா? முத்துக்காக அல்லது அவர்கள் வேதம் மாறினார்கள் என்பதற்காக அவர்களை சாவடிக்க வேண்டும் என்ற வர்ணசேனனின் ஆவேசத்தை நான் வன்மையாக எதிர்க்கிறேன்.”

“நல்ல புத்தியைச் சொல்லி அவர்களைத் திருத்துவது அல்லது போத்துக்கீசர் கையிருந்து அவர்களை மீட்டெடுப்பது. இதைத்தானே செய்ய வேண்டும்! அதை விடுத்து கொல்லுவது என்றால் எனக்கு ஒன்றும் புரியவில்லையப்பா.” வித்தியாதரர் தன் கண்களில் தன் புத்தியை துலக்கி சங்கிலியனின் மனதோடு கதைத்தார்.

“அவர் சொல்வது சரிதான். மக்கள் தமக்குப் பிடித்த மதத்திற்கு மாறுவதென்பது இராஜதுரோகமா? இல்லை. அதிக விலை கொடுப்பவனுக்கு முத்துக்களை கொடுக்க நினைப்பது குற்றமா.?”

“எதுவாயினும் பேசித் தீர்த்துக்கொள்ளலாம் என்பதற்கு மேலாக இப்போது அவர்களைக் கொடுமையாகத் தண்டிக்க நினைப்பது அரச தர்மமல்லவே.”

பரந்தாமர் சற்று முன்பு உதிர்த்த இனிப்பான தமிழ் வார்த்தைகள் அனைத்தும் இப்போது பயனற்று போய்விடுவது போல இருக்க அவர் வித்தியாதரரை சுட்டெரிப்பது போலவே பார்த்தார்.

சங்கிலியனுக்கு எல்லாமே புரிந்தது.

“ஆனால்... ஆனால்... யாழ்குடா நாட்டுக்குள் தரையிறங்க நினைக்கும் போத்துக்கீசத் தளபதியை அச்சுறுத்த ஏது நடவடிக்கை. அதைச் சொல்லுங்கள் வித்தியாதரரே.”

சில நாழிகை மௌனத்திற்குப் பிறகு வர்ணசேனன் எழுந்து தீர்க்கமாகக் கதைத்தான்.

“அரசர் மன்னிக்க வேண்டும். நாங்கள் இவ்விடத்தில் நியாயம் நீதி பார்த்துக்கொண்டிருந்தால் போத்துக்கீசனின் கை

ஓங்கிவிடும். அவன் யாழ் குடா நாட்டிற்குள் இறங்கினான் என்றால் நாம் பறி கொடுக்கப்போவது வெறும் நிலம் மட்டுமல்ல. நம் மதம், பண்பாடு, கலாசாரம், பொருளாதாரம். ஏன், நம் சனம் கட்டுக்கடங்காது போத்துக்கீசனுக்கு ஆதரவு கொடுக்க ஆரம்பித்துவிட்டால் பிறகு ஒருபோதும் நம் மண்ணை மீட்டெடுக்க முடியாது. புரிந்து கொள்ளுங்கள்.”

“அதற்கு என்ன செய்வது வர்ணசேனரே.”

“படையெடுப்புத்தான். உத்தேசமான படைக்குவிப்பு. மன்னார் தீவில் சங்கிலியனுக்கு விருப்பமில்லாத மதத்திற்கு மக்கள் மாறியதால் அவன் அவர்களுக்கு கொடுமையான சாவுத்தண்டனை கொடுத்தான் என்பது போத்துக்கீசனுக்கு பெரும் அச்சுறுத்தலாயிருக்கும். நம் கோபத்தையும் அதே நேரத்தில் எமது படை பலத்தையும் நிரூபித்ததாய் இருக்கும். நியாய அநியாயத்திற்கு மேலாக இது ராஜ நடவடிக்கை. அவ்வளவுதான்.”

வர்ணசேனனின் வார்த்தைகளை சங்கிலியன் நேசித்தான் என்றாலும் போத்துக்கீசரைப் பயமுறுத்தும் அளவிற்கு அவனிடம் படை பலம் இல்லையே என்ற கவலை தலைக்கேறியது.

“மன்னா நம்மிடம் போதிய மரக்கலங்கள் இருக்கின்றன. படை வீரர்களைத் திரட்டினால் போதும்.”

அது எப்படி என்று கேட்பது போல சங்கிலியன் வர்ணசேனனின் முகத்தைப் பார்த்தான்.

“நம் ராட்சியத்துக்குட்பட்ட வன்னிச் சிற்றரசுகளில் இருந்து இரண்டாயிரத்து ஐநூறு படைவீரர்கள் நமக்குதவத் தயாராக இருக்கிறார்கள்.”

வித்தியாதரர் என்ற கூர்மைப்புத்தியுள்ள மந்திரி மெதுவாகச் சொன்னார்.

“பீரங்கியுடன் நிற்பவனுக்கு முன்னால் வெறும் இரண்டாயிரம் பேர்கள் நின்று என்ன செய்வது.?”

அவர்கள் அன்றிரவு முழுவதும் ஆலோசித்தார்கள்.

“தஞ்சை நாயக்க மன்னரின் நட்பை இந்நேரத்தில் பயன்படுத்தலாமே.”

“கேட்கிறேன்.”

அப்போதே தஞ்சை நாயக்கனுக்கு ஓலை அனுப்பினான் சங்கிலியன்.

இராமநாடு ஜில்லாவின் தனவந்தன் குஞ்சாலி மரைக்காயருக்கு யாழ்ப்பாணத்தில் என்னவோ தடுமாற்றமாக நடக்கிறது என்ற செய்தி அரசல் புரசலாய் காதில் அடிபட அவன் காதைத் தீட்டியபடியே காத்திருந்தான்.

“தங்கையாலேயே சூனியம் வைச்ச கணக்கிலயில்லா தலைதெறிச்சுப் போய்க்கிடக்கான் சங்கிலியன்.”

“என்னவோய் பொலம்புறீரு. போத்துக்கீசன் எடுப்புக்கு அவன் என்னதான் செய்வான். ந்த அவ்ரிச் சாயவேரு மட்டும் நமக்கு வாய்ச்சுறணும். அதுக்குத்தான் தூண்டிலப் போட்டுக் காத்துன்னு கெடக்கன் கண்டீரா.”

குஞ்சாலி மரைக்காயருக்கு மன்னாரில் இருந்து கிடைக்கும் சாயவேரில்தான் கண். இராமநாட்டிலிருந்து தெற்கால தனுஸ்கோடி வரையிலும் கிழக்கில் அறந்தாங்கி தாண்டி தொண்டிவரையிலுமாக மரக்கலம் விற்றுப் பிழைக்கும் பிழைப்பில் ஏகத்துக்கு இலாபம் பாக்கிற மரைக்காயன் மீன்பிடி வலைக்கு சாயம் ஏற்றிக்கொடுக்கும் யாவாரத்தையும் அவனே செய்து கொண்டிருந்தான்.

மன்னார்ச் சாயவேருக்கு கிராக்கி அதிகம் என்ற படியால் அந்த யாவாரத்தை ஏக வியாபாரியாக இருந்து தானே சம்பாதிக்க வேண்டும் என்ற பேராசை குஞ்சாலி மரைக்காயருக்கு இருந்தது.

போத்துக்கீசன் மன்னாரில் காலூன்றிய பிறகு குஞ்சாலி மரைக்காயரால் அந்த வியாபாரத்தை சுதந்திரமாக செய்ய முடியாதிருந்தது. சங்கிலியனைப் போலவே போத்துக்கீசனைத் துலைக்க வேண்டும் என்ற நப்பாசைக்கு தோதாக அந்த செய்தி வந்திருந்தது.

“நாட்டாண்மை சமூகத்திற்கு வந்தனம்.”

“என்ன சேதி சொல்லு” வந்தவன் தெற்குப்புறத்து தலையாரியாய் இருந்ததால் அக்கறையாக உசாவினான்.

“சங்கிலியனிடம் இருந்துதான். போத்துக்கீசனுக்கு எதிரான உத்தேச படை இறக்கம் ஒன்றைச் செய்யப்போகிறானாம். அவன் உங்கள் சமூகத்திலிருந்தும் படைபலத்தை எதிர்பார்ப்பதாகத்தான் தகவல் சொல்லியனுப்பியிருக்கிறான்.”

சங்கிலியன் தயவைப் பெற இது நல்ல சந்தர்ப்பம். குஞ்சாலி மரைக்காயருக்கு மூக்கு வியர்த்தது.

“மன்னாரில் சாயவேர் வியாபாரக் குத்தகையை எனக்குத் தருவதானால் போத்துக்கீசனை எதிர்க்க படை தருவதாகச் சொல்” என்று மறுமொழி அனுப்பினான் குஞ்சாலி மரைக்காயர்.

“நல்லது. ஆனால் இரண்டாயிரம் பேரைக்கொண்ட படையணியாக அது இருக்க வேண்டும்.”

இராம நாட்டில் இருந்து கோட்டைப்பட்டணம் தொண்டி வரையிலும் மரக்கல வியாபாரத்தில் கொடி கட்டிப்பறந்த குஞ்சாலிக்கு சங்கிலியனின் நிபந்தனையொன்றும் பெரிதாக இருக்கவில்லை. சம்மதித்தான்.

சங்கிலியன் நினைத்தது போல தஞ்சை நாயக்கன் படையணியும் அவனுடன் இணைந்து கொள்ள சம்மதம் தெரிவித்திருக்க மன்னார்த் தீவுக்குள் ஆரவாரத்துடன் உள் நுழைவதற்கான திட்டத்துடன் தளபதி வர்ணசேனன் தயாராய் இருந்தான்.

14

சங்கிலியன் மனம் சுருங்கிக்கிடந்த நாளில்...

கிழக்கு வெளுக்கத் துவங்கியிருந்தது.

சங்கிலியனின் தளபதி வர்ணசேனனின் கர்ஜனை தீவு முழுவதும் கேட்டது.

அது முன் மாரி காலமாய் இருந்த படியால் வாடைக்காற்றின் குளிர் இரவை நனைத்துக்கொண்டிருந்தது.

வர்ணசேனன் பாய்மரக்கலப் படையணியோடு வட கடலை ஊடுறுத்துக் கொண்டிருந்தான். தென் கடல் வழியாக தஞ்சை நாயக்கன் படையில் இரண்டாயிரத்து ஐந்நூறு பேர் மன்னாரின் தென்கரைப்பகுதியில் வந்து காத்திருப்பதாக சங்கிலியனுக்கு தகவல் அனுப்பப் பட்டிருந்தது.

வன்னிச் சிற்றரசுகளின் படைவீரர்கள் விடத்தல் தீவுப்பகுதியூடாக எருக்கலம்பிட்டி ஊசி மூக்கன் துறையில் இறங்கி வர்ணசேனன் கட்டளையின்படி தோட்டவெளி நோக்கி நகர்ந்து கொண்டிருந்தார்கள்.

சவுத்பார் ஊடான தஞ்சை நாயக்கனின் படையணியின் தரையிறக்கம் மன்னார் தீவுப்பகுதியை அந்த அதிகாலையிலேயே கலவரப்படுத்தியிருந்தது.

எங்கிருந்து பார்த்தாலும் சங்கிலியனின் படையணியின் வெறித்தனம் போர்த்துக்கீசத் தளபதி பயஸ் டி மெல்லை பயமுறுத்தும் என்று வர்ணசேனன் நம்பினான்.

ஈவு இரக்கம் காட்டக்கூடாத இரண்டாயிரத்து இருநூறு பேர்கொண்ட வடுகபடைப்பிரிவை தனியாக அழைத்துக்

கதைத்தான் வர்ணசேனன். அவர்கள் தஞ்சையில் இருந்து வந்தவர்கள். அதில் எல்லாருமே நெடிதாக உயர்ந்து வளர்ந்து காதுகளில் கடுக்கண் போட்டிருந்தார்கள். சிவந்த மேனியும் இடையில் கச்சைக்கட்டுமாக இருந்த அந்த வடுகர்கள் பெரிய கடா மீசை வைத்திருந்தார்கள். மனுசக் குணத்தை தூக்கியெறிந்துவிட்டு மிருகக் குணத்தை அணிந்தவர்களாக கண்களை உருட்டிக் கொண்டிருந்தார்கள். களத்தில் இறங்குவதற்கு முன்பு கஞ்சாவைப் புகைத்து கொலை வெறியை தன் புத்திக்குள் போட்டு நிரப்பியிருந்தார்கள்.

வடுகவீரரை தோட்டவெளிக்கு ஆயிரத்து நூறு என்றும் பட்டிமுக்கு ஆயிரத்து நூறு என்றும் வர்ணசேனன் பிரித்து அனுப்பியிருந்தான்.

எல்லைப்புறத்தில் காவலிருப்பவர்கள் போக ஊருக்குள் நுழைந்து ஆட்களை விசாரணை என்ற பெயரில் கொலைக்களத்துக்கு இழுத்துச் செல்லவென குஞ்சாலியின் பிரத்தியேகப் படையணியென நுழைந்த முந்நூறு பேரையும் தயார் செய்திருந்தான் வர்ணசேனன்.

வர்ணசேனன் தீவுக்குள் நுழைந்தவுடன் பட்டங்கட்டி இளஞ்சிங்கனைத் தேடினான்.

பட்டங்கட்டி இளஞ்சிங்கனும் படையினரும் வர்ணசேனனுக்கு ஒத்துழைக்க மறுத்து விரானாவின் சுங்கச்சாவடியை விட்டு வெளியில் வராதது வர்ணசேனனை இன்னும் கோபப்படுத்தியிருந்தது.

அவன் பட்டங்கட்டியையும் அவனின் படையினரையும் சேர்த்தே கொல்லும்படி ஆணையிட்டான்.

“தீவுக்குள் கண்ணில் தெரிகிற ஆண் பெண் யாராய் இருந்தாலும் வயசு பார்க்காமல் வெட்டி சாய்த்துவிடுங்கள். பட்டங்கட்டி இளஞ்சிங்கனையும் அவன் வீரர்களையும் தேடிப்பிடித்து இழுத்து வாருங்கள். அந்தத் துரோகிகளை கழுவேற்றிக் கொல்லவேண்டும்.” வர்ணசேனனின் அந்தக் கொடுமையான உத்தரவு அதிகாலையிலேயே கேட்டது.

மன்னார்த் தீவின் பட்டிம் கிராமத்து தொழிலாளிகள் கடக்கரைக்கும் காட்டுக்கும் வெளிக்கிட்டுக்கின்டிருந்த நேரம். வர்ணசேனனின் கட்டளைப்படி புதுசு புதுசாக

ஊரின் எல்லைப்புறத்தில் முளைக்கத் துவங்கியிருந்தார்கள் சங்கிலியனின் யுத்த சன்னத்தர்கள்.

வாளுடன் ஓடிவந்த ஒருவன் அவனை எதிர் கொண்டு போய்க்கொண்டிருந்தவன் மேல் முதல் வாளைப்பாய்ச்சினான். அதிகாலை இரத்தம் சூடாகப்பீறிட்டபோது மற்றவர்களுக்கு அது ஏன் என ஒன்றும் புரியாமல் இருந்தது. அங்கு நடப்பது புரிவதற்குள்ளாகவே பல ஆண்களின் தலைகள் தரையில் சரிந்து விழுந்தன.

தெருவில் சத்தமிட்டு ஓடித்திரிந்தவர்கள் வந்திருப்பவர்கள் தம்மைக் கொல்லத்தான் வந்திருக்கிறார்கள் என்று தெரியாமலே வீட்டுப்படலை தாண்டி தாரைக்கு இறங்கி இருந்தார்கள்.

தாரைக்கு இறங்கியவர்கள்தான் இப்போது செத்துக் கொண்டிருந்தார்கள்.

எங்கே பார்த்தாலும் "கொல்லுங்கள்... கொல்லுங்கள்" என்று சத்தம் கேட்டுக்கொண்டிருந்தது.

தாரையில் சாகிறவர்களின் தொகை குறைவடைய அவர்கள் வீடுகளுக்குள் புகுந்து வெட்டினார்கள். பெண்களையும் குழந்தைகளையும் வெளியில் இழுத்துக் கொண்டு வந்து அவர்கள் கதறக்கதற வெட்டினார்கள்.

ஒரு சிறுமியின் தலை வேறாகவும் முண்டம் வேறாகவும் கிடந்து துடித்துக் கொண்டிருந்தது.

வெளியில் தெருவெல்லாம் இரத்த வாடை வீசிக்கெண்டிருந்தது.

வர்ணசேனனின் ஆள் ஒருவன் பெரிய வாள் ஒன்றுடன் சத்தமிட்டுக்கொண்டே ஓடினான். அவன் தோட்டவெளி பட்டிக்குள் ஒளிந்து கொண்டிருந்த ஒரு பெண்ணைப் பார்த்திருக்கவேண்டும். பட்டிக்குள் கத்தி அலறிக்கொண்டிருந்த கிடாய்களின் கால்களுக்கு கீழே தன்னுடம்பைச் சுருக்கிப் படுத்திருந்த அந்தப் பெண்ணின் சீலையைப்பிடித்து இழுக்கிறான் அவன். அவள் தன்னுடம்பை விட்டு கழறும் சீலையைப்பிடித்து இழுத்தபடியே எழும்பி வருகிறாள்.

வயது முப்பதுக்குள்தான் இருக்க வேண்டும். கல்யாணம் செய்தவள்தான் என்பதை அடையாளப்படுத்திய நெற்றிக்குங்குமம் வியர்வையில் கரைந்திருந்தது.

லட்சணமிகுந்தவள்தான் என்றாலும் உயிர்ப் பயத்தினால் நடுங்கியதால் முகம் வெளிறி விறைத்திருந்தாள். அவளுக்கு நெஞ்சு ஏறியிறங்கிக்கொண்டிருந்தது. அவள் கையைக் கூப்பியபடியே கெஞ்சினாள். வாள் வைத்திருந்தவன் அவள் உடம்பை மேலும் கீழும் பார்க்கிறான். ஒரு கையில் வாளை வைத்து வெருட்டியபடியே மறு கையால் அவள் சீலையை வேகமாகக் கழற்றி எறிகிறான். அந்தப்பெண் தன் மார்பகங்களை மறைக்க முயலுகிறாள். அவன் அந்தப் பெண்ணை வேகமாகக் கீழே தள்ளுகிறான்.

கீழே விழுந்தவள் மேலே ஏறிப்படுக்கிறவன் வேகமாக இயங்குகிறான். ஆனால் அந்தப்பெண் மறுப்பதில் பயனில்லையென்பது தெரிந்தோ அல்லது உயிருக்குப் பயந்தோ அப்படியே ஒரு பிரேதத்தைப் போலக்கிடக்கிறாள். ஆனால் அவள் கண்கள் மட்டும் தாரையாகக் கண்ணீர் சொரிந்தபடி. அந்த வாள் வைத்திருப்பவன் அவள் உதடுகளை மூர்க்கமாகக் கடிக்கிறான். அவள் வலி தாங்கமுடியாமல் அழுகிறாள். அவள் மார்பகத்தை முன் பல்லால் கடித்து இழுக்கிறான். அவள் அலறுகிறாள். அவளின் வேதனையை ரசித்த வாள்க்காரன் திடுமென எழும்பி அந்த வாளை அவளின் அடிவயிற்றில் பாய்ச்சுகிறான். அவள் துடிக்கிறாள். பின் வேதனை முடிந்தது என தனக்குள் சொல்லிக் கொண்டு கண்களை மூடுகிறாள்.

"ஐயா ராசாமாரே ஏன் கொல்லுகிறீர்கள்."

கண்ணீரோடே அந்தக்கிழவன் கேட்டபடியே தன் மார்பில் வாள்வெட்டை வாங்கிக்கொண்டு சரிகிறபோது வெட்டுகிறவன் சொல்லுகிறான். "சங்கிலியன் வெட்டும்படி சொன்னான். வெட்டுகிறேன். அவ்வளவுதான்."

விரானை சுங்கச்சாவடியில் இருந்து வடகடலூடாக இந்தியாவிற்கு தப்பித்துச் சென்றுவிடலாம் என்றுதான் இளஞ்சிங்கன் நினைக்கிறான். வர்ணசேனனின் கையில் பிடிபட்டுவிடக்கூடாது. அவன் மிகக்கொடியவன். ராஜ துரோகம் செய்ததாக என்னையும் என் வீரரையும் சிரச்சேதம் செய்யவும் தயங்கமாட்டான்.

"மரக்கலங்களை தயார் படுத்துங்கள். இந்தியக் கரையை அடைந்து விடலாம். இனி தீவுக்குள் வேறு எங்கும் செல்ல

முடியாது. ஐயாயிரம் படைவீரர்களோடு வர்ணசேனன் இறங்கியிருக்கிறான் என்று தகவல் வந்தது."

அவர்கள் மூன்று பெரிய படகுகளை விரைவாக ஆயத்தம் செய்கிறார்கள்.

"ம் புறப்படுங்கள் தாமதிக்கவேண்டாம்."

படகில் ஏறும்போது இளஞ்சிங்கனின் மனம் அலறுகிறது.

"ஐயோ. பட்டங்கட்டியான நான் இந்த மக்களை இப்படி நிர்க்கதியாய் விட்டுவிட்டு தப்பிச்செல்ல வேண்டுமா."

படகு புறப்பட்டபோது இளஞ்சிங்கன் படகிலிருந்து குதிக்கிறான்.

அருள்நேசன் விக்கித்துப்போய் நிற்கிறான்.

இளஞ்சிங்கனுக்கு தோட்டவெளி மக்களின் குருதியின் மணமும் அவர்களின் மரண ஓலமும் காதில் கேட்கிறது.

இளஞ்சிங்கன் தன் காதலி வளர்மதியின் நினைவில் துவளுகிறான் "ஐயோ எனக்கு அருமையானவளே... உன்னை விட்டு நான் மட்டும் தப்பிச் செல்வதா."

"நீங்கள் இல்லாமல் நாங்கள் மட்டும் எப்படிப் புறப்பட்டுப் போவது."

இளஞ்சிங்கனின் பிரத்தியேக உதவியாளன் அருள்நேசன் பதறுகிறான்.

"நேசன் புரிந்து கொள். வளர்மதியைப் பிடித்தால், அவள் எனக்குரியவள் என்பதால், விசாரணை என்ற பெயரில் அவளை சித்திரவதை செய்வார்களே நேசன்."

"அதற்காக நீங்கள் அந்த வர்ணசேனனின் பிடியில் அகப்பட்டு விடக்கூடாதல்லவா."

"அதை நான் பார்த்துக்கொள்கிறேன். எப்படியும் அவளை மீட்க வேண்டும்."

சொன்னவன் தன் புரவியில் வேகமாகப் புறப்பட்டான். இளஞ்சிங்கனுக்கு தோட்டவெளிக்குச் செல்லுகின்ற

பாதுகாப்பான காட்டுப்பாதை நன்றாகத் தெரிந்திருந்ததால் அவனது குதிரை அந்த வழியில் பாய்ந்து கொண்டிருந்தது.

தோட்டவெளியின் ஒவ்வொரு வீடுகளும் அல்லோலகல்லோலப் பட்டன. உற்றார் உறவுகள் செத்துக்கொண்டிருந்தார்கள்.

வாளுடன் வருகிறவர்கள் வளர்மதியை எங்கே என்று கேட்பதாக அவள் அறிகிறாள். நெஞ்சு பதைக்கிறது. கொல்லுகிறவர்களுக்கு பட்டங்கட்டி இளஞ்சிங்கன் பற்றி அறியும்படி உத்தரவாம்.

"ஐயோ. ஐயோ. இளஞ்சிங்கனைப் பற்றித்தான் கேட்கப் போகிறார்கள்."

அவள் பித்துப்பிடித்தவள் போல ஓடுகிறாள். அவளுக்குத் தெரிந்திருந்த காட்டுப்பாதைதான். தினமும் இளஞ்சிங்கனை அவள் பார்க்கச்செல்லும் மார்க்கம். அந்த சுனைப்பக்கம் ஓடும்படி புத்திசொல்ல அவள் ஓடுகிறாள்.

"அதோ ஓடுகிறவளைப் பிடியுங்கள்." பின்னால் கேட்கும் சத்தமும் அவளை அவர்கள் துரத்துகிறார்கள் என்ற உணர்வும் அவளை உசுப்பி ஓடவைக்கிறது.

சற்று நேரம்தான். இளஞ்சிங்கனுக்குள்ளும் ஒரு உந்துதல். அவன் வளர்மதியைத் தேடி அங்குதான் வருகிறான். உயிரைக் கையில் பிடித்துக்கொண்டு ஓடி வரும் தன் காதலியை அவன் கண்டு விடுகிறான்.

"வளர்மதி... வளர்மதி... வளர்மதி..." அவன் சத்தமிட்டுக் கொண்டு அவ்விடத்தில் வேகமாக வருகிறபோதே அவன் நெஞ்சில் பாய்கிறது ஈட்டி. "ஆ... ஐயோ!"வென்று குதிரையில் இருந்து சரிகின்ற இளஞ்சிங்கனைத் தாவி தாங்கிப்பிடிக்கிறாள் வளர்மதி.

அவள் கழுத்தில் தொங்கும் சிலுவையைக் கெட்டியாகப் பிடிக்கிறான் அவன்.

முன்னால் வந்த வடுக படைவீரன், அந்தக் காதலின் தாற்பரியத்தை அறிந்துகொள்ளாத மூடன், அவனது கொடுவாள் வளர்மதியின் கழுத்தில் விழுகிறது. அவர்கள் இருவருக்குமிடையில் ஆண்டவரின் சிலுவை.

மதியமாவதற்குள் அறுநூறு பேர் அளவில் கொன்றுவிட்டதாக வடுக படைத்தலைவன் சொன்னபோது சங்கிலியனின் தளபதி வர்ணசேனன் செருக்கோடு மன்னார்க்கடலில் கிடந்த போத்துக்கீச கப்பலைப் பார்க்கிறான்.

"இப்போது தெரிகிறதா சங்கிலியன் யாரென்று. மன்னாரில் நீ இறங்கி ஏறுவதைப்போல யாழ்ப்பாணத்துக்குள் இறங்க வேண்டும் என்ற நினைத்துவிடாதே."

அந்த வர்ணசேனனின் சங்காரம் முடிந்திருந்தபோது அறுநூறுக்கும் அதிகமான அப்பாவிக் கத்தோலிக்க வேதக்காரர் செத்துப்போயிருந்தார்கள்.

வர்ணசேனன் சங்கிலித்தோட்டத்திற்கு வந்திருந்தான்.

அவனைப் பார்க்கும்போது, நினைத்தபடி மன்னாரில் ஒரு கொலை வெறியாட்டத்தை வெற்றிகரமாக முடித்துவிட்டு வந்திருப்பதாகவோ, அதைப் பறைசாற்றி சங்கிலியனிடம் சன்மானம் வாங்க வந்திருந்தவன் போலவோ தெரியவில்லை.

அவன் உடல் நடுங்கிக் கொண்டிருந்தான். பலநாட்கள் நித்திரையற்றவன் போல அவன் கண்கள் பஞ்சடைந்திருந்தன. வெறித்தனமாக தூரத்தில் பார்த்துக்கொண்டு பற்களை நறநறவெனக் கறுமியபடி இருந்தான். அவன் தன் தேகத்தை வெளியில்காட்ட வெட்கப்படுபவன் போல பொருத்தமற்ற ஒரு துணியினால் தன்னை மூடிக்கொள்ள முயற்சிக்கிறான்.

அவன் முகம் அரண்டு இருண்டு போயிருந்தது.

யுத்தக்களத்தில் வலிமையான எதிரியிடம் பொருதி வெற்றிவாகை சூடிவந்திருப்பது போல தன்னால் உணர முடியவில்லை. அவன் பிதற்றிக்கொண்டிருந்தான்.

திரும்பும் திசையெல்லாம் உயிருக்காக மன்றாடிக் கையெடுத்துக் கும்பிட்டவர்களின் முகங்கள் அவனுக்குள் வரிசை கோர்த்தபடி இடைவிடாது தோன்றிக்கொண்டிருந்தன.

"நீ ஒரு ஆண்மகனா. பால் குடிக்கும் பிள்ளையை தாயின் மார்பிலிருந்து விசையாகப் பறித்தெடுத்து அந்தப் பிள்ளையின் கழுத்தில் வாளைச்செருகிய நீ ஒரு ஆண்மகனா... த்தூ... என்ன பார்க்கிறாய் வெட்கமாயில்லை. ச்சீ."

அந்தப்பெண் தன் மார்புகளுக்கு நடுவே குத்து வாங்குவதற்கு முன்பு அவனை எள்ளி நகையாடியதை நினைக்க வர்ணசேனனின் நெஞ்சு குமுறியது. அரச கட்டளை என்பதற்காக எதிர்ப்பே காட்டாத அப்பாவிகளையா கொல்லுவது. போத்துக்கீசனுக்கெதிரான படையெடுப்பு என்று சொல்லி ஐயாயிரம் வீரர்களைச் சேர்த்து பேடித்தனமாக யுத்தத்தின் பெறுமதியையே சீரழித்துவிட்டேனே. அடச்சீ.

வர்ணசேனன் பைத்தியமாகிக் கொண்டிருந்தான்.

"சபாஸ். வா... வா... வர்ணசேனரே. நன்றாக, மிக நன்றாகச் செய்திருக்கிறாய். எப்படி... எப்படி சொல். இந்நேரம் போத்துக்கீசன் பயஸ் டி மெல்லின் வயிறு கலங்கியிருக்குமல்லவா."

வர்ணசேனன் சங்கிலியனின் முகத்தைப் பார்க்காமல் வேறு திசையில் தலையைத் திருப்பினான்.

"ஏன் நீ சத்தமிட்டுச் சொல்லியிருந்தாயல்லவா. அவனுக்கு அது கேட்டிருக்கும். யாராவது சொல்லியிருப்பார்கள். எனக்குத்தெரியும். அது சரி, நீ ஏன் ஒரு மாதிரியாக இருக்கிறாய்."

கேட்டுக்கொண்டிருந்த சங்கிலியனை வெறித்துப்பார்த்தபடியே இருந்த வர்ணசேனன் சடுதியாக குமுறினான்.

"ச்சீ மூடனே. உன் வாயை மூடு. நீயும் உன் ராட்சிய பரிபாலனமும். என்னை விட்டுவிடு. நான் இங்கிருந்து போகிறேன். எங்காவது தொலைந்து போகிறேன்."

வர்ணசேனன் தேகம் முழுவதும் இரத்தம் ஊருவது போல உணர்ந்தான். அவன் கைகளால் துடைக்கத் துடைக்க அது பெருகுவது போல ஒரு இம்சை. தலைக்குள் அந்த நினைப்பு பெரும் பிராண்டலாய் ரணப்படுத்த ஓரிடத்தில் நில்லாமல் ஓடினான்.

வர்ணசேனன் ஓங்கிய வாளை வெறுங்கையால் தடுக்க நீட்டிய கைகள் ஒரு பாலகனுடையதாய் இருந்ததை அவன் மனம் இப்போது அவன் முகத்தில் துப்பியது. 'ஓ'வென அலறினான். தன் பல்லை இறுக்கமாக கடித்தான் தாடை வலித்தது. பற்கள் வாய்க்குள் செருகியது போலிருக்க தன் கை விரல்களை வாய்க்குள் நுழைத்து பற்களை விடுவிக்க அவன் எடுத்த

பிரயத்தனம் ஒரு சிறுபிள்ளையின் நடத்தை போல இருக்க வெட்கப்பட்டு நெளிந்தான். யாரோ தன்னைக் கேலியாகப் பார்த்து கைகொட்டி நகைப்பதாக நினைத்து கண்களை உருட்டி உருட்டிப் பார்த்தான். யாருமில்லாத இடத்தில் போய் இரு என்று அவன் மனம் கற்பிக்க எழுந்து நடந்தான். தூரத்தில் ஒலித்த நல்லூர்க் கந்தன் கோயில் அரோகராச் சத்தம் அவனுக்கு வெறுப்பூட்டியது. ஓடினான். தூரத்தில் ஓடி நின்று திரும்பிப் பார்த்தான். அவனை யாரோ விரட்டுவதாக நினைத்து திரும்பவும் ஓடினான்.

வர்ணசேனனுக்கு பைத்தியம் பிடித்திருந்தது.

பின்னாட்களில் அவன் யாழ்ப்பாணத்து சந்தை வெளிகளில் தறிகெட்டுத் திரிவதை மக்கள் பார்த்தாக போத்துக்கீச உளவாளி தைல நாடார் பயஸ் டி மெல்லுக்கு கடிதம் எழுதினான்.

அந்தப் படுகொலை நடந்து முடிந்த பதினாலு நாட்களில் தைல நாடார் கொடுத்த உளவுத் தகவல்களைக் கொண்டு தளபதி பயஸ் டி மெல் எழுதிய 'பட்டிம் படுகொலை' என்ற அந்த சிவப்புக் கோப்பு அடுத்து வரும் தளபதிகளுக்கு பிரயோசனமாக இருக்கும் என்று அவன் நம்பியதால் அதனை பத்திரப்படுத்தினான்.

தளபதி அல்மேடா பட்டிம் படுகொலை கோப்பை படித்து முடித்தபோது அவனுக்கு வியர்த்திருந்தது.

கத்தோலிக்கம் வளரவேண்டுமானால் ரெத்தம் சிந்தித்தான் ஆக வேண்டுமோ?

இப்போது கொன்சன் சாமியார் தனக்கு அனுப்பிய தகவலின்படி புன்னைக்காயலில் இருந்து வேம்பாரு, பாம்பன் கடந்து தனுஸ்கோடிக்கு மேலேறி பாக்குநீரிணையால் வட கடலைக்கடக்கும் கத்தோலிக்கருக்கு உதவவேண்டுமென நினைத்த தளபதி அல்மேடா கப்பலை வடகடலுக்கு திருப்பும்படி கட்டளையிட்டான்.

15

பறுனாந்து ஏறிவந்த வள்ளத்தின் ஓட்டி புறப்பட்டபோது அவனிடம் கொன்சன் சாமியாருக்கு தகவல் சொல்லி விட்டிருந்தான் பறுனாந்து.

தன்னுடைய புரட்சி இயக்கத்தார் யாரையும் எந்த உயிரிழப்புமில்லாமல் பாதுகாக்க வேண்டுமென்றும் முடிந்தால் அவர்களையும் வள்ளமேற்றி அனுப்பி வைக்கும்படி சொல்லியிருந்தான்.

பறுனாந்து சொல்லிவிட்டது போலவே அவனது இயக்கத்து நண்பர்கள் இப்போது இங்கு வந்து சேர்ந்திருந்தார்கள்.

அவர்களில் பதினைந்து பேர்கள் மட்டும் மதுரைநாயக்க அரசரின் வீரர்களிடம் பிடிபட்டதாக டபரேரா சொன்னான். டபரேராதான் பறுனாந்துவிற்காக விஜயாபதிக் கோட்டையின் உட்புற அமைப்பை உளவு பார்த்துச்சொன்ன நண்பன்.

புரட்சி இயக்கத்தார் குடும்பத்தினர்களும் ஆணென்றும் பெண்ணென்றுமாய் இப்போது வரத் துவங்கியிருந்தார்கள்.

வந்தவர்கள் பறுனாந்து காட்டிய இடங்களிலேயே அவர்களும் தத்தமக்கென குடில் அமைக்க வெளிக்கிட்டார்கள்.

வந்தவனுகள் எல்லாருமே கடக்கரையை அண்டித்தான் காணியடைக்கணுமென்டு முண்டிக்கிண்டு கிடந்தானுகள்.

"ஏண்டா கடக்கரையென்ன அம்புட்டுத்தூரமா. கொஞ்சம் விலத்தி மரிசப்போடுங்க. நாளைக்கு நமக்கென்டு ஒரு ஊராகிப்போச்சுன்னா அடுத்தவன் காணியிலதான் போய் நிக்கணும். அடைக்கிற வேலிய தெக்கால கொஞ்சம் நகத்துல."

பறுனாந்து செக்குண்டாவையும் திரேசையும் கவனமாக பார்த்துக்கொள்ள வேணுமென்டு நினைத்தான். அவனுக்கு அந்தப் பெண்கள் மேல் அதிக அக்கறையிருந்தது. செக்குண்டாவின் உறவினர்கள் வந்திருந்தபடியால் பறுனாந்து அவர்களின் அனுசரணையிலேயே செக்குண்டாவை வைத்துப் பார்த்துக்கொண்டான். வந்தவர்களில் செக்குண்டாவின் முறைப்பையனாக இருந்த இளந்தாரி கூஞ்ஞுவிற்கு செக்குண்டாவைப் பிடித்திருப்பதாக கதை வந்ததால் பறுனாந்துவே நேரில் கேட்டு அந்தக்கலியாணத்தை ஒழுங்கு செய்திருந்தான்.

செக்குண்டாதான் அடம்பிடித்தாள். அவளோடு கதைச்சு ஒரு வழிக்கு கொண்டுவர போதும் போதும் என்றாகிவிட்டது. கடைசியில் செல்லாதான் கதைத்து சமாளித்தாள்.

“எல்லாத்தையும் மறந்திட்டு கழுத்த நீட்டச் சொல்றியா. மனசாட்சி வாதிக்காதா.”

“மறக்கணும். மறக்காட்டி செத்துத்தான் போகணும். வாழணுமின்னா மறக்கணும். எல்லாத்தையும் மறக்கணும்”

“சாகத்தான் நினைக்கிறன் செல்லா.”

“சாவு. நானும் சாகிறன். நமக்குள்ளயே கிடக்கிற ரகசியம் பரமரகசியமாப் போகட்டும்.”

அவர்கள் நீண்ட நேரமாக தர்க்கித்ததில செக்குண்டா கலியாணத்துக்கு சம்மதித்தாள்.

பறுனாந்து திரேசுக்கென்டு பிடிச்சுக்குடுத்தகாணி தெக்கால புளிய மரத்த அண்டின பெரிய காணியாக இருந்துது.

திரேசுவின் ஆட்கள் யாரும் வரப்போவதில்லை என்று பறுனாந்துவுக்கு தெரிந்திருந்தது. அவர்கள் சீமைச் சீமான்களாயிருந்தார்கள். அதனால் தமிழ்நாட்டு நில புலன் சொத்துக்களை விட்டு இங்கு வருவதற்கு அவர்கள் யாரும் தயாராக இல்லை என்று பறுனாந்து அறிந்து கொண்டான்.

ஆனால் திரேஸ் தன் உறவுகளை நினைத்து அனுதினமும் கவலைப்பட்டுக் கொண்டிருந்தாள்.

திரேஸுவுக்கென்டு ஒரு தனிக்காணி பிடிச்சுக்குடுக்கும்போதே அவளுக்கு ஒரு கலியாணத்தையும் கட்டிக் குடுக்கணுமென்டு நினைச்சான் பறுனாந்து.

எப்போதுமே தன்னோட சொல்வழி வார்த்தையத் தட்டாத யுவான் பெரேரா இன்னும் தனியனாவே இருந்தான். அவனுக்கு திரேஸுவக் கதைச்சு முடிவாக்கினாரு. ஆரியப் பெருமாளோடு வைச்ச கோதாவில பெரேராதானே எப்போதும் தன்கூட இருந்தான் என்ட மனதுருக்கம் பறுனாந்துவுக்கு இருந்த படியால கேட்டான்.

“பெரேரா, திரேஸுவக் கட்டுறியா. பாவம் அதுக்கென்டு ஒரு வாழ்க்க வேணாமா சொல்லு.”

பெரேராவுக்கு திடுக்கென்டு இருந்துது.

அவனுக சிறைமீட்ட குட்டிதான் இந்த திரேஸ்.

பெரேரா ஆக்ரோசமாக அந்த சிறையை அணுகியபோது முழங்காலில் தலையைப் புதைத்துக்கின்டு தலைவிரி கோலமாகக் கிடந்த திரேஸு சீவனற்றுப்போன கண்களால் பார்த்த பார்வை நினைவுக்கு வந்தது.

பெரேராவின் மனம் கழிவிரக்கப்பட்டது.

ஆரியப் பெருமாளிட சிறை எப்பிடி என்டது பெரேராவுக்குத் தெரிந்திருந்ததால அவன் தடுமாறுகிறான் என்டு பறுனாந்து நினைத்துக்கொண்டான்.

“பெரேரா, நம்மட புரட்சி இன்னும் முடியல என்டு நினைச்சுக்க. அதுகள சிறைமீட்கப் போராடினமாதியே அதுகளிட வாழ்க்கைக்காகவும் போராட வேண்டியிருக்கு.”

திரேஸ் நல்ல வளத்தியான குட்டி. மாநிறமான அந்தக்குட்டிக்கு சுருட்டத்தலைமுடியும் வாகான உடம்பும். பெரேரா தனக்கென்டு பொருத்திப்பார்த்தான். பரவாயில்லத்தான்.

நாளைக்கு ஒரு கதையென்டா அவள யாருதான் முடிக்கப்போறா. அருமாந்த குமரு. அவளுக்கு என்ன குறைச்சல். அவன் மனம் தளம்பிக்கின்டு கிடந்தது.

பறுனாந்துவுக்கு ஒரு பதிலும் சொல்லாமல் போன பெரேரா பக்கத்தில் இருந்தும் பறுனாந்து யோசிச்சான். அவன்

மனசுக்குள்ள என்ன ஓடும் என்கிறது பறுனாந்துவுக்குத் தெரியாமலும் இல்ல. பாப்பம்.

திரேஸுவுக்கென்டு வளவு அடைக்கணுமென்டு நினைச்சு பறுனாந்து காணியில கைவைச்சபோது பெரேராவும் வந்து கையப்போட்டான். அது பறுனாந்துக்கு பெருமையா இருந்துது.

பெரேராதான் அந்தக்காணிய அடைக்கிறதில மும்முரமா நின்றான். திரேசுவுக்கு தனக்கென்டு ஒரு காணி அடைபடுறதில ஒரு சந்தோசம்தான். ஆனால் பறுனாந்து இதில பெரேராவக் கொண்டுவந்து விட்டது ஒருசாதி ஐமிச்சமாக இருந்தது.

"கப்பித்தான். என்ன உங்க தளபதியக் கொண்டுவந்து காணி துப்புரவாக்க விட்டிருக்கீரு."

"ம். ஏன் உனக்கு என்ன திரேஸு. பெரேரா மாதிரி ஆம்புள உதவி செய்யிறதுக்கு நீ குடுத்துவைச்சிருக்கணுமில்லா."

திரேஸுவுக்குள்ள என்னவோ உருண்டது. அவள் ஆரியப் பெருமாளின் சிறையை நினைத்துக்கொண்டாள்.

பிரகலாதன் என்பவனோடு அவள் இணங்கியதை நினைத்து தன்னையே வசைபாடிக்கொண்டாள். அந்த நினைப்பு அவளைத் தீயாகச்சுட்டது.

இனி எந்த ஆம்புளை நம்மள ஒரு பொம்பிளையென்டு மதிச்சு வரப்போறான் என்ற நினைப்பு அவளை ஒரு புள்ளி போலச் சுருக்கியது.

பறுனாந்து தனக்கென்டு பெரேராவ சோடி சேத்துவிடுறாரு என்பதை அவள் மனம் சொல்ல கசிந்து அழுதாள். அது பாவ மன்னிப்பு கேக்கிறது போல இருந்தது.

வெய்யில் சுறுசுறுவென்டு ஏறிக்கொண்டிருந்தது. "சுருக்கா வாறீயா. கதிகால் போட்டு வேலியடைச்சிருவோம்" என்டு பறுனாந்து கூப்பிட்டதுக்கு வந்து நின்ட பெரேராவப் பாக்க வெட்கப்பட்டாள் திரேஸ்.

பெரேரா சாடை மாடையாக அவளிடம் கதைத்தான்.

"விருப்பம் இல்லாட்டிச் சொல்லிறணும். எனக்கு வேற சோலி இருக்கில்லா."

“ஏன் இங்க இருக்கிற சோலி பத்தலையோ.”

அவர்கள் இருவரும் கதைக்கத் துவங்கியது பறுனாந்துவுக்கு திருப்தியாக இருந்துது. எப்படியும் மாசி மாதத்துக்கிடையில் கலியாணத்தப் பதிவு வைச்சிரணும்.

முத்துக்குளித்துறைப் பக்கத்தில இருந்து வந்த புரட்சிப்பயலுக இங்கேயும் பறுனாந்து வார்த்தைக்குத்தான் மதிப்பு வைச்சிருந்தானுக. பறுனாந்து காட்டின இடத்தில ஆளுக்கொரு நிலத்தப் புடிச்சிக்கின்டானுக. பனையும் உடையும் உயிலும் வியாலிப் பத்தையுமாக்கிடந்த இந்த இடம் சரசரவென்டு வெண்காணியாப் போய்ச்சுது.

புரட்சி நண்பர்கள் பறுனாந்து சொன்னது போலவே காணியடைத்தார்கள். அந்த இளைஞர்கள் பறுனாந்துவின் வயதை ஒத்தவர்கள்தான் என்றாலும் அவர்கள் அவனை ஒரு மரியாதையுடன்தான் பார்த்தார்கள். பறுனாந்து எப்படிப்பட்ட தலைவன் என்பதை அவர்கள் நன்றாக அறிந்திருந்தார்கள்.

சவேரிச்சாமி நாட்டின குருசு இருந்த கொட்டிலிலேயே சேமாலை பிரார்த்தனையென்டு ஆட்கள் கூடிவாறது வழக்கமாப் போய்ச்சு. கடையருக பெருப்பமா இருந்த நேரம் இந்தக் குருசுக்கொட்டில்தான் அவனுகளுக்கு வழிபடுகிற இடமாய் இருந்ததாக பறுனாந்து கேள்விப்பட்டான். வெள்ளிக்கிழமைகளில இங்க வந்து போற சிவத்திக்கிழவன் கண்ணீரும் கம்பலையுமாகக்கிடந்து அழுகிறதப் பாத்தாப் பரிதாபமாக இருக்கும்.

“கொடியிழுத்த சாதிசனமாக இருந்தோமே. அழிச்சுப் போட்டானே பாதகன்” என்டு அவரு சொல்லியழுவதை பறுனாந்துவே பார்த்திருக்கான்.

அதைப் பார்க்கும் போதெல்லாம் கொன்சன் சாமியாரு சங்கிலி ராசா பற்றிச் சொல்லியிருந்த அந்தக் கதை அப்பிடியே மனசில கிடந்துது.

“என்ன இருந்தாலும் அவன்தான் ராசா. எதென்னாலும் அவனை நாம அனுசரிச்சு நடந்துக்கணும்.”

முதல் வருசம் இருவது குடிலும் குடித்தனமுமாக இருந்த ஊர் இப்ப அம்பது அறுவதாகப் பெருகிக்கிண்டு வந்தபோது

பறுனாந்துவுக்கு மனசில ஒரு தைரியம் தானாகவே வந்து ஒட்டிக்கின்டுது.

"கடையர்களுக்கு சங்கிலி ராசாவால நேர்ந்த மாதிரி இந்த தீவில ஒரு வில்லங்கமும் வந்திரக்கூடாது கடவுளே."

பறுனாந்து மனசு இளகிக்கிடந்துது.

இனி ஒருபோதும் இந்தியாவில திரும்பவும் போய் குடியிருப்போமென்று பறுனாந்து நினைக்கயில்ல.

வந்திருக்கிற இந்த இடத்திலதான் இனி எல்லாம். வாய்ப்பும் வளமுமாக இந்த இடத்தை உருவாக்கி எடுத்தால் இதுதான் இனிவாற நம்ம புள்ள குட்டிகளுக்கு தாயகமாகப் போகப்போகுது. அதுக்கேத்தமாதிரி நாமதான் இத ஒரு ஊராகக் கட்டவேணுமென்டு பறுனாந்து நினைச்சான்.

குருசுக் கொட்டிலில எல்லாரையும் கூடிவரச்சொல்லி அனுப்பினான்.

அன்டைக்கு பொழுது பட குருசுக் கொட்டிலுக்கு வந்து சேந்த சனத்தப் பாத்து பறுனாந்து விறைச்சுப் போனான்

புரட்சிப் பயலுகளிட குடும்பம் குட்டியென்டு முந்நூறுக்கு மேல இருந்த கூட்டத்தில ஒரு தலைவனாக இருந்து கதைச்சத நினைக்க பறுனாந்துக்குப் பெருமையாக இருந்தது.

"தம்பி நீமருதான் இனி என்னன்டாலும் பாத்துச்செய்யணும். அங்க மதுர நாயக்கன் ஆளுக கெடுபிடியில கிடந்து சாவ ஏலாதென்டுதான் தம்பி நாங்களும் கிளம்பி வந்திட்டோம். அங்க ஒண்ணாயிருந்தமாதி இங்கயும் இருந்த புழைச்சிட்டுப் போயிருவோம்."

அவர்கள் தீர்மானமாய் இருந்தார்கள். இப்படி கடல்கடந்து பிறந்து வளந்த ஊர விட்டிட்டு இங்க வந்து நிக்கிற நிலைமை தன்னாலதானே வந்தது என்டதை நினைக்க பறுனாந்துவுக்கு கவலையாக இருந்தது.

ஒரு புது இடத்துக்கு வந்து மீதி வாழ்க்கையை முடிக்கப் போறவங்களும் புதுசாக வாழ்க்கையைத் துவங்கப் போகிறவர்களுமாக இருக்கிற அந்தக் கூட்டத்தை பறுனாந்து பார்க்கிறான். இனி இவர்களை நன்மைக்கு நேராக தானே

வழிநடத்த வேணுமென்டு நினைக்கும்போது பறுனாந்துக்கு மனம் ஒருவகையாய்ப் பொங்கியது.

பறுனாந்து புதியதாய் யோசிக்கிறான். அவனுக்கு அவர்களிடம் பேச வேண்டிய நிர்ப்பந்தம்.

“ந்தா நல்லாக் கேட்டுக்கோங்க. இது நமக்குப் புது இடம் கண்டிகளா. ஆனா இனி இதுதான் நமக்கு ஊரு பேரு எல்லாம். ஏசு சாமி பிறந்த செய்திகேட்டு பல தேசாந்திரம் வனாந்தரம் கடந்து அந்த மாட்டுக்கொட்டிலுக்குப் போய்ச்சேந்த மூவிராசாக்கள் மாதிரித்தான் நாமலும் கடல்கடந்து இந்த ஊருக்கு வந்து சேந்திருக்கோம். அதனால இந்த ஊருக்கு மூவிராசா பட்டினம் என்டு ஒரு பேரை வைச்சிரலாமா என்று மற்றவர்களைப் பாத்துக் கேட்டான் பறுனாந்து.

பறுனாந்து சொன்னது மற்றவர்களுக்கும் பிடித்திருந்ததால் சரிதான் வைச்சிடலாம் என்றார்கள்.

“சரி. இனி அது மூவிராசா பட்டினந்தான் சரியா. இத மத்தவங்களுக்கும் சொல்லிருங்க.”

“பறுனாந்து நீங்க சொல்லுறமாதிரியே பேரு வைச்சுக்கலாம். ஆனா இந்த இடத்த உரிம கோரி யாரும் வரமாட்டாங்களா.”

“நீ கேக்கிறது சரிதான் குருசு. இந்த மன்னார்த் தீவில பெருப்பமா இருந்தவங்க கடையருதான். அவங்கள உண்டு இல்லன்னு ஒரு வழிபண்ணிட்டான் சங்கிலி ராசா. அநியாயமா கடையருகள வெட்டிச்சங்காரிச்சதினால கடையருக இப்போ கொஞ்சம் அடங்கிப் போயிருக்கானுக.”

இது அவங்க ரெத்தம் சிந்தின பூமி.

“நாம நமக்குத் தெரிஞ்ச தொழில இந்த ஊர்ல செய்யப்போறோம். நீங்க என்ன தொழில வேணுமென்னாலும் செய்யுங்க. ஆனா சங்கிலி ராசா சமூகத்துக்கு விரோதமா ஒண்ணும் செய்திராதீக. நீங்க எதச் செய்தாலும் எங்கிட்ட ஒரு வார்த்த சொல்லிக்கிங்கப்பா.”

“கடையர்களுக்கு சங்கிலி ராசாவால நேர்ந்த மாதிரி இந்த தீவில ஒரு வில்லங்கமும் வந்திரக்கூடாது கடவுளே.”

16

கென்றிக்கஸ் சாமியாருக்கு புறப்பட்டு வரும்படியாக அழைப்பு வந்திருந்துது. அவரை நல்லபடியாக ஊருஞ்சனமும் வழியனுப்பி வைக்க கடக்கரைக்கு வந்திருந்துது.

"புன்னக்காயலுக்குத்தான் போறன். நான் எங்க இருந்தாலும் உங்க அன்ப மறக்கமாட்டன். திரும்பவும் வருவன்" என்டு சொல்லிப்போட்டு அவரு வெளிக்கிட்டாரு.

அவரு போன பிறகு சித்தன்தான் கோயில் காரியத்தையெல்லாம் செய்து கொண்டிருந்தான்.

பறுனாந்துவுக்கு தொழில் திறமையக்காட்ட நல்ல வாய்ப்பு கிடைச்சுது. அவன் சங்கு குளிப்புக்கும் போனான்.

காத்தால வெள்ளன பறியோட வெளிக்கிட்டான் பறுனாந்து. வெள்ளென குளிச்சவனுக்கெல்லாம் பறி நிறையப்பாடு என்டபடியால பறுனாந்துவுக்கு நாளைக்கு வெள்ளென கடலில இறங்கணுமென்ட நினைப்புத்தான் இருந்துது.

படலையடியில போன மனுசனை செல்லா சொன்ன கதை மறிச்சுது.

"மனுசனுக்கு பூசையுமில்ல. கடன் திருநாளுமில்ல. ஞாயிற்றுக் கிழமயில்லா. கடலுக்குப் போகணுமா, பாவமில்லையா."

பறுனாந்துவின் மறுமொழியை எதிர்பார்த்தபடி வாசலில் நின்டவளைத் திரும்பிப் பார்த்தான் பறுனாந்து.

ஊரில கோயில் குருசு என்டு திரிஞ்சவளுக்குத் தெரியாதா என்ன. நாளும் பொழுதும் கடலும் கரையுமென்டு திரியிறவனுகளுக்கு நாளும் தெரியிறதில்ல திகதியும் தெரியிறதில்ல.

“ஓ, ஞாயிற்றுக்கிழமையில்லா. கோடி குடுத்தாலும் ஞாயிற்றுக்கிழம கடலிலல இறங்கமாட்டன். போதுமா.” என்றவன் பறியைக்கழற்றிப் பரணில கொழுவிற்று. மளமளவெண்டு வெள்ளச்சாரத்தையும் சட்டையையும் உடுத்திக்கின்டு குருசடிக்கொட்டிலுக்கு நடந்தான் பறுனாந்து.

செல்லா சொல்லுறது எதுவாயிருந்தாலும் தட்டாமல் கேட்கணும் என்டு ஆசைதான் பறுனாந்துக்கு ! இப்பயெல்லாம் அவ மனங்கோணாமல் எப்பிடியெல்லாம் நடந்துக்கணுமென்டு சதா யோசிக்கத் துவங்கியிருந்தான்.

ரெண்டு வருசம் புருசன் பொண்டாட்டி மாதிரி கொன்சன் சாமியாருக்கும் ஊருக்கும் நடிச்சுக்கொண்டிருக்க இனி முடியுமா? வாழணுமின்னு செல்லாதானே நினைக்கணும்!

நாலு பேரு கேக்கத் துவங்கியிருந்தாங்க.

“இன்னுமா உங்களுக்கு ஒரு புள்ளப் பெத்துக்க தோணயில்ல.”

இப்பிடி ஒரு பொம்புள கேட்டதுக்கு செல்லா சொன்ன பதில் பறுனாந்துக்கு திடுக்கென்டிருந்துது.

“ஆமா. அத ஒங்க கப்பித்தான் கிட்டக் கேளுங்க. அவரு லச்சியத்துக்கு இப்ப புள்ள வேணுமாமெங்கிறாரு குட்டி”

“செல்லா எப்பிடி நடிக்கிறா பாத்தீகளா.” மனசுக்குள்ளயே வார்த்தைகளை மடக்கிப்போட்டுக்கின்டு நடந்தான் பறுனாந்து.

பறுனாந்து இப்போது கஸ்ரங்களுக்கும் துன்பங்களுக்கும் பழகியிருந்தான். அவன் செல்லாவைக் கண்கலங்காமல் வைத்துப்பார்க்கவேண்டுமென்று மட்டும்தான் நினைக்கிறான். அவன் கடக்கரையில் நின்றுகொண்டு தன் சொந்த ஊரான மணப்பாடு இருக்கும் திசையைப் பார்த்து தனக்குள்ளே கதைத்துக்கொள்வான்.

“நான் என்ன செய்வன். அங்கிட்டு இருக்கிற சொந்த பந்தத்த நினைச்சு வந்திர முடியுமா. இங்க என்னையே நம்பி வந்துட்ட

செல்லாவ விட்டிட்டு வந்துர முடியுமா. செல்லா எனக்கு உசிரு."

எதிர்காலம் பற்றிய நம்பிக்கை அவனுக்கு இருந்ததால் கடந்ததை நினைத்து அழும் செல்லாவுக்கு ஆறுதல் சொல்லித் தேற்றுவான்.

"ஏன் சும்மா கரைஞ்சுகின்டு கிடக்கிற தாயி. இப்ப உனக்கென்ன. எல்லாத்துக்கும் நான் இருக்கிறேன் தாயி."

அவனூட்டும் ஆறுதல் அவளுக்கு சில வேளைகளில் போதுமானதாயும் சில வேளைகளில் போதாமையாகவும் இருக்கும்.

கொன்சன் சாமியார் அடிக்கடி அவனை விசாரிப்பதாக சித்தன் சொல்லுறான்.

அன்றைக்கு ஞாயிற்றுக்கிழமையாதலால் சித்தன் வழிபாட்டுக்கு ஏத்த ஒழுங்குகளைச் செய்து வைச்சிருந்தான்.

சித்தன் அவனுக்கென்டு தனியாக் குடில் போடயில்ல. குருசுக்கொட்டிலிலேயே ராவில அவன் தங்கிக்கிறேனேயெங்கிறான்.

இப்போவெல்லாம் அந்தக் கொட்டிலுக்கு பகலிலும் பொழுது சாயுற நேரத்திலயும் ஆட்கள் வழிபாட்டுக்கு வரத் துவங்கியிருந்தாங்கள். கொன்சன் சாமியாரு ஏத்திவிட்ட சனம் வட கரையில மூன்டு இடத்தில குடியமந்தாலும் பூசை வழிபாடு என்டால் மூவிராசாப்பட்டினக் கோயில்தான் என்ற மேனிக்கு சனம் வரத்துவங்க அந்தக் குருசுக்கொட்டில் இடம் போதாமல் போனது.

"பறுனாந்து. சனத்துக்கு உருமானமா இருந்து சேமாலை சொல்லுறதுக்கு இடம் காணாது. என்ன செய்வோம்."

"சனம் வாறத நிப்பாட்ட ஏலாமா? கொட்டிலப் பெருப்பிச்சுக் கோயிலாக் கட்டிற வேண்டியதுதான்."

"அதுக்கு ஒரு நேரம் வரவேணாமா. பொறு பறுனாந்து."

அவர்கள் ரெண்டு பேரும் கோயிலப் பெருசாக் கட்டிறது பத்தியே வெகு நேரம் கதைச்சுக்கொண்டிருந்தாங்கள்.

ஊவ்வ். காற்று ஊதிக்கொண்டிருந்தது. அது மணலை அள்ளி வீசியதால் செல்லா முற்றத்திலிருந்து குடிலுக்குள்ள ஓடினா. காத்துத்தான் சுதந்திரம். செல்லா பறுனாந்துவோட இங்கிட்டு வந்து ரெண்டு கிழம முடிஞ்சிருந்துது. அவள் அந்த சிறை இருப்பை இன்னும் மறக்கமுடியாமல் தவித்தாள்.

பறுனாந்துவுக்கு புதுசா வாழ்க்கயைக் கட்டுறதுக்கு அதிகம் பிரயத்தனம் தேவையாயிருந்துது. செல்லா இன்னும் ரெண்டு மூணு நாளில தன்னிட வழிக்கு வருவா என்டு அவன் நம்பினான். அந்த ரெண்டு கிழமையும் பறுனாந்து செல்லாவின் பக்கத்தில கூடப் போறதில்ல. வெறும் வார்த்தைகளால அந்த நாடகம் நடந்து கொண்டிருந்தது.

"பறுனாந்து, நடந்ததையெல்லாம் மறந்திடு மறந்திடுன்னு நீ ஆயிரம் தடவை சொன்னாலும் முடியல."

அவள் கண்ணீரைத் துடைப்பதற்காக அருகிட்டவனிடம் இருந்து விலகியவள் "பறுனாந்து தயவு செய்து எங்கிட்ட வராத."

"அதெப்பிடி முடியும் செல்லா. நான் உன் பறுனாந்து. உன்ன உசிரக் குடுத்து காதலிச்சிருக்கனே."

"ஆனால்... ஆனால்... எனக்கு என்ன நடந்ததின்னு உனக்குத் தெரிஞ்சால் நீ என்னை வெறுத்திடுவாய் பறுனாந்து."

"நான் உன்னை நேசிக்கிறேனே செல்லா."

அவள் மௌனமாகத் தலைகுனிந்து திரும்பவும் சொன்னாள்.

"நான் யோசிக்கணும்."

அவர்கள் இருவரும் சேர்ந்து அடைத்த பெரிய வளவுக்குள்ளதான் குடில் வைச்சு இருந்துதுக. பார்க்கிறவங்களுக்கு அவங்க ரெண்டுபேரும் கலியாணம் முடிச்சு குடித்தனம் நடத்துறது போல இருந்தாலும் உண்மையில அதுகட மனப்போராட்டம் ஓயாமத்தான் இருந்துது. அதுக ரெண்டு பேரும் ஒத்திருக்கயில்ல என்கிறது யாருக்கும் தெரியாது.

காடுபத்திபனையும், உடையும், கருக்குவாச்சி, உயில், வேம்பு, பூவரசு என்று அடர்ந்திருந்த கானகத்த பறுனாந்து நாளுக்கு

நாள் வெட்டி வெண்தரையாக்கி வைச்சிருந்தான். அதுதான் அவன் அடைச்சிருந்த காணி. முத்தத்தில தானாவே வளந்து இளங்கண்டா நின்ட வேப்ப மரத்தில அவன் கை வைக்காம விட்டது நல்லதாப் போய்ச்சுது. எந்நேரமும் முத்தத்தில நிழல் விழுறதால வெய்யில் வெட்கை தெரியாம இருக்கு.

கண்ணுக்கெட்டியபடி கடக்கரை.

சித்தன் உதவியோட தெப்பம் ஒண்ணு கட்டியிருந்தான் பறுனாந்து. அதுதான் இப்போதைக்கு தொழில்.

"பறுனாந்து சாமியாரு உங்கிட்டத் தரச்சொல்லியிருக்காரப்பா."

சித்தன் கொடுத்தது சாளைவலை. அவன் மணப்பாட்டில் சாளைவலைத் தொழில் செய்யிறது கெட்டி என்டது கொன்சன் சாமியாருக்குத் தெரியும்.

"இப்போதைக்கு இதை வைச்சுப் பொழைக்கட்டுமாம். அப்புறம் பாத்துக்கலாமின்னாரு."

அதக் கையில வாங்கிற போது நன்றிப் பெருக்கால கண்கலங்கிச்சு.

பறுனாந்து கேட்டபடி அவனை நம்பி வள்ளத்தில ஏறின எல்லாத் தோழர்களுக்கும் அவரவர் விருப்பப்படி கொன்சன் சாமியார் தொழில் மூட்டிக்குடுத்திருந்தாரு.

கொன்சன் சாமியார் குடுத்துவிட்டிருந்த வலைய ஏத்தித் தொழில் செய்ய துவங்கியிருந்தான்.

செல்லாவுக்கு பறுனாந்து மேல பச்சாதாபம் முளைவிட்டிருந்துது. தனக்குத்தானே தண்டனை குடுக்கிறதா நினைச்சுக்கின்டு அந்த நல்ல மனுசனையல்லவா துன்பப் படுத்துகிறோம் என்ட உள் மன வாதிப்பு அவள யோசிக்க வைச்சுது.

கொண்டலில இருந்து வீசின பச்சையான ஈரக்காத்து வடக்கு முகம் பாத்த அவட குடிலைத் தடவியபடி எங்கோ மேற்காகப் போறதாக நினைச்சுக்கொண்டா செல்லா. அது அவ ஊரான உவரியையும் மோதிக்கிண்டுதானே போகுமென்டு நினைச்சபோது மனசுக்குள்ளயே மலர்ந்து போனா செல்லா.

அவளிட அம்மா, அப்பா, அண்ணன், தங்கச்சி உறவுகள நினைச்சவளுக்கு அழுகை வந்துது. அன்பும் பாசமும் தூரப்போய்விட்டத நினைச்சுத் தேய்ஞ்சவளுக்கு பக்கத்திலிருந்த பறுனாந்திட காதலையும் புரிந்துணர்வையும் அறிய முடியாதிருக்கிறத நினைச்சு உருகினா.

பறுனாந்து செல்லாட அன்புக்காக நெருங்கும் போதெல்லாம் "நான் கொஞ்சம் யோசிக்கணும். பறுனாந்து" என்று சொல்லிட்டு விலகிற அவள என்னதான் செய்யிறது! ஆனா அவன் மனச வதைச்ச விசயத்த செல்லாக்கு தீர்மானமா ஆனா அவள நோகடிச்சிராம சொல்ல வேணுமென்டு அவன் நினைச்சிருந்தான்.

அதுக்கான சந்தர்ப்பம் நேற்று வாய்ச்சிருந்துது. பறுனாந்துவோடு ஒத்தைச் சொல்லில மட்டும் உரையாடிக்கிண்டிருந்தவள பறுனாந்து நிறுத்தி வைச்சுச் சொன்னான்.

"செல்லா. எதையாவது எதனோடாவது சம்பந்தப்படுத்திக் கொள்ளுறதுக்குப் பேரு யோசிக்கிறதில்ல. அந்த மாதிரி யோசனை இல்லாம இருக்கிறதே உத்தமம்."

செல்லாவுக்கு அவன் கதைக்குப்பதில் சொல்ல வேணுமென்டு ஏனோ தோணயில்ல. அவன் வார்த்தைகள் அவளை சிந்திக்க வைச்சுது.

"என்னப் பொறுத்தவர அப்படியான யோசனையே சத்தமில்லாத இரைச்சல்தான். புரிஞ்சுக்கோ. இத விட நீ மௌனமாவே இருந்திடு. அப்போதான் நீ யோசிக்கிறதுக்கு அர்த்தம் இருக்கும். ந்தா பார், கனநாளா கதைக்காம இருக்கிறவனுக்கு கதைக்கிறதுக்கின்னு ஒரு வாய்ப்புக் கிடைச்சா அர்த்தமில்லாமப் பேசுவானா சொல்லு. மௌனத்தை நீ எப்போ உணருறியோ அப்போதான் உன் யோசனையிலும் தெளிவிருக்கும். கதைக்கிறதக் குறைச்சுக் கொண்டால் எப்போவாது நீ கதைக்கிறதில ஒரு தீர்மானம் இருக்கும்."

அவன் அப்படிச் சொல்லிவிட்டு நகர்ந்ததை அவள் புத்தியாக எடுத்துக்கொண்டபோது அவளை மூடியிருந்த இறுமாப்பு விலகுவதை உணர்ந்தாள். அவளுக்குள்ளிருந்த காதல் திரும்பவும் எட்டிப்பார்த்தது.

காலையிலேயே வலை பிடிக்கவென்று எழும்பிப்போனவன் வாறதுக்கு பத்து மணியாகிடும். பசியோடு வருகிறவனுக்கு வாய்க்கு ருசியாக எதையாவது செய்து கொடுக்க வேணுமென்டு முதன் முதலாய் யோசிச்சா.

அவ உற்சாகமா அடுப்பு மூட்டினா. காலையில எழும்பி பறுனாந்துவுக்குப் பிடிக்குமேயென்டு ரொட்டியும் சீனிச்சம்பலும் செய்தா. அவன் சாப்பிடும்போது "இன்னும் ஒண்ணு வைக்கிறேன் சாப்பிடுங்க" என்டு கேக்கணுமென்டு நினைச்சு அதச் சொல்லிப்பார்த்து வெக்கப்பட்டா.

இத்தனை நாளுக்கு நேற்றிரவுதான் பறுனாந்துவுடன் ஒரு தர்க்கமுமில்லாமல் அவள் கதைச்சா.

இத்தனை நாளும் பழையதையே கதைத்து பறுனாந்துவுக்கு வெறுப்பேற்றியவளுக்கு என்ன நடந்ததோ நேற்றிரவு அவ குழைஞ்ச போது பறுனாந்துவுக்கு ஆச்சரியமாத்தான் இருந்துது.

அன்டைக்குப் பின்னேரம் கடக்கரைக்கு வெளிக்கிட்டவனுக்குப் பின்னாலேயே கஞ்சிப் பானையும் பச்சை மிளகாய்த் துவையளும் செய்து எடுத்துக்கிண்டு செல்லாவும் கடக்கரைக்குப் போன வடிவப் பாக்கணும்!

அவன் கட்டுமரத்தைத் தள்ளி கடலுக்குப் போய் வருகிற வரையிலும் அவ கடக்கரையிலேயே காத்திருந்தாள். கடற் பாய்ச்சிவிட்டு வந்த பறுனாந்திட கைய அவன் எதிர் பார்க்காமலேயே தன்னட கையோட கோத்துக்கொண்டா.

கதவில்லாத குடிலுக்கு அவசரமாக் கதவு ஒன்டு இழைச்சுப் பூட்டுமாறு கொஞ்சினாள்.

"எதுக்கு அவசரம்."

"அவசரந்தான்" என்று நுனி நாக்கை நீட்டி அழகு காட்டினாள். அன்டைக்கு முற்றத்தில நிலவு காய்ஞ்சுது. வழக்கம்போல காற்றோட்டமா வெளியில் படுக்கிறேனே என்டு பாயை விரிச்சவனுக்குப் பக்கத்திலேயே அவளும் வந்து படுத்துக்கொண்டாள்.

17

ஒரு மத்தியானத்தில குய்யோ முய்யோன்னு கூப்பாடு போட்டுக்கினு ஓடின பெரேரா திரேஸுவ அப்பிடியே அலாக்காத் தூக்கி தோளில போட்டுக்கின்னு ஓடியாந்தான்.

"என்னடா... என்னடா" என்டு கேட்டுப் பறைஞ்சதுக்கு திரேசுவிட மோரையத் தூக்கிக்காட்டுறான். கடைவாயில வெண்ணுரை கக்கிக்கின்டு கிடந்தவளப்பாக்க பறுனாந்துக்கு நெஞ்சு பதைக்குது.

"என்ன சனியனடா அது."

"நல்லாத் தெரியலையே பறுனாந்து. கண்ணாடி விரிசனாத்தான் இருக்கணும்."

"அது பொல்லாச் சனியனாச்சே."

உடம் பத்தைக்குள்ள கொள்ளி எடுக்கப் போனவளுக்கு காலில போட்டிருக்கு மாதாவே. திரேஸு மயக்கம் போட்டு விழுந்த மாத்திரத்திலதான் பெரேரா பாத்திருக்கான். கடிவாயி கறுப்பாத்தான் இருந்துது. தவிச்சுவனுக்குப் புத்தி அல்லாட்டமா இருந்துது. சிவத்திக்கிழவன் பரபரத்துக்கின்டு ஒடிவந்து சொன்னாரு.

"வண்டியக்கட்டுங்க ராசாமாரே, பரிகாரியிட்டக் கொண்டு போகணும். பருத்திப்பண்ணைக்கு சுருக்கா கொண்டு போங்க மக்கா அருமாந்த குட்டியில்லயா."

பறுனாந்து வளவுக்குப் பின்பக்கம் ஓடினான். காலம விளாவி வைச்ச புண்ணாக்கு முழுசையும் தின்னிட்டு ஆயாசமாப் படுத்திருந்த செவளை எழும்பி நிமிந்து பாத்துது.

ஏதோ கலவரமின்டு புரிஞ்சுகின்ட மாதி அது தலையாட்ட அதப் பிடிச்சு வண்டியில கட்டினாரு. ரெண்டு பயலுகள் திரேசுவத்தூக்கி வண்டியில வளத்தினானுங்க. வண்டி தாரையில ஓடிச்சு. பறுனாந்திட செவளை நிலமைய அறிஞ்ச மாதிரி அதுவும் பரபரத்துக்கின்டு ஓடுது. பெரேரா வண்டிக்கு இணையாக ஓடிவாறான். ஐயோ ஐயோவென்டு அவன் மூச்சும் சேர்ந்து போடுற சத்தம் வெளிய கேட்குது.

திரேசு நிலைம நிமிசத்துக்கு நிமிசம் மாறிக்கின்னே போகுது. “குட்டி… குட்டி திரேஸு எழும்பு. என்ன செய்யுது. என்ன செய்யுது” என்டு கேட்டபடியே பக்கத்தில ஓடிவாறான் பெரேரா. அது தலை துவண்டு கிடக்கிறதப் பாத்தா அவனுக்குப் பயமா இருக்கு.

“ஐயையோ வாழப்போற ஆசையில குருத்துமாதி சிரிச்சவள சனியன் கடிச்சிட்டுதே மாதாவே.” பறுனாந்து வண்டிய ஓட்டினபடியே அந்தக் குட்டியப் பாக்கிறான். அது பேச்சுமில்லாம மூச்சுமில்லாம கட்டையாக்கிடக்கிறது அவன் மனசப்பிறாண்டுது. அவனுக்கு ஐமிச்சத்தில மனம் கலங்கிப் போச்சு. ஆண்டவரே… ஆண்டவரே என்டு அவன் வாய் முணுமுணுக்க வண்டி ஓடுது.

துறப்பாட்டால விழுந்து துள்ளுகுடியிருப்புக்கு வந்தபோது திரேஸுவுக்கு தலை விறைச்சுப் போய்ச்சு. மாதாவே… மாதாவே என்டு புலம்பியபடி பறுனாந்து வண்டிய அடித்து ஓட்டினான்.

“என்னடா குஞ்சுகளா.”

நடுக்குடா சந்தி தாண்டவும் சனத்திட பரபரப்பு தெரிஞ்சுது. ஓடுங்கடா கெதியா… புள்ளளைக்கு தலை விறைச்சுப் போய்ச்சுது, ஓடுங்கடா. அந்தக் கடையச் சனம் வியாகுலமாகச் சொன்ன கதையக் கேட்டு பெரேரா பயந்தான்.

செவளை குணங்காம ஓடினது பெரிய புண்ணியம்.

வாசலிலேயே வந்து நின்டு பாத்தாரு பரிகாரி.

கை நாடி புடிச்ச யாக்கோபு பரிகாரிக்கு முகம் சரியில்ல.

திரேஸோட உயிர் பிரிஞ்சபோது பக்கத்தில நின்டது பறுனாந்துவும் பெரேராவும்தான். பரிகாரியாரு கையப் பிசைஞ்சாரு.

அத்துவானத்தில கொண்டுவந்த ஒரு குமருக்குட்டியிட உசிரப் பிடிச்சிவைக்க ஏலாமப்போச்சேயென்டு அந்த மனுசன் கலங்கினாரு.

பின்னேரம் நாலுமணிக்கு திரேஸோட பிரேதத்த மூவிராசாப் பட்டினத்தில கொண்டுவந்து போட்டபோது "ஐயோ ஐயோ" வென்டு கூப்பாடு போட்டது செல்லாதான்.

அவளுக்கு பிரகலாதன் செஞ்ச கொடுமைக்கு சாட்சியா இருந்த சீவன். இப்ப செத்துக்கிடக்கிறதப் பாக்க நெஞ்சில தீப்பத்தினது கினக்கா இருக்குது. செல்லா விடிய விடிய அரற்றிக்கின்டே கிடந்தாக.

பெரேராவுக்கு நெஞ்சு முழுக்கப் பாரமா இருக்க மண்ணில தலைய சாய்ச்சபடியே கிடந்தான். அடுத்த நாள் காலமையே பிரேதம் எடுக்கிற ஆயத்தங்களச் செய்தான் பறுனாந்து. கடலக்கடக்கிறவன் யாருன்னு பாத்து கொன்சன் சாமியாருக்கு தகவல் குடுக்கணுமென்டு நினைச்சுக்கின்டான்

பிரேதம் கொண்டுவந்திட்டாங்களாமென்டு கேள்விப்பட்டு ஓடிவந்த செக்குண்டா ஓவென்டு தரையில அடிச்சு அடிச்சு அழுதா. பாளையக்காரன் சிறையிருப்பில கூடவே இருந்த ஒரு அபலையிட குணங்குறிகளையும் அவளிட்ட இருந்த நல்லது கெட்டது எல்லாத்தையும் கண்ணீரோட சேத்து சொல்லிச் சொல்லியே அதுகள் மண்ணில கொட்டுதுகள்.

"அடிப்பாதகத்தி. இப்பிடி அற்பாயுசில போவியா நீ. கடல் கடந்து வந்தாடி நீ உசிர விடணும். மாதாவே."

பாளையக்காரனின் சிறைக்குள்ளே நடந்தவைகள் அத்தனையும் மனசைப் பிசைய திரேஸின் சாவு பெருந்துக்கமாய் வெளிப்பட்டுக்கொண்டிருந்தது.

அந்த இரண்டு பெண்களின் அரற்றலுக்குள்ளயும் நெஞ்சை விட்டகலாத பாரம் கசிஞ்சுகொண்டிருந்தது. அந்த ராவு கண்முழிப்புக்கென்டு வந்த பெரிசுகள் பல கதையும் கதைக்குதுகள்.

"இப்பிடி அல்பாயுசில சாவு நடந்திருக்கு."

"உருமானமா ஒரு கோயில் இல்ல. கோயில் இல்லாத ஊரில குடியிருக்கூடாதென்டு சொல்லுவாங்க."

"நமக்கென்டு இருக்கிறது குருசுக்கொட்டில்தான். என்ன செய்யிறது."

குருசுக் கொட்டிலுக்கு கிழக்கால ஒரு காத தூரத்தில புளியமரத்துப் பள்ளத்தில திரேசப் புதைக்கிறதுக்கு கிடங்கு வெட்டினானுக. இனிமே அதுதான் மூவிராசாப்பட்டினத்துக்காரனுக்கு சவுக்காலை என்டு பறுனாந்து சொல்ல அந்த மனுசங்க மறுப்பில்லாமத் தலையாட்டினாங்க.

அன்டைக்கு ராவு சித்தன் அணுங்கிக்கின்டு கிடந்தான்.

அவன் நினைப்பு அலை பாய்ஞ்சுகின்னு கிடந்துது. குருசுக் கொட்டிலுக்குள்ள நிலம் தகிச்சுக்கிடந்தமாதி இருக்க புரண்டு படுத்தான்.

பறுனாந்துவை வள்ளமேத்திக் கூட்டிக்கின்டு வந்த அந்த நாள் ஞாபகத்துக்கு வந்து கொண்டேயிருந்தது. அநியாயமாச் செத்துப் போனாளே திரேஸ்.

சித்தனுக்கு செத்துப்போன திரேஸ¬ நினைப்பு வந்து கொண்டேயிருந்துது.

வெகு நேரமாகியும் நித்தரை வராததினால எழும்பி நட்டியிருந்த குருசையே பாத்துக்கெண்டிருந்தான்.

இந்த இடத்தில குடித்தனம் பண்ணுகிற ஒவ்வொரு குடும்பத்தையும் ஆட்களையும் நினைச்சு ஆண்டவருக்கு ஒப்புக்கொடுக்கிறான் சித்தன்.

ஊரு பெருசாயிட்டுது. அதுக வந்து வழிபாடு செய்யிறதுக்கு உருமானமா ஒரு கோயில் இல்லையே என்ட நினைப்பு சித்தனக் குத்திக்கின்டே நிக்குது. அந்த நினைப்பு அவனை அலைக்கழிச்சபடி இருக்குது.

அவன் முடிவற்ற கடற்கரை மணற் பரப்பில் நடந்து கொண்டிருந்தான். எல்லா இடமும் நிலவொளி பரவிக்கிடந்தது. அவன் அந்த மணற் குன்றை நோக்கி நடந்து கொண்டிருந்தான். ஆனால் அந்த மணற்குன்று தூரத்தில் நகர்ந்து கொண்டிருந்தது.

கால்கள் வலிப்பது போல இருக்க அவன் கடலைப் பார்த்தபடியே அவ்விடத்தில் அமருகிறான். ஓ... இது நல்ல இடம்.

கடல் காத்து வேகமாக வீசுது. கடக்கரை மணல் காத்தில சுழன்டு வானமட்டும் எழும்புது. சித்தன் வியப்பாகப் பாத்துக்கொண்டிருக்கிறபோதே அந்த மணல் சுழன்டு ஒரு உருவமாத் தெரியுது. அது ஏசப்பாவின் தாயாகத் தெரிய மாதாவே என்டு சத்தமிடுகிறான். அந்த மாதா குருசுக் கொட்டிலுக்குள்ளயே வாறமாதி இருக்க சித்தன் திடுக்கிட்டு கண் முழிக்கிறான்.

கனவு. சித்தனுக்கு சிலிர்ப்பு.

இந்தக் கொட்டில பெருசாக்கி கட்டணும். விடிஞ்ச உடனே முதல் வேலையாப் பறுனாந்துவிடம் சொல்லணும். விடியட்டுமென்டு காத்துக்கிடந்தான்.

18

வழமைக்கு மாறாக கடல் மார்சா எகிறியது. கச்சானில் இருந்து மழை சரசரத்துக்கொண்டு பெய்தது. காத்து வெட வெடத்தபோதே கப்பித்தானாகிய டொன் பொஸ்கோவுக்கு மனசுக்குள் பட்டது. இது கடும் புயலுக்குத்தான். கப்பித்தான் கட்டளையிட்டான்.

"ஜீப்பில் இருந்த முதல் மூன்று பாய்களையும் இறக்குங்கள்."

கப்பல் சிப்பந்திகள் பாயை இறக்கினார்கள். மீதிப் பத்துப்பாய்களையும் காற்றுச் சாயலுக்கு ஓடும்படியாகத் திருப்பினார்கள்.

நேரம் செல்லச்செல்ல காற்று இன்னும் உரமாக வீசியபோது கப்பித்தான் கப்பலுக்கு துளவை போடும் பணியாளர்களை மிதமாக இயக்கும்படி சொல்லிவிட்டு கப்பலின் மேல்தட்டுக்கு வேகமாக விரைந்தான்.

சாந்தமரியாக் கப்பலின் நாலாவது நடையாக போத்துக்கல்லிலிருந்து பதின் மூன்றாவது நாளில் அந்த மிகப் பெரிய சூறாவளிக்கு முகம் கொடுத்தது.

அடை மழை! அந்தப்பகல் இருளாகியிருந்தது.

கப்பித்தான் தொலை நோக்கிக் காட்டியை கண்ணில் பொருத்தி கடலின் சுற்றுமுற்றும் பார்த்தான். அவன் தன் கலத்தோடு அந்த சமுத்திரத்தில் தனியாக பயணப்பட்டிருப்பது தெரிந்தது. துளவையை மிதமாக்கி கப்பலின் நகர்வைக் குறைத்துவிட்டுக்காத்திருந்தான். சூறாவளி அடிக்கத் துவங்கியிருந்தது.

கடல் அலைகள் வேகமாக எழுந்து ஆர்ப்பரிக்கத் துவங்கியிருக்க. கப்பல் காற்றுச்சாயலுக்கு சாயத் துவங்கியது. உயரமாக அடுக்கப்பட்டிருந்த பொதிகள் கட்டுக்கள் தெறித்து சரசரவென சரியத்தொடங்கியபோது கப்பித்தான் சிப்பந்திகளிடம் கப்பல் மேற்தளத்தில் அடுக்கி வைக்கப்பட்டிருந்த பொருட்களின் உயரத்தை சடுதியாகக் குறைத்து பரவலாக்கும்படி உத்தரவிட்டான்.

பல பக்கத்திலும் நின்று வேலை செய்து கொண்டிருந்த பணியாளர்கள் பரபரத்துக்கொண்டு மேற்தளத்தில் ஓடிவந்தார்கள். அவர்கள் கப்பித்தானின் கட்டளைப்படி இயங்கத் தொடங்கினார்கள். சுழற்றியடித்த சூறாவளியின் அலைகள் கப்பலினை அலைக்கழித்த போது அந்த மனிதர்களால் ஓரிடத்தில் சரியாக நிற்க முடியாதிருக்கத் தடுமாறினார்கள். கப்பலின் பயணப்போக்கு தாறுமாறாக அசையத்துவங்கியது.

மீகாமனால் சுக்கான் சில்லினை சீராகப்பிடிக்க முடியாதிருக்க அவன் அலறினான். கப்பல் திசை மாறிச் சுழலுவதை உணர்ந்த கப்பித்தான் சத்தமிட்டான்.

"ஏய், திசைமாற்றாமல் சரியாகப்பிடி."

"கப்பித்தான் என்னால் முடியவில்லை. கப்பலின் சுக்கானில் ஏதோ கோளாறு என்று நினைக்கிறேன்."

பெரிதான அலை கப்பலை மூடுவது போல எழும்பி சடாரென அடிக்க கப்பலின் ஜீப் மேலே ஏறி குத்தாக கீழே விழ கப்பலில் உள்ளவர்கள் அலறினார்கள்.

கப்பலின் மேற்புறத்தில் ஏகமாய்த் தண்ணீர் ஏறி தளத்தின் ஓட்டைகளால் வெளியேறுவதற்கு முன்னமே இடை விடாமல் அடுத்தொரு அலை ஏறி விழுந்தது.

இப்போது கப்பல் உருட்டிப் புரட்ட கப்பித்தான் மேற்தள பொதிகளை சல்லையாகப் பிரித்துப்போடும்படி கத்தினான்.

ஆயினும் கப்பலின் பாரம் ஒன்றும் குறையப்போவதில்லை என்று கப்பித்தானுக்குத் தெரியாமலில்லை. அவன் மீகாமனிடம் சொன்னான்.

“ஏய், நீ தடுமாறாதே. நான் கப்பலை ஒரு வழிக்கு கொண்டு வருகிறேன். அதுவரை பொறுத்திரு.”

இரண்டு மணி நேரமாக இடைவிடாது போராடினான் கப்பித்தான். கப்பல் வேலைக்காரர்கள் எல்லாரும் களைத்துப் போனார்கள். அவசரமாய் அபாய சங்கினை அலறவிட்டு உதவிக்கான சமிக்கை விளக்கை மேற்தளத்தின் கண்ணாடிக் கூண்டுக்குள் ஏற்றிச் சுழற்றும்படி சொன்னான். ஆனாலும் அவனுக்குத் தெரியும் அவனுக்கு இப்போது உதவி ஒன்றும் வரப்போவதில்லை.

“அங்கே பார் கப்பித்தான். நமது கப்பலின் சுக்கானின் ஒரு பகுதி சிதைவதைப் பார்க்கிறாயா. கப்பல் நீர்மட்டத்தில் இருந்து மிதக்காவிட்டால் இன்னும் கொஞ்ச நேரத்தில் கப்பல் மூழ்கி விடுவதைத் தடுக்கமுடியாது.

மீகாமனின் கத்தல் அங்கிருப்போரைப் பயமுறுத்த கப்பித்தான் ஓங்காரமிடும் கடலைப்பார்த்தான்.

கப்பித்தானின் நெஞ்சு பதைத்தது. தனது இத்தனை வருட அனுபவத்தில் இப்படியொரு கட்டளையை அவன் ஒருநாளும் விடுத்ததில்லை.

அவசரமாய்த் திரும்பவும் மேற்தளத்திற்கு ஓடிய கப்பித்தான் ஆவேசமாய்க் கத்தினான்.

“கப்பலில் உள்ள பொருட்களை எல்லாம் தூக்கி கடலில் வீசுங்கள். உயிர் தப்புவதற்கு இதைவிட வேறு மார்க்கமில்லை. வீசுங்கள்.”

கப்பல் சள்ளையால் தண்ணீர் வாங்கத் துவங்கியிருந்தது. இனிப் பயணம் சரிப்படாது. கப்பலின் நகர்வை நிறுத்த நங்கூரமிடும்படி கூவினான் கப்பித்தான்.

பணியாளர்கள் வீசினார்கள். பல்லாயிரம் பெறுமதி மிக்க பொதிகள் கடலில் வீசப்பட்டன. கப்பித்தானின் நெஞ்சு குமுறியது.

கப்பலின் சுக்கான் தெறித்து கப்பல் சுழன்றது. சுழன்ற வேகத்திலேயே சள்ளையில் உடைப்பெடுத்ததாகப்

பணியாளர்கள் சத்தமிட்டார்கள். இனி என்ன செய்வது. புயலின் அகோரம் குறையுமட்டும் உயிர் தப்ப வேண்டுமே.

இனி மாதாதான் இந்தக் கப்பலையும் மனிதர்களையும் காப்பாற்ற வேண்டும்.

அவன் தனது பிரத்தியேக அறைக்குள் ஓடினான். மாதாவே... மாதாவே...

மாதா சுரூவம் இருந்த பீடத்தை அண்டினான். திகைப்பாயிருந்தது. அங்கு இருந்த மாதா சுரூவத்தைக் காணவில்லை. அலறினான்.

கடல் மசமசத்துக்கிண்டு கிடந்துது.

தீயேசு வெள்ளாப்பில எழும்பி கடல் பாக்க நடந்தான். போன மாரியில கடல் பாக்கப்போன பாய்வாவிட கையில கிடைச்ச ஆம்பல் அவனைத் திடீர்ப் பணக்காரனாக்கிவிட்டிருந்தது.

இந்த வருசம் நமக்கு ஆம்பல் கிடைக்காதா என்ட நினைப்புத்தான் தீயேசுக்கு. கிடைச்சிட்டா ராசாதான். எப்பிடியும் எருக்கலம் பிட்டிச்சோனவனிட்டக் குடுத்து காசாக்கிரலாம். அவனுகளுக்குத்தான் அந்த யாவாரமெல்லாம் சித்திக்கும்.

தீயேசு கண்ணில அது பட்டபோது கிட்டப்போய்ப் பாத்தான். மாதா சுரூவம். நல்ல வடிவான மாதா. அந்த சுரூவத்த கையப்போட்டுத் தூக்கினபோது அவன் நெஞ்சுக்குள்ள குளிருது.

“தாயே எங்குருந்து தாயே வாறா.”

அந்த மாதா முகத்தில இருந்து சிரிப்பும் கண் பனிச்ச கருணையும் தீயேசுக்கு நிறைஞ்ச மாதி இருக்க அதை எடுத்த நெஞ்சோட அணைச்சுக்கிறான்.

மார்கழி எட்டாம் தேதி.

தீயேஸ் கொண்டு வந்து வைச்சிருந்த மாதா சுரூவத்தப் பாக்க சனம் முண்டியடிக்குது.

“கொற்கை பனிமய மாதா மாதியே இருக்கில்லா.”

“கடக்கரைக்கு ஆம்பல் பாக்கப்போன தீயேசுக்கு மாதாவே கிடைச்சிருக்கா. பிறவென்ன.”

குழந்தை ஏசு சாமியை கையில் ஏந்தியவாறு இருந்த அந்த வடிவான மாதா சுரூவத்தைப் பார்த்து அதில் நின்ற எல்லாரும் தெண்டனிட்டு தரையில் விழுந்தார்கள்.

சித்தனுக்கு எல்லாம் தெளிவாயிருந்துது. அவனுக்கு மாதாவே கனவில வந்து காட்டின செய்தி இதுதானென்டு புரிஞ்சுது.

"நீயேசு சுரூவத்த குருசுக்கொட்டிலுக்கு கொண்டுவா. எல்லாம் மாதா காட்டின படிதான் நடக்கணும்."

அந்த சுரூவத்த குருசுக் கொட்டிலில வைச்சு மெழுகுதிரி கொளுத்தி சேமாலை சொன்னாங்க.

சித்தன் கொன்சன் சாமியாருக்கு அறிவித்தல் குடுத்தான்.

"சாமி நம்ம பட்டினத்துக்கென்டு மாதா வந்திருக்கா தெரியுமா. கடல்வழியா வந்திருக்கா சுவாமி." அவன் தகவலில் உணர்ச்சி பொங்கியிருந்தது.

"எல்லாம் நமக்கு இனி வெற்றிதான். ஆரியப் பெருமாளிட்ட இருந்தும் மதுரைநாயக்கன் பிடியிலிருந்தும் உங்களுக்கு வெற்றியத்தந்த அந்த மாதாவுக்கு வெற்றிமாதா என்டு பேர் வைச்சிடுங்கப்பா." என்டு கொன்சன் சாமியாரு சொன்னத ஞாயிறு வழிபாட்டில் சித்தன் எல்லாருக்கும் சொன்னான்.

சுரூவம் கையில கிடைச்ச மார்கழி எட்டாம் திகதி மாதாவிட திருவிழாவக் கொண்டாடணும் என்டு சித்தன் சொன்னதுதான் வார்த்த.

சிலுவைக் கொட்டிலுக்கு புதுசா மாதா சுரூவம் வந்திருக்கின்னு கேள்விப்பட்டு அயல் அண்டைக்கிராமங்களில இருந்தெல்லாம் சனம் வந்து பாக்கத்துவங்கிச்சு.

கடையரு தலைவர் சிவத்திக்கிழவன் பாக்க வந்திருந்தாரு.

"ஆண்டவரும் மாதாவும் ஒண்ணாச் சேந்தாப்போலயே இருக்கீகளா. எங்க நாயத்தக்கேக்கிறதுக்கு ஒரு நாதியில்லாமக் கிடக்கோமே மாதாவே."

அவரு அழுது புலம்பினதப் பாக்க ஒரு கூட்டம் கூடிவந்துது.

"மக்கா. பதைக்க பதைக்க செத்துமடிஞ்ச சனத்துக்கு இப்பயும் ஒரு கேள்வி நாயமில்ல. முத்துக் குடுக்கயில்ல என்டதும் ஏசுசாமி வேதத்துக்குப் போனோமென்டதும் எங்களக் கொல்லுறதுக்கு ஒரு காரணமா. சொல்லுங்க? அவன் சங்கிலியன் போத்துக்கீசனப் பாத்துப் பயந்து எடுத்த அடாவடிக்கு நாங்க உசுரக்குடுத்திருக்கோம்."

கிழம தவறாம குருசுக் கொட்டிலுக்கு வந்து நெஞ்சில கிடந்த பாரத்தச் சொல்லி அழுகிற அந்தக் கடையரு தலைவரப்பாக்கும்போது நெஞ்சு அறுத்துக்கின்டு துயரந்தான் வெளிப்படுது. வடக்கால பரவருக வந்தாப்பிறகு குருசுக்கொட்டில் அவனுகளுக்கு கோயிலாப் போனது அவரு மனசில ஒரு மாதியாக இருந்தாலும் அந்தச்சனம் நாள் தவறாம விளக்கேத்தி சேமாலை சொல்லுறது உள்ளூரச் சந்தோசமா இருந்தது. கடக்கரை அத்துவானத்தில கவனிக்காமக் கிடந்த குருசுக் கொட்டில் இப்ப சுற்றம் சூழ குடியிருப்புக்குள்ள வந்திட்டுது.

அந்த மனுசன் உற்சாகமாக இந்தப்பக்கம் அடிக்கடி வரத் துவங்கியிருந்தாரு.

"பிள்ள கொஞ்சம் தண்ணி தா புள்ள." படலையடியில சிவத்திக்கிழவன் நிக்கிறது தெரிஞ்சுது.

வெளியில நின்டவர வளவுக்குள்ள கூப்பிட்டாக செல்லாம்மா.

கறுத்து மெலிஞ்சுபோன தேகம் எண்ணெய் காணாத முழுவதும் நரைத்த தலைமுடி பரட்டையாக தோள்வரை நீண்டு வளர்ந்திருந்தது. சுருக்கம் கிடந்த நெற்றியில இருந்து கீழிறங்கும் கண்குழியில் கவலையை அடைகாத்துக்கொண்டிருக்கிற கண்கள். கற்றை மீசை முழுவதும் நரைத்திருந்தது. சொரசொரத்த தாடி. கழுத்தில அழுக்குத் தோய்ந்த சேமாலையொன்றை அணிந்திருந்த வெற்று மார்பு. கட்டியிருந்த வேட்டியை இடுப்பிலிருந்து நழுவ விடாமல் கட்டியிருந்த பை வைத்த பெரும் பட்டி. அடிக்கடி துவைத்து சுத்தம் செய்யப்படுகிற அடையாளத்தோடு ஒரு சவுக்கம் அவரின் தோளில் கிடந்தது.

செல்லா கடையரு தலைவர் சிவத்திக்கிழவனப்பத்திக் கேள்விப்பட்டிருந்தா. அவரு குருசுக்கொட்டிலுக்கு வந்து போறதப் பாத்துமிருக்கா. அவரு வீட்டுப்பக்கம் வாறதப் பாத்த செல்லா ஓடோடிவந்து வரவேற்றாள்.

என்ன இருந்தாலும் இந்த மண்ணிலே வளமாய் வாழ்ந்து சங்கிலி ராசாவால் வதம் செய்யப்பட்ட சமூகத்தின் மூத்த மனுசனல்லவா என்ற எண்ணம் அவளுக்குள்ள ஓடியது.

படலையைத் திறந்து வளவுக்குள்ள வந்தவரு அந்த வீட்டையும் சுற்றத்தையும் கண்களால் அளந்தபடி முற்றத்தின் வெண் மணலில் குந்தினாரு.

அவரு இப்ப வந்திருக்கிறது ஒரு சாதி சனத்தின் தலைவராய் இருக்கிற பறுனாந்துவின் வீடு என்றவுடன் சிவத்திக்கிழவனுக்கு மனதில் அவரையறியாமலே ஒரு பயபக்தி தோன்றியது.

செல்லாம்மா செம்பில தண்ணியெடுத்துக்கின்டு வந்தவ, “வாங்க. அட மண்ணில இருந்திட்டிகளே. இருங்க பாய் கொண்டுவாறன்.”

அவசரமாக வீட்டுக்குள்ள போய் பனையோலைப் பாயைக்கொண்டுவந்து வேப்ப மர நிழலில விரிச்சாக.

“பரவால்லம்மா” என்றவரு மண்ணில இருந்து எழும்பி பாயில இருந்தாரு. செம்புத்தண்ணியக் குடிச்சவரிடம் “மல்லித்தண்ணி குடிக்கிறீகளா” என்டு குசினிக்குள்ள போனாக. சத்துநேரத்தில அடுப்புல தண்ணி வைச்சு கொத்தமல்லி அவிச்ச தண்ணிய வடிச்சு எடுத்துக்கின்டு பனையோலைப் பெட்டியில கருப்பட்டியும் எடுத்துக்கின்டு வெத்திலத்தட்டத்தோடு அவருக்கு முன்னால வந்தவுகள. சிவத்திக்கிழவன் பாத்தாரு.

பறுனாந்து நல்ல மனுசன் என்டு கேள்விப்பட்டவருதான். அவரு மனுசியத் தெரியாதே. இப்பதான பாக்கிறாரு.

சங்கிலி ராசா செய்த கொடுமையப்பத்தி செல்லாம்மா அறிஞ்சிருந்தாலும் அந்தப்பாடுகள அனுபவிச்சு தப்பிப் புழைச்சிருக்கிற இந்த சீவன் சொல்லுற கதையக் கேட்கணுமின்டு செல்லாமாவுக்கு ஒரு ஆவல் இருந்துது.

வீட்டுக்கு சிவத்திக்கிழவன் வந்திருக்காரு என்டு கேள்விப்பட்டு விரசா வந்து சேந்தாரு பறுனாந்து.

“வாங்கய்யா. வீட்டுக்கு வந்திருக்கீக. இருந்து சாப்பிட்டுத்தான் போகணும்.”

வளவுக்குள்ள வந்துகொண்டே சொன்ன பறுனாந்துவைக் கண்டதும் அந்த மனுசனும் பாயில இருந்து அவசரமாய் எழும்புறாரு.

“நீங்க இருங்க... இருங்கய்யா” என்ற பறுனாந்து செல்லாவிடம் மத்தியானம் ஐயாவுக்கும் சேத்து அரிசியப்போடச் சொன்னாரு.

“எதுக்கு அதெல்லாம்.”

“இல்ல முதல் முதல் வந்திருக்கீக. இருந்து சாப்பிட்டுப் போங்க.”

புருசனும் பொஞ்சாதியும் மாறி மாறி சிவத்திக்கிழவனை வரவேற்றதும் கவனிச்சதும் அந்த மனுசனுக்கு சந்தோசமாய் இருந்தது.

சிவத்திக்கிழவன் கதைச்ச கதைய செல்லா ‘ம்’ கொட்டியபடி கேட்டுக்கொண்டே இருந்தாள். “எதென்டாலும் ஆளுறவன எதுக்க முடியுமா. நீங்க புத்திசாலியா இருந்திட்டுப்போங்க. ஒண்டிக்குடியா இருக்கிற நமக்கு எதுக்கு ரோசமும் மானமும்.” தன்னட இனஞ்சனத்த சாவக்குடுத்த துயரத்தச் சொன்ன சிவத்திக்கிழவனப் பார்க்க பரிதாபமாயிருந்தது.

“ந்தா பாரு தம்பி. நாங்க கடையருக சேந்து கட்டின பூமிதான் இந்த மன்னாருத்தீவு. இப்ப நீங்க உசுரு தப்பி இங்க வந்திருக்கீக. வடகடலும் தென் கடலும்தான் நமக்கு ஒசீவனம். ஒற்றுமையா இங்க இருந்திட்டுப்போவோம்.”

அவர்களுக்கு அந்தப்படுகொலை சம்பவத்தை ஒரு போதும் மறக்க முடியாது. அந்த வேதனையில் இன்னும்தான் அந்த கடைய மக்கள் உழன்று கொண்டிருந்தார்கள்.

பறுனாந்து முத்துக்குளித்துறையில இருக்கிற தன்னட சனத்த நினைக்கிறாரு.

இன்னும் பாளையக்காரன் ஆரியப் பெருமாளின் தலையை வாங்கின பயலுகளின் தலைய வாங்காம விடமாட்டேன் என்டு மதுரைநாயக்கன் உறுமிக்கின்டுதான் திரியிறான் என்டு மாசத்துக்கு ஒரு தடவையாவது அங்கிட்டுப் போய்வாற சித்தன் சொல்லியிருந்தான்.

இனி இங்க யாருடனும் சண்டை சச்சரவு இல்லாம இருக்கிறதுதான் புத்திசாலித்தனமெண்டு பறுனாந்திட உள் மனசு அவனுக்கு கற்பிக்குது.

“வெற்றிமாங்குடியிருப்பு சம்பேதுருக்காரனுகளயும் கிட்ட எடுத்து ஒரு குடியாக இருந்திரணும். அவனுகள எங்கிட்டும் போகவிட்டிரப்படாது. நல்லது கெட்டது எதுவென்டாலும் நமக்கு ஒண்ணுதான்” என்டு பறுனாந்திட மனசுக்குள்ள ஒரு நினைப்பு ஓடுது.

செல்லாம்மா பரிமாறின சாப்பாட்ட நல்ல மனமாச் சாப்பிட்டு ஏப்பம் விட்டாரு சிவத்திக்கிழவன். இப்பிடியொரு ஆறுதல் அவருக்குத் தேவையாயிருந்துது.

வந்த இடத்தில இங்க இருக்கிற நமக்கு ஒரு விக்கினமும் வந்திரக்கூடாது என்டு பறுனாந்து நினைப்புக்கு ஏத்தமாதிரியே சிவத்திக்கிழவனும் கதைச்சது கடைய ஆட்களின் ஒரு நேச அழைப்பாக இருந்துது.

“குற்றம் குறைய விடுங்க. காத்து ரெட்சிக்கிற ராசாவே சனத்துக்கு மேல வேலெடுத்துப் பாய்ச்சுகிற கொடுமைய நாங்க அனுபவிச்சிருக்கோம். நீங்க இங்க வந்திட்டிக. இனி உங்க பிழைப்ப பாத்துக்குங்க.”

செல்லாம்மா கதையோட கதையாகக் கேட்டாக.

“தெக்கால காணி பூமி ஏதுங்கிடைச்சா நல்லது. சோளகத்துக்கு தொழில் செய்யலாமின்னு.”

சிவத்திக்கிழவன் மூஞ்சி சட்டென்டு மாறிப்போச்சு. அவருக்கு தான் கடையரு தலைவன் என்ட நினைப்பு மேலிட சவுக்கத்தை எடுத்து உதறிப்போட்டுத் தோளில போட்டவரு கொஞ்சம் ராங்கிக் குரலில கதைச்சாரு.

“ஏய் புள்ள. அந்தப்பேச்சே வரக்கூடாது. ஏதோ அங்கிட்டுப் பிரச்சினப்பட்டு வந்திருக்கீக. வடக்காலயே ஒங்க பொழைப்ப பாத்துக்குங்க.”

சிவத்திக்கிழவனிட இந்த தோரணை மாற்றத்தையும் கதையையும் கிணற்றடியிலேயே நின்டு கொண்டு அவதானிச்ச பறுனாந்துவுக்கு நெஞ்சில சூடாகக் கோடிழுத்தமாதி வலிச்சுது.

"அதென்ன கதய்யா. எங்களுக்கு இல்ல. அப்ப துலுக்கப் பயலுகளுக்கு காணி பூமிய விப்பீகளோ."

பறுனாந்து சத்தமாய்க் கேட்க கடையத் தலைவரு சிவத்திக்கிழவனிட மனசுக்குள்ள துணுக்கிற்று.

பாளையக்காரன் தலைய எடுத்த பயல். கொஞ்சம் கவனமாத்தான் கதைக்கணும். அவர் நினைப்போடே பயமும் ஒட்டிக்கொண்டது.

19

ஞாயிற்றுக்கிழமை பூசை முடிந்திருந்த போது தலைப்பாகைக் கட்டுடன் ஐந்து குதிரை வீரர்கள் அந்த மணல் மேட்டில் தோன்றினார்கள். அவர்கள் வரிசை கோர்த்து மண் மேட்டில் நின்றதைப் பார்க்க புதினமாக இருந்தது.

வந்தவர்கள் சங்கிலி ராசாவின் பணியாட்கள் என்று சொல்லிக்கொண்டார்கள். அவர்களில் பாவிலு என்பவன்தான் இந்தப் பகுதிக்கு பட்டங்கட்டி என தன்னை அறிமுகம் செய்து கொண்டு கதைத்தான்.

இவர்கள் இங்கு குடிவந்திருந்த போது அரச காரியம் என்று பார்த்து விசாரித்துவிட்டுப்போன பட்டங்கட்டிப் பாவில இப்போது வந்திருக்கும் வரத்து ஒரு தினுசாக இருந்தது. இப்போது பட்டங்கட்டி பறுனாந்து முன்பு பவ்யம் காட்டி நிற்பதை எல்லாரும் பார்த்தார்கள்.

"நீங்கள் புதுசாக் குடிவந்த ஆட்கள் என்டு கேள்விப்பட்டு ராசா உங்களை சந்திக்கச் சொல்லியிருக்கிறார்."

அவன் குதிரையை விட்டு இறங்கிய தோரணையிலேயே அவன் மாவீரன் என்பது தெரிந்தது.

"நீங்கள் ஒன்டுக்கும் பயப்பிடத் தேவையில்ல. இது சங்கிலி ராசாவின் வட ராட்சியம். நீங்கள் இந்தியாவில முத்துக்குளித்துறையைச் சேர்ந்தவங்கள் என்டது ராசாவுக்குத் தெரியும். உங்களுக்கு இங்க வாய்ப்பான தொழில் இருக்கு. உங்களுக்கு இந்த மன்னார் வளை குடாக் கடலில முத்துக்குளிக்கிற சந்தர்ப்பத்தை ஏற்படுத்தி தருமாறு ராசா சொல்லியிருக்கிறார்"

என்றவன் அவன் கையில் பட்டுத்துணியால் சுற்றி வைத்திருந்த சிறிய மரப் பெட்டியை பறுனாந்துவின் கையில் கொடுத்தான்.

எல்லாரும் அந்தப் பெட்டியைப் பார்த்தபடி இருக்க பறுனாந்து பெட்டியைத் திறந்து பார்த்தாரு. அதில் சில முத்துக்களும் சில தங்க நாணயங்களுடன் ஒரு கடிதமும் இருந்தது. பறுனாந்து கடிதத்தை எடுத்துவிரிச்சாரு. சங்கிலி மன்னனின் அரச இலட்சணையுடன் அந்தக்கடிதம் இருந்தது.

'புதிதாக மன்னாருக்கு வந்திருக்கும் பரதவ குலத்தாருக்கு எனது வணக்கங்கள். நான் உங்களை வரவேற்கிறேன். இங்கு நீங்கள் எனது பாதுகாப்புடன் என்றென்றும் வாழலாம். நீங்கள் மதுரை நாயக்கன் படைக்கு ஒரு போதும் அஞ்சத்தேவையில்லை. நான் உங்களைப் பற்றி பல விடயங்களை அறிந்திருக்றேன். சிறீமான் பறுனாந்து அவர்களை நான் நேரில் சந்திக்க விரும்புகிறேன்.'

இப்படிக்கு

அரசர் சங்கிலி

பறுனாந்துவுக்கு அது இன்பமாகவும் அதிர்வாகவும் இருந்ததால் அவருக்கு அன்றிரவு உறக்கம் வரவில்லை.

சங்கிலி ராசாவின் அழைப்பு பற்றியே நினைத்துக்கொண்டு கிடந்தாரு.

போகவேண்டும். சங்கிலி அரசனை நேரில் பார்க்கிற சந்தர்ப்பம். விட்டுவிடக்கூடாது. அவர் என்னவெல்லாம் தன்னிடம் கேட்பார். அதற்கு என்னதான் பதில் சொல்லவேண்டும் என்ற கணக்கில் அவருக்குள்ள அனேக கூட்டல்களும் பெருக்கங்களும் இருந்தன.

அன்று இரவு பட்டங்கட்டியின் ஆள் வந்து லிகிதம் கொடுத்துவிட்டுப் போயிருந்தான்.

சங்கிலி ராசா வருகை. பேய் முனையில் சந்திப்புக்கு அழைக்கப்படுகிறீர்கள். இரகசியம் காக்கவும். அவ்வளவுதான் அதில் எழுதியிருந்தது.

பறுனாந்துவுக்குள் அப்போது எழுந்திருந்த பதட்டத்தை சற்று இளைப்பாறுதலோடு கலைக்க வேண்டியதாயிருந்தது.

பறுனாந்துவோடு சென்று சங்கிலியனைச் சந்திக்க சித்தனும் அவர்களோடு மொறாயசையும் பெரேராவையும் இணைத்துக்கொள்வது என்று அவர் தீர்மானித்துக்கொண்டார்.

பேய் முனை. மன்னார் தீவிலிருந்து வடகிழக்காக மாந்தைத் துறைமுகத்தோடு ஒட்டிய ஒரு ஏகாந்த இடம். பறுனாந்து குழுவினரை சந்திப்பதற்காகவே சங்கிலி ராசா பேய் முனைக்கு வருகிறார் என்ற செய்தி பறுனாந்துவை சிலாகிக்க வைத்திருந்தது.

சங்கிலியன் பிரமுகராகக் கருதும் ஒருவரை சந்திப்பது என்று தீர்மானித்துவிட்டால் அதற்கான இடம் நேரம் என்பதையும் அவனேதான் தெரிவு செய்வான். அவனது பாதுகாப்பு அதிகாரிகளின் ஆலோசனையின் பேரில்தான் அது எல்லாம் நடக்குமாம் என்று பட்டங்கட்டி பறுனாந்துவுக்குச் சொன்னார்.

பாதுகாப்பு, இலகுவில் தப்பிச் செல்லும் மார்க்கம் என்பதையெல்லாம் முன்கூட்டியே அவன் செய்து விடுவான் என்பதால் அந்த நிகழ்வு காத்திரமானதாய் அமைந்துவிடும்.

பறுனாந்துவின் பயண ஒழுங்குகள் பயணப்பாதை பற்றிய அறிக்கை சங்கிலி மன்னனுக்கு பட்டங்கட்டி மூலம் அறிவிக்கப்பட்டிருந்ததால் கடலில் சில விசேட ஏற்பாடுகளை சங்கிலியனின் கடல் பாதுகாப்பு வீரர்கள் செய்திருப்பதை பறுனாந்து புரிந்து கொண்டார்.

அதிகாலையிலேயே பறுனாந்து குழு வெளிக்கிட்டது. கடலடி குறைவாயிருந்தது. மன்னார்த் தீவுக் கடல்பகுதியின் எந்தக் கரைப்பகுதியில் இருந்து பேய் முனைக்கு வெளிக்கிட்டாலும் திசை மாறப்போவதில்லை என்ற உத்தேசம் அவர்களுக்கு நம்பிக்கையளித்திருந்ததால் அது பற்றி அவர்கள் பெரிதாக அலட்டிக் கொள்ளவில்லை. பெரேரா மிகச்சிறந்த கடலோடி என்பது ஒரு ஆறுதல். அவன்தான் சுக்கானில் நின்றுகொண்டிருந்தான். 'பாயோட்டு' என்றபடியால் பேய் முனைத் தூரத்திற்குச் செல்லுவதற்கு எப்படியும் நண்பகல் ஆகிவிடும்.

பறுனாந்துவின் படகு கடலில் நகருவதை அவதானித்தபடி பூநகரிக்கடலில் இருந்தபடியே சங்கிலியனின் பாதுகாப்பு பிரிவினர் அவதானிப்பதை பறுனாந்து அறிந்திருக்கவில்லை.

வலப்புறத்தில் தூரத்தில் தெரிந்து கொண்டிருந்த நிலப்பரப்பை கண்வைத்தபடி அந்தப்படகு போய்க்கொண்டிருந்தது.

பறுனாந்துவின் படகு அந்த வடகடலின் நீர்பரப்பில் மிதந்து கொண்டிருந்தபோது எதிரே தெரிந்த படகில் இருந்து ஒருவன் வெள்ளை போட்டுக்கொண்டிருந்தான். அவன் போட்ட வெள்ளை தமக்கு தரும் அழைப்பு என்பதைப் புரிந்துகொள்ள அதிக நேரம் எடுக்கவில்லை. தண்டுப்போக்கை நிறுத்தி பெரேரா சுக்கானைத் திருப்பினான்.

அந்தப்படகு வேகமாக தண்டு போட்டு தம்மருகே வந்தது. அது பெரிய படகு. அதில் ஆறுவீரர்கள் ஆயுதபாணிகளாய் நின்றுகொண்டிருந்தார்கள். சற்று நேரத்துக்குள் கயிற்றினால் தமது படகோடு பறுனாந்துவின் படகை இணைத்துக்கொண்டார்கள்.

அந்தப் படகின் தண்டுக்காரர்கள் எட்டுப்பேராக இருந்ததால் படகு நீரைக்கிழித்தபடி வேகமாக பேய் முனைக்குள் பிரவேசித்தது. படகுகள் முழங்கால் அளவுத் தண்ணீரில் நங்கூரமிடப்பட்டு எல்லாரும் இறங்கினார்கள். பறுனாந்துவும் ஆட்களும் அந்த முனையில் நின்றபடி கடலைப்பார்க்கிறார்கள். முக்கோணமாகத் தெரிந்த இருகரைகளிலும் பசுங்குன்றுகளைப்போல காட்டின் தொடர்ச்சி நீண்டிருந்தது.

கிலுவையும் தாழைகளும் கல்லுடைப் பற்றைகளும் செறிவாக வளர்ந்து நிற்கும் அந்த அடர்த்தியை சந்தி பிரித்து ஓடுகின்ற சிற்றோடையும் அது எழுப்பும் சலசலப்பு ஒலியும் வானம் மறைத்த முகடுகளுமாக இருந்த அந்தக்காடும் அங்கு தத்தி விளையாடும் சிறு குருவிகளின் கீச்சொலிகளும்.

பற்றை கடந்து பளிச்சென்று காற்றுக் குடைந்து பல்லுருக்களாய் படர்ந்திருந்த வெண்மணலும்தான் அந்தப் பேய் முனை. அது இயற்கை அழகை அள்ளி வீசிக்கொண்டிருந்தது.

நூறு பேர் தரித்து நின்று செல்லக்கூடிய ஒரு பாதுகாப்பான மறைவான இடமாக இருந்ததால்தான் சங்கிலியனின் பாதுகாப்பு அதிகாரிகள் இந்த சந்திப்புக்காக அதைத் தெரிவு செய்திருக்கிறார்கள் என்று பறுனாந்துக்குப் புரிந்தது.

வாடைக்கும் கோடைக்கும் தன் கோலத்தை மாற்றாமல் பசுமையாய் நிலைத்திருக்கும் அந்த வெளியின் மண்மேட்டைப்

பார்க்க வியப்பாக இருந்தது. அந்த மேட்டில்தான் சங்கிலிராசா தன்னை சந்திக்கப்போகிறார் என்ற நினைப்பில் லயித்துக்கொண்டிருந்தார் பறுனாந்து.

அடர்ந்த பற்றைக்காடுகளுக்கு மத்தியில் ஒரு சந்திப்பை பறுனாந்து நினைத்துக்கூடப் பார்க்க முடியவில்லை.

"பறுனாந்து... சங்கிலியன் தன்னிட பாதுகாப்ப உறுதிப்படுத்திக்கின்டு கூப்பிடுற இடத்தப் பாத்தீகளா."

"என்னதான் இருந்தாலும் ராசா இப்படி அனாமதேயத்தில உங்கள சந்திக்க கூப்பிடுறது எனக்குப் பிடிக்கயில்ல." சித்தன் அவனிட அதிருப்தியச் சொன்னான்.

"சங்கிலியனோட கதைக்கும்போது கவனமாக் கதைக்கணும்."

பறுனாந்து மறக்காமல் சங்கிலி ராசா பட்டங்கட்டி மூலம் கொடுத்துவிட்ட மரப்பெட்டியையும் கொண்டு போயிருந்தாரு.

அதைத்திறந்து பார்த்தாரு. அந்த முத்துக்களும் பணமும் சங்கிலியன் கையொப்பமிட்ட கடிதமும் அப்படியே இருந்தன.

சற்று வேளைக்குள் மற்றுமொரு படகு கடலில் தெரிந்தது. அதோ அரசர் வருகிற படகு என்றவுடன் வீரர்கள் ஆயத்தமாக கரையில் நின்றனர். அந்தப்படகு வேகமாக கரைக்கு வந்தது. அந்தப்படகில் தண்டாளிகள் தவிர்த்து மூன்று பேர் நின்றுகொண்டிருந்தார்கள். அதில் நடுவில் நின்றவன்தான் சங்கிலியனாக இருக்கவேண்டும் என்று பறுனாந்து ஊகித்துக்கொண்டார்.

அதிகம் கொழுத்திராத இறுக்கமான ஒரு உருவம். ஆறரை அடி உயரம். மார்பு அகன்றிருந்த நடுவயதுக்காரன். மீசையோடு நீண்ட தாடி. மேற்சட்டை அணியாமல் பளபளத்த சால்வையொன்றை மேனி மறைக்கப் போர்த்தியிருந்தான். மாநிற வெற்று மார்பில் மணி மாலைகள் அவன் கம்பீரத்துக்கு அழகாக இருந்தன. தலைமுடியை தோள்வரை வளர்த்து படியச் சீவியிருந்தான். தீட்சண்யமான கண்கள் நொடிக்கொருதடவை அலைந்தது.

சங்கிலியன் கரைக்கு நனையாமல் இறங்கிவருவதற்கு ஏற்ற வகையில் அந்தப்படகினை உரைப்பாய்ச்சிப் பிடித்துக்

கொண்டார்கள் வீரர்கள். படகிலிருந்து இறங்கிய சங்கிலியனும் ஆட்களும் அங்கே நின்று கொண்டிருந்த பறுனாந்துவைப் பார்த்து கையசைத்தது பறுனாந்துக்குப் பெருமையாக இருந்தது.

சங்கிலியனின் அழைப்பில் சினேகிதம் இருப்பதாக ஒரு பிரதானி மெதுவாகச் சொன்னபோது பறுனாந்து அதனை அதிஸ்டம் என்றுதான் நினைத்தார்.

சங்கிலியனை அழைத்துக்கொண்டு பேய் முனையின் நடுப்பகுதிக்கு வீரர்கள் அழைத்துச்செல்ல பறுனாந்துவும் ஆட்களும் அவர்கள் பின்னே நடந்தார்கள்.

சங்கிலியனோட படகில் கூட வந்தவர்கள்தான் அவனது பிரதம ஆலோசகர் வித்தியாதரரும் பண்டிதருமாக இருக்கக் கூடும்.

அவர்கள் நின்று கொண்டிருந்த இடத்திலிருந்து சற்றுத்தள்ளி ஆயுத வீரர்கள் இடை வாளுடனும் கையில் ஈட்டியுடனும் நாலாபக்கமும் பார்த்தபடி நின்றுகொண்டு அது பாதுகாப்பான தருணம் என்பதை உறுதிப்படுத்தினார்கள்.

சங்கிலி ராசா அங்கு வந்திருந்த நால்வரில் பறுனாந்துவைக் கண்டவுடன் அடையாளம் தெரிந்துகொண்டு சிலாகித்தது பறுனாந்துவுக்கு ஆச்சரியமாக இருந்தது.

அவர்கள் பேச்சுவார்த்தையை ஆரம்பிப்பதற்கு முன் ஒரு நறுமணம் தோய்ந்த ஆடையையும் ஒரு கெளரவ உடை வாளையும் சங்கிலியன் பறுனாந்துவுக்கு பரிசாகக் கொடுத்தான்.

அவர்கள் பேச ஆரம்பித்தார்கள்.

அங்கு சங்கிலியன்தான் அதிகம் கதைத்தான். அவன் கதைத்ததில் கொஞ்சம் அநாவசியம் என்று பறுனாந்துக்கு தெரிந்தாலும் முகமாற்றம் இல்லாமலே அதைக் கேட்டுக் கொண்டிருந்தாரு.

“போத்துக்கீசனிடமிருந்து யாழ்ப்பாண மண்ணைக் காப்பாற்ற எனக்கு உதவ வேண்டும்” என்று பறுனாந்துவின் கையைப் பிடித்துக் கேட்டுக்கொண்டான்.

“நீங்கள் மட்டும் உங்களின் புரட்சி இயக்க உறுப்பினர்களை எனக்காகத் தந்துதவினால் நான் சந்தோசப்படுவேன்” என்றான்.

பறுனாந்துவுக்கு திக்கென்றிருந்தது.

"இல்ல. அவங்க யாரும் இப்ப தனியா இல்ல. இப்ப குடும்பப் பொறுப்புக்களோட இருக்கிறாங்கள். அவங்களை நான் இனி ஒரு போதும் அழைக்க முடியாது."

"இல்லைப் பறுனாந்து. நீங்கள் சொன்னால் எதுவும் நடக்கும். நீங்கள் இந்த விசயத்தில் எனக்குதவினால் நான் பரவர்களுக்காக எதையும் செய்வேன்." சொன்னவன் தன் வலது கையை சத்தியம் செய்வதுபோல பறுனாந்துவின் தலைமேல் வைத்தான்.

பறுனாந்துவுக்கு அது சங்கடமாக இருந்தது.

"என்னால் அது முடியுமென்று நினைக்கவில்லை." பறுனாந்து வார்த்தையை விடத் தயங்கினார்.

சங்கிலியன் விடுவதாயில்லை. "நீங்கள் பரவர்கள். கத்தோலிக்கர் என்பது எனக்குத் தெரியும். நீங்கள் எந்த மதத்தையும் வைத்துக்கொள்ளுங்கள். ஆனால் ராச்சியம் என்னுடையது என்பதை மறக்க வேண்டாம்."

சங்கிலியன் அதைச் சொல்லிக் கொண்டே தன் நீண்ட தாடியில் கை விரல்களை விட்டு நீவியபடி சொன்னான். "பறுனாந்து நான் உங்களை மன்னார் தீவுக்கே தலைவனாக்குகிறேன்."

"வேணாம். அப்பிடியேதும் வேணாம். என் மக்கள் எனக்குத் தாற மரியாதையே போதும்."

"பறுனாந்து... போத்துக்கீசனை விரட்டிய பிறகு நான் சூடிக்கொள்ளப்போகும் கிரீடம் பெரிசு. தெரியுமா."

இடையில் அவர்களிடம் கதைப்பதற்கு ஒன்றுமில்லை என்பது போல நீண்ட நேரம் பேசாமல் இருந்தார்கள்.

"ம். சொல்லுங்கள் பறுனாந்து."

பறுனாந்துவுக்கு எப்படிப் பேச்சை ஆரம்பிப்பது என்று தெரியவில்லை.

"எப்படியிருக்றது எங்கள் ராட்சியம். புதிதாக வந்திருக்கும் உங்களுக்குப் பிடித்திருக்கிறதா."

“மிகப் பிரமாதம். ஆனால், கொன்சன் சாமியார் உங்களைப் பற்றிச் சொல்லியிருந்தாரு.”

“என்ன?”

பறுனாந்து பதிலளிக்கு முன்னமே சங்கிலியன், “ஓ... நான் நடத்திய பட்டிம் தண்டனைகள் பற்றிச் சொன்னாரோ.”

“ம்.”

சங்கிலியன் முகம் கறுத்தது.

“அதுபற்றி நீங்கள் என்ன நினைக்கிறீர்கள் பறுனாந்து.”

“அது மிலேச்சத்தனமான படுகொலை.” பறுனாந்து வழமை போல பயமில்லாது அதைச் சொன்னாரு.

“ஓம். படுகொலைதான். நான் அவசரப்பட்டுவிட்டேன். தவறு” என்றவன் கொஞ்சநேரம் தன் தலையைப் பிடித்துக்கொண்டான். அந்த இடம் நிசப்தமாக இருந்தது.

“அதுதானே. மன்னனை யார்தான் தண்டிப்பது. என்ன சொல்கிறீர்கள்.”

அவன் தன் குரலைத் தாழ்த்திச் சொல்ல பறுனாந்து அதிர்ந்து போனாரு. பறுனாந்துக்கு மட்டுமல்ல அங்கிருந்த எல்லாருக்கும் அது ஆச்சரியமாக இருந்திருக்கக் கூடும். சங்கிலியன் அவன் செய்த தவறை நியாயப்படுத்த நினைக்கவில்லை. அவன் குற்றத்தை ஒப்புக்கொள்கிறான் என்பது வியப்பானதுதான். ஆனால் சொன்னான்.

கடையருகளை பட்டிமில வைச்சு வெட்டிக் கொன்றபிறகு தளபதி வர்ணசேனனுக்குப் பைத்தியம் பிடித்திருந்ததை நினைத்துப் பயந்ததைப் பற்றியும் அவனது உறக்கமற்ற பொழுதுகளையும் பற்றி குரல் நடுங்கிச் சொன்னான்.

“நான் உறக்கம் வராமல் எத்தனை நாள் விழித்துக்கொண்டே இருந்திருக்கிறேன். இப்போதும் இரவில் உறங்குவதற்குப் பயமாக இருக்கிறது” என்றும் சொன்னான்.

அவன் செய்த கொடுமைக்கு அவன் பச்சாத்தாப்படுவது போல இருக்க பறுனாந்து தொண்டையைக் கனைத்துக்கொண்டு சொன்னாரு.

"இறந்து போனவர்கள் கனவில் வரத்தானே செய்வார்கள். யாராலும் அதைத் தடுக்க முடியாது. இனிமேலாவது கிறீஸ்தவர்கள் மட்டில் கவனமாக இருங்கள்."

அதுற்குப் பிறகு சங்கிலியன் நீண்ட நேரம் கதைக்காமல் இருந்தான். பிறகு அவன் அந்தக் கடற்கரையின் தூர வெளியைப் பார்த்தபடி பறுனாந்துவிடம் தாழ்ந்த குரலில் கதைத்தான்.

"பறுனாந்து... மன்னார் வளைகுடாப் பெருங்கடலிலும் வடக்கில பாக்கு நீரிணையிலும் நீங்க எங்க வேணுமென்டாலும் தொழில் செய்யுங்க. வடக்கிலயும் தெற்கிலும் கூட நீங்கள் தொழில் செய்யலாம். சிலாவத்துறை அரிப்புத்துறையிலும் போய் நீங்கள் முத்துக் குளிக்கலாம். ஆனால் முத்துக்குவியல ராசதானிக்குத்தான் விக்கணும் விளங்கிற்றா."

அரசனானவன் இத்தனை தூரம் தன்னுடன் தனது பரவ மக்களுக்காக இசைந்து கதைத்துக் கொண்டிருப்பதை நினைத்து ஒரு விசை பெருமைப்பட்டுக் கொண்டாரு பறுனாந்து. அவரு பெருமைப்பட்ட அந்த மாத்திரத்திலேயே சங்கிலியன் தொனியை மாற்றி தன் காதருகே இரைச்சலாகக் கதைத்தது மனதுக்கு கஸ்டமாக இருந்தது.

"கடையருக செய்த தவறு அதுதான். நமது சொத்தான முத்துவளத்தை எனது அனுமதியின்றி போத்துக்கீசனுக்கு வித்ததுதான். அதற்குத்தான் அந்தத் தண்டனை. சரி... சரி அதிருக்கட்டும். சாயவேர்த் தொழில் அரசனுக்குரியது" என்று சொல்லி மெதுவாகச் சிரித்தான்.

"அதை யாரும் செய்வதற்கு நான் அனுமதி கொடுக்க மாட்டேன். பறுனாந்து அதில் நீங்கள்தான் கவனமாக இருக்கவேண்டும். மீறுகிறவர் யாராய் இருந்தாலும் தண்டனையுண்டு."

சங்கிலியன் கடைசியாகச் சொன்ன கதை எல்லாவற்றுக்குமான எச்சரிக்கை என பறுனாந்துக்குப் பட்டது.

பதினைந்து நாழிகைதான் அந்த சந்திப்பு நடந்தது. புறப்பட்டார்கள்.

20

"மதுரைநாயக்கன் இப்ப கொன்சன் சாமியாருக்கு எதிரா நிக்கிறான். இப்ப அவரு நம்ம ஊருக்கு வந்து நிக்கிறதுதான் உசிதம். நான் அதற்கான ஏற்பாடுகளை செய்யுறன்" என்டு சித்தன் வள்ள மோட்டி மூலமாக பறுனாந்துக்கு செய்தி சொல்லி விட்டிருந்தான்.

வெற்றிமாங்குடியிருப்பில இருந்து வெலிச்சோர் தலிமாவு தலைமையில நாலு பேரு சம்பேதுருவில இருந்து மிராந்த தலைமையில நாலு பேரு மூவிராசப் பட்டினக்காரனுக என்டு பத்துப் பதினைஞ்சு பேரு குருசுக்கொட்டில் கோயிலில கூடிவந்திருந்தாங்க. பறுனாந்துதான் அவனுகள வரச்சொல்லி விட்டிருந்தாரு.

"ந்தா நல்லாக் கேளுங்கப்பா. நம்ம கொன்சன் சாமியாரு வாற ஞாயிற்றுக்கிழம இங்க வரப்போறதாக தகவல் வந்திருக்கு."

பறுனாந்து அதைச் சொன்னதும் வந்திருந்தவனுக ஏகத்துக்கு குதூகலிச்சுக் கூத்தாடுறானுக.

அவனுகட ஆர்ப்பரிப்பை அடக்கி அமைதிப்படுத்துறாரு பறுனாந்து.

"சத்தம் போடாம சொல்லுறதக் கேளுங்க மக்கா."

சித்தன் சத்தமாய் மக்கள் பிரதிநிதிகளைக் கேட்டுக்கொள்ள அடங்குறானுக.

"எப்போதும் நம்ம நல்லது பத்தியே நினைச்சுக்கின்டும் கதைச்சுக்கின்டும் இருக்கிற மனுசன்தான் சாமியாரு. இப்ப அவருக்கு அங்க வில்லங்கமென்டு கேள்வி. கண்டிகளா.

ஞாயிற்றுக்கிழம காத்தால பூசை முடிய பத்து மணிக்கு குருசுக்கொட்டிலில ஒரு கூட்டம் வைச்சிருக்கோமப்பா. நாம இங்க வந்து இத்தின நாளும் ஆண்டவனேயென்டு ஒரு விக்கினமுமில்லாம இருந்திட்டோமில்லா. வாற சாமியார நல்லாக் கவனிக்கணும்."

"கொன்சன் சாமியாரு நம்மளையெல்லாம் பாக்க வாறாராம்" என்ட கதையில சனம் சந்தோசப்பட்டபடி காரியம் பாத்துது.

"ந்தா சாமியாரு இங்க வந்து மெச்சிறமாதி நடந்துகிள்ளணும் கண்டிகளா. இக்கட்டில இருந்த நேரம் நம்மளையெல்லாம் ஒண்ணுசேர வள்ளம் ஏத்தி அனுப்பின மகராசன் அவரு. நல்லமாதி நடந்துக்கிள்ளுங்கப்பா" என்டு ஆளாளுக்கு உசார் ஏத்திக்கின்டு திரியிறானுக மூணு பட்டினக்காரனும்.

அதுகளுக்கு எப்ப ஞாயிற்றுக்கிழம வரும். கொன்சன் சாமியாரு முகத்தப் பாப்போமின்னு ஆவல்.

மதுரைநாயக்கனிடம் பிடிபட்ட பதினாலு பேரையும் உண்டு இல்லையென்று அவன் ஆக்கியிருந்தான். விசாரணை என்ற பெயரில் அடித்து தும்பை ஆக்கியிருந்ததால் பிடிபட்டவர்கள் உண்மையைக் கக்கியிருந்தார்கள்.

பாளையக்காரன் செய்த அட்டூழியம் ஒன்றும் சபைக்கு வரவில்லை. பாளையக்காரனைக் கொடூரமாகக் கொன்றவர்கள் மீது இருந்த பிராதுதான் பெரிதாக இருந்தது. கொன்சன் சாமியாருதான் அவர்களையெல்லாம் இலங்கைக்கு அனுப்பியிருந்ததாகத் தகவல் தெரிந்தவுடன் சாமியார் மேலே அவனது கோபம் திரும்பியது.

"அந்த சாமியப்பிடிச்சு சிரச்சேதம் செய்து விடுங்கள் அரசே."

"அது அத்தனை சுலபமில்லை தளபதி. நாம் நினைப்பது போல அவன் சாமான்யமானவன் கிடையாது. போத்துக்கீசனின் பாதுகாப்பில் இருப்பவன். அது தவிர ஓரியூரில் அருளானந்து முனிவனின் தலையை வெட்டிப்போட்டதற்காக ராசனுக்கெதிராக கலகம் நடந்ததை நாம் மறந்துவிடக்கூடாது."

மதுரைநாயக்கன் நெற்றியைச் சுருக்கினான்.

"அப்படியென்றால் தண்டனை."

“ம்கூம். அவனில் நாம் கை வைத்தால் கொற்கை வாழ் பரவர்கள் நமக்கெதிராக கலகம் செய்ய வாய்ப்பிருக்கிறது. அப்பகுதியில் அவன் மிகுந்த செல்வாக்குடையவன் எனக் கேள்விப்பட்டேன்.”

“அந்தச் சாமியாரை கொன்றுவிடவேண்டும். ஆனால் அது அரசர் செய்ததாக இருக்கக்கூடாது.”

“சமயம் பார்த்து முடித்துவிடுங்கள். கோபம் கொண்ட இந்துக்களால் கொல்லப்பட்டதாக கதையை முடித்துவிடலாம்.”

மதுரைநாயக்கனுக்கு கொன்சன் சாமியாரைத் தண்டித்து தனது ஆத்திரத்தைப் பழி தீர்த்து விட வேண்டும் என்ற நினைப்பைத்தவிர வேறொன்றுமிருக்கவில்லை.

கொன்சன் சாமியாருக்கு எதிரான நடவடிக்கைகள் மதுரை சமஸ்தானத்தில் ஆரம்பிக்கப்பட்டிருப்பதாக தகவல் தெரிந்திருந்தது.

அவர் அவசரகதியில் சித்தனையழைத்துக் கதைத்தார்.

“சித்தா, நெலம எனக்கெதிராவே இருக்கு கண்டியா. கொஞ்ச நாளைக்கென்டாலும் நான் அங்கிட்டு மன்னாரில வந்து நின்னாத் தேவலயோன்னு தோணுது.”

சித்தனுக்கு சந்தோசமாக இருந்தது. அவன் கூடவே அவரோட இருந்து தேற்றினான். அவர்கள் யாருக்கும் தெரியாமலே வள்ளம் ஏறினார்கள்.

சாமியாரு வந்து பூசை வைச்ச ஞாயிற்றுக்கிழமை குருசுக் கொட்டில் கொள்ளாத சனம். திமுதிமுவென்டு எல்லா ஆம்புளைகளும் ஓடுபட்டுத்திரியிறானுக. சாமி சாமி என்டு அவரிட்ட கைய நீட்டிக்கின்டு முண்டியடிச்சு முன்னால வருது சனம். அதில நிக்கிற எல்லாருக்கும் ஞானமுழுக்கு குடுத்த சாமியல்லவா. அவரும் ஆக்களப்பாத்து அவனவன் பேரைச் சொல்லிக்கூப்பிடுறாரப்பா. ஆச்சரியமாத்தான் இருக்கு.

“புள்ளகளா... நீங்க எல்லாரும் நல்லாருக்கணும். ஏசப்பா தந்திருக்கிற புது வாழ்க்க இது மறந்திராதீக. ஆண்டவரு மேல விசுவாசமா இருந்துக்கோங்க. உங்க குருசுக் கொட்டிலுக்கு

புதுசா ஒரு மாதா வந்திருக்கால்ல அந்த அம்மாவ நல்லா சேவிச்சுக்கிங்க. அவ ஜெயம் தருகிற வெற்றிமாதா."

அவரு இப்பிடிச் சொன்னதும் 'வெற்றிமாதா வாழ்க'ன்னு கூட்டத்தில இருந்து ஒருத்தன் கத்தினான். அதுக்கு அம்புட்டுச்சனமும் 'வெற்றிமாதா வாழ்க'ன்னு ஆர்ப்பரிக்குது.

"மார்கழி எட்டில கோயில் திருவிழாவ வைச்சிக்கிங்க. குருசுக்கொட்டிலப் பிரிச்சிட்டு புதுசா கல்லாலயும் மண்ணாலயும் நீங்கதான் ஒரு கோயிலக் கட்டணும். நானு வந்து பூசை வைக்கிறன்" என்டு கொன்சன் சாமியாரு சொன்ன போது அந்த சனம் வானத்துக்கும் பூமிக்குமாக குதிக்குது. "அப்பிடியே செய்யுறோம் சாமி" என்டு ஏகமாக் கத்திச் சொல்லுதுக.

கொன்சன் சாமியாருக்கு ஓய்வு தேவையின்னு வீட்டிற்கு அவரைக்கூட்டி வந்திருந்தாரு பறுனாந்து. சாமியாரைக் கண்டவுடனே செல்லாம்மா ஓவென்னு அழுதா.

"திரேஸு செத்துப் போனா சாமி."

அது அவருக்குத் தெரிந்த செய்திதான் என்டாலும் சாமியாரு புதுசாக அதைக் கேட்பதுபோல மௌனமாக நின்ற நிலை பரிதாபமாக இருந்தது. செக்குண்டாவும் ஓடிவந்து நின்றாள். சாமியாருக்கு திரும்பவும் அந்த சனத்தப் பாத்தது மெத்த சந்தோசம். எப்பிடி எப்பிடியோ மாற வேண்டியவங்க வாழ்க்கை இப்ப இப்படி தேசம் கடந்து நிக்கிறதே என்டு அவரும் கண் கலங்கினாரு.

சாயங்காலம் கொன்சன் சாமியாரு காலாறக் கடக்கரையில போய் இருக்கணுமின்னு வெளிக்கிட்டபோது பறுனாந்தும் கூடவே போயிருந்தாரு. சித்தனும் வந்திருந்தான்.

பறுனாந்துக்கு தான் அடிக்கடி கனவில காணுற உடக்குப் பாஸ் பற்றி அவரோட கதைக்கணுமென்டு மனம் கிடந்த அடிச்சுக்குது.

"நம்ம ஊரு தாழையில காட்டுற உடக்குப் பாஸ இங்க காட்டினா என்ன பாதர்."

கொன்சன் சாமியாருக்கு பறுனாந்து சொன்ன கதையில சட்டுன்னு கவனம் ஓடாம இருந்துது. “பாதர், அது எங்கட கலாசார அடையாளம் பாதர். அத விட்டுப்போட்டு நாங்க இங்க இருக்க முடியாது.”

கொன்சன் சாமியாரு பறுனாந்துவை கண்களை அகல விரிச்சபடி பாக்கிறாரு.

“அது சிரமமில்லையா.”

“அதத்தான் பாதர் நானும் சொன்னன்.”

சித்தன் தன் பங்குக்கு எடுத்த எடுப்பில அவநம்பிக்கைய விதைச்சான்.

“ஏனுங்க பாதர், நம்ம ரொட்ரிக்கோ மேஸ்திரி ஐயாவிட்டச் சொல்லி ஒரு உடக்காண்ட வரச் செய்து இங்க கொண்டுவர முடியாதா. நீங்க மட்டும் ‘ம்’ன்னு சொல்லுங்க பாதர் மிச்சத்த நான் பாக்கிறன்.”

கொன்சன் சாமியாருக்கு பறுனாந்துவைப் பற்றித் தெரியாதா என்ன? அவன் ஒரு காரியத்த நினைச்சிட்டால் அதை அவன் செய்யாமல் விடமாட்டான்.

அவரு மனசுக்குள்ள பாளையக்காரனுக்கு எதிரா பறுனாந்து நடத்தின அந்தப் புரட்சி பற்றின நினைப்பு வந்து போனது.

கொன்சன் சாமியாரு சித்தனப் பாத்தாரு.

“தம்பி அது உங்க ஆளுக பெருமையா வைச்சு நடத்திற ஒரு கலை. அத இங்கிட்டும் கொண்டுவந்து நடத்திறது சாத்தியம்னா... அதக் கொண்டுவாறதுக்கு நான் ஏனுப்பா தடையா இருக்கப்போறன். எல்லாம் ஏசு சாமிக்குத்தான் மகிம.”

அவர்கள் பொழுது சாயும் வரை அனேகம் கதைகளைக் கதைத்தார்கள்.

“சரிதான். இப்ப இங்க இந்த சனத்துக்கு எதைச்செய்யணுமோ அதச் செய்துகிள்ளுங்கப்பா. நான் ரொட்ரிக்கோ மேஸ்திரியாரிட்ட சொல்லி ஏற்பாடு செய்யிறன்.”

சித்தனுக்கு தலைகால் தெரியாத சந்தோசம். உடக்கு என்டவுடனே சித்தன் அத இங்க எப்பிடிப் பண்ணலாமின்னு யோசிக்கத் துவங்கிட்டான்.

சளசளவென்டு தண்ணியில விழுந்து எழும்பிப் போனது காவாக்கூட்டம்.

ராசனுக்கு கண்ணில் பட்ட அந்தக் கிளுவைப் பத்தைக்குள்ள இருந்து ஒரு புள்ளு கிறீச்சிட்டுப் பறந்ததைப் பார்த்தவனுக்கு சந்தேகம். ஓடினான். ராசனுக்கு புள்ளு முட்டை பொறுக்கிப் பழக்கமிருந்தது.

அவன் ஆலந்தலைக்காரன். அவன் பெருமணல் பக்கம் புள்ளுக்கூட்டத்துக்குப் பின்னாலேயே அலைஞ்சு முட்டை பொறுக்கித்திரிஞ்சவன் என்ற படியாலதான் இங்க தீடையில புள்ளுப் புழக்கம் இருக்குமென்டு தீர்க்கமாச் சொன்னான்.

ராசன் குரூசு. தீடை புது இடம் என்ட படியால தனியாப் போறதுக்குப் பயந்தான். அவன் மச்சினனையும் கூட்டாளிமார் ரெண்டு பேரையும் கூட்டிக்கின்டு இந்த முறை நாலுபேரா வெளிக்கிட்டிருந்தான். அவன் நினைச்ச மாதியே தீடையில அம்பாரம் புள்ளுப் புழக்கம் இருந்தது. ராசன் குரூசுக்கு சந்தோசம் தாள முடியல. குதிச்சான். வளர்ந்து பருத்திருந்த அந்தப் பெரிய ஆம்புள துள்ளினதும் குதிச்சதும் ஒரு தினுசாத்தான் இருந்துது.

வெய்யில் மண்டையை துளைச்சுது. சுத்திவர உப்புத்தண்ணி. கண்ணுக்கெட்டுற வரைக்கும் நீண்டு கின்டிருந்த தீடைப்புட்டி தலைமன்னார் துவங்கி தனுஸ்கோடி வரைக்கும் இருக்கும் என்டு அவன் மனசுக்குள்ள போட்ட கணக்கு உண்மைதான். ஒவ்வொரு தீடைக்கும் இடையில ஒரு காதம் தூரந்தான் கண்ணுக்குத் தெரிஞ்சுது. அவனுக்கு எல்லாத் தீடையிலயும் போய் புள்ளு முட்டை எடுக்கணுமென்டு மனம் பரபரத்தது.

“நீர்வாடு இழுக்காட்டி நீச்சலிலேயே போயிறுவன்டா” என்டு வீறாப்புக் கதைச்சான்.

“மச்சான் அப்பிடித்தான் தெம்மாடு கினக்கா தண்ணியில இறங்கிறாத. சுழிஇழுத்து செத்துக்கித்துப் போயிறாத” மச்சான் கூஞ்ஞு நக்கல் மாதரி சிரிச்சுக்கின்டு எகத்தாளமாச்

சொன்னாலும் அதுதான் உண்மை எங்கிறது ராசன் குரூசுக்குத் தெரியும். தீடையில இருக்கிற சில்லம் பயங்கரம். அதில விழுகிறவன் பிணமாத்தான் மிதப்பான்.

பதினொரு மணிக்கு பசித்தது. கடும்பசி.

அவனுக சுமக்கத் தோதாக உரித்துணியால சுத்தி தூக்கின்னு வந்த கஞ்சிப் பானைய அவிழ்த்துப் பாத்தான் மச்சான் கூஞ்ஞு. கஞ்சி குளிந்து போய்க்கிடந்துது. எல்லாருக்கும் தாராளமாக் காணும். மத்தியானம் உண்டெனப்போட்டு வைச்சு மிஞ்சிற சோத்த வேர்த்துப் போறதுக்கு முந்தியே தண்ணிய ஊத்தி வைச்சு காத்தால புளியோதரை சேத்து வெங்காயம் சுள்ளென்டு பச்சை மிளகா போட்டுக் கரைச்சு பதமா வைச்சா அடுத்தநாள் பொழுது சாயுமட்டும் தாக்குப் புடிக்கிற ஆகாரம்தான் அந்தக் கஞ்சி. பானைக்குள்ள மணிக்கட்டு வரைக்கும் கைய விட்டுக் கரைச்சான் கூஞ்ஞு. வெய்யிலுக்கு நாவில பட்டா தேவாமிர்தம்தான்.

கொண்டு வந்திருந்த பூவரசு இலையைக் கையில குடுத்து ஆளுக்கொரு பிடி குடுத்தான் ராசன் குரூசு. அவன் தொட்டுக்க வைச்சிருந்த கருவாட்டு அரைப்புக்கு கஞ்சி சோக்கா இருந்துது. இலையில வாய வைச்சு உறிஞ்சின ராசன் குரூசுக்கு கை மடக்குக்குள்ளால தெரிஞ்ச கிளுவப் பத்தையில கண்போய்ச்சு.

“ந்தா. கிளுவைக்குள்ளதான் புள்ளுப் புழக்கம். சுருக்காத் தின்னு. பாப்போம்.”

அவன் சொன்ன மாதியே அந்தக் கிளுவைக்குள்ளதான் புள்ளு முட்ட இருந்துது. சொரசொரத்த மணலை கிண்டின பள்ளத்திலேயே அம்பாரம் முட்டை இருந்துது. அந்தக் கிளுவைக்குள்ளயே கனக்கப் புள்ளு முட்டையிட்டிருந்ததப் பாத்து ராசனும் பயலுகளும் பரவசப்பட்டானுகள்.

ராசன் முழங்கால மடிச்சு அலுங்காம பக்கத்திலே உட்கார்ந்தான். அவன் ஆலந்துறையில புள்ளு முட்டை எடுத்து விக்கிறவனாக இருந்தபடியால் அவன் பதவிசா அந்த முட்டைய அதுவும் வேகமாக எடுத்தது பயலுகளுக்கு ஆச்சரியமாக இருந்தது.

அவனுக கொண்டு வந்திருந்த பறியின் அடியில் இலைதலையப் பிச்சுப் போட்டு முட்டைகள எண்ணியபடி அடுக்கத் துவங்கினான் ராசன்.

கூஞ்ஞு முட்டைய எடுத்து பச்சையாவே உடைச்சுக் குடிச்சான். உவர்ப்பாய் தொண்டைக்குள்ள அது இறங்கினதை அவன் சுவைத்தது போல பாவனை காட்டினான்.

அதுக்குப் பிறகு ஒரு சில்வான புள்ளுமுட்டைகளை அள்ளி எடுத்துக்கின்டு பொழுது சாயுறதுக்கு முன்னுக்கு கிழக்கால நடந்தானுக ராசனும் பயலுகளும்.

மணியாச்சி மண்புட்டி தாண்டி அந்தப் பயலுகள் நடந்தபோது பகல் முழுவதும் அலைஞ்ச அலுப்புத் தெரிஞ்சுது. மண்புட்டி ஏத்தத்தில ஏறுறதும் இறங்கிறதுமாக நடந்தவன்களுக்கு திரும்பவும் பசித்தது. கடக்கரையோரமாக நீண்டிருந்த தென்னந்தோப்புக்குள்ள போனானுக.

இளநியை ஆய்ஞ்சு குடிச்சிட்டு வழுக்கையைத் திண்டவனுகளுக்கு பசியடங்கியிருந்தது.

கூஞ்ஞுதான் சொன்னான்.

“மச்சான் எதுக்கு நாம வீணா கிழக்கால நடக்கணும். பயலுகட்ட முட்டையக் குடுத்து ஊருக்குள்ள வித்துக் காசாக்கிற வழியப்பாரு மச்சான். நாளைக்கும் தீடைக்கு வரணுமில்லையா.”

அந்த யோசனை சரிபோலத் தெரிஞ்சதால ராசன் ஒத்துக்கின்டான். கூட்டாளி மாரில ஒருவன் மச்சான் கூஞ்ஞுவோட வெற்றிமாங்குடியிருப்புக்கு போறது என்டும் ராசன் குரூசும் அடுத்தவனும் மேற்கிலுயே தங்கிறது என்டும் கதைச்சானுக.

அன்டைக்கு ராவு ராசன் குரூசுக்கு அந்த இடம் படுக்கிறதுக்கும் தின்னுறதுக்கும் தோதா இருந்தது.

புள்ளு முட்டைக்கு கிழக்கில நல்ல கிராக்கி இருக்குதென்டு ராசன் குரூசுக்குத் தெரியும் அவன் ஒரு கணக்கு வைச்சுக்கொண்டான்.

தென்னந்தோப்பிலேயே தென்னையோலை எடுத்து மரத்தோட சாய்ச்சு வைச்சுக்கின்டு ராவு படுத்தெழும்புறதுக்குத் தோதா ஒரு குடில் அமைச்சுக்கின்டானுகள். தென்ன மரத்து அடியில தலைய சாய்ச்சுப் படுத்த ராசனுக்கு புள்ளுமுட்டை வேட்டை அமோகமா இருந்தது திருப்தி. முட்டையைக் கொன்டு போனவனுகள் இம்புட்டுக்கும் கிழக்கால வெற்றிமாங்குடிக்குப் போய்ச் சேந்திருப்பானுக என்டு ஒரு கணக்குப் போட்டபடியே அயந்து போனான்.

சள்ளு சள்ளென்டு வெச்சடிச்சிக்கின்னு வந்த செவ்வல மடக்கி வளைச்ச வலை. குறுகிச்சு... ராசன் குரூசு ரெண்டு கடலுக்கும் நடுவில சம்மாட்டித் தெனாவெட்டோட நின்டுகின்டிருந்தான். மீன் அம்பாரம் பட்டிருந்துது. ராசன் குரூஸ் சம்மாட்டி மிடுக்கோட மேற்புறமும் கீழ்ப்புறமும் ஆணையிட்டுக்கின்டே நடக்கிறான். கொள்ளையாப் புடிச்ச மீனை அம்பது காவுதடியில மளமளவென்டு கரைவலைகாரன் கொண்டோடுறானுக.

பப்புல காயுற கருவாட்டுக்கு ஏக கிராக்கி. வண்டிகட்டி வந்த சோனவ வியாபாரிகளோட சம்மாட்டி ராசன் குரூசு பேரம் பேசுறான். கையில அம்பாரம் காசு. ந்தா உனக்கு... ந்தா உனக்கு... என்டு ராசன் குரூசுச் சம்மாட்டி தொழிலாளிக்கு கிழமக்காசு குடுக்கிறான். சட்டென்டு முழிப்பு வந்து பாக்கிறான். விடிஞ்சிருந்துது. அட கனவு.

விடியக்காத்தால வாற கனவு பலிக்குமென்டு சொல்லுவாக.

மனம் கிடந்து அலைய ஆரம்பிச்சுது. ராசன் குரூசுக்கு சம்மாட்டி யோகம் கிடைக்கிறமாதி கற்பனையில கிடந்தான். புள்ளுமுட்டை கிடைச்ச தீடையிலேயே கரைவலை வளைக்கணும். அவன் மனம் வைராக்கியப் பட ராசன் குரூசு சிரிச்சான். ச்சா, என்னமாதி வாழ்க்கையப்பா அது. ஏன் அப்பிடி நாம சம்மாட்டியா வாழக்கூடாது. அவன் மனம் எதிர்காலத்தைக்கற்பிக்க ராசன் குரூசு மலர்ந்து போய் கிடந்தான்.

காலையில எழும்பி அவன் கிடந்த தென்னந்தோப்புக்கு வடக்கால நடந்து பார்த்தான். பனங்கூடலுக்குள்ளால போய்க்கொண்டிருந்த வண்டித் தாரையில நடந்தான்.

கடக்கரையில இருந்து தெக்கால விரிஞ்சிருந்த நாவற் காடும் முந்திரியும் மணலும் அவனுக்குப் பிடிச்சிருந்துது. மண்புட்டிக்கு அடுத்து விசாலிச்சுக்கிடந்த தரவையும் சமதரையும் ஆயிரம்பேர் கூடி வாழக்கூடிய இடம்மாதிரி அவன் கண்ணுக்குத் தெரிஞ்சுது. கொஞ்சம் தூரத்தில இருந்த ஊறணி. தண்ணி பாய்ஞ்சு ஓடக்கரையாகியிருந்தது. காலை நனைத்தான் சில்லெண்டிருந்துது. கையால அளாவி நாக்கில வைச்சுப் பாத்தான்.

"அட நல்ல சோக்கான தண்ணி."

அவனுக்கு அந்த இடம் பிடித்திருந்தது.

பசித்தது. மரத்தில் ஏறி முட்டுக்காயாகப்பாத்து ஆய்ஞ்சு உடைத்து சாப்பிட்டான். கூட இருந்த பயலுக்கும் குடுத்தான். அவர்கள் வயிறார சாப்பிட்டார்கள். பேசாமல் இந்த இடத்திலேயே இருந்திரலாமா. இருந்திட்டால் நல்லது. புள்ளுமுட்டை எடுத்து வியாபாரம் பண்ணிக்கலாம். அத்தோடு கனவில வந்தமாதிரி ஒரு கரைவலைக்கு ஏற்பாடு செய்து இனஞ்சனத்தக் கூட்டிவந்து சம்பாரிக்கலாம்.

ராசனுக்கு தலைமன்னார் மேற்கு நல்லாப் பிடிச்சிருந்துது. எங்க இருந்தாலும் பொழைப்புத்தான் முக்கியம்.

நினைச்சமாதிரியே எப்போதும் புள்ளுமுட்டை அவனுக்கு ஒரு சில்வான கிடைச்சுது.

போனவருசம் மேற்கால தொழிலுக்கெண்டு போன ராசன் குரூசும் ஆட்களும் அங்கேயே தங்கிவிட்டது பறுனாந்துக்கு கவலையாக இருந்தது.

"என்னடா இது பொழைப்புக்கெண்டு போனவனுக திரும்புறான் இல்லையே. இங்க என்னதான் குறைச்சல் என்டு போற போற இடத்தில தங்கிடுறானுகளே. மாதாவே, நாளைக்கு ஒன்டென்டால் கொன்சன் சாமியாருக்கு வகை சொல்லணுமே."

அவருக்கு மனம் பாடுபட்டது.

ராசன் குரூசும் பயலுகளும் குடும்பம் குட்டியோட தொழிலுக்காக போய்த் தங்கியிருந்த இடம் தலைமன்னார் மேற்கு. புதுசா

குடிமனை ஒண்னு போட்டிருக்கானுக என்டு பறுனாந்து அங்க போய்ப் பாத்திரணும் என்டு தவிச்சுக்கிடந்தாரு.

"ராசன் நீ சொல்லுறமாதி அது உருமானமா பொழைக்கிற இடந்தானென்டா நா ஏனப்பு கேட்கிறன். மேற்கால கிடக்கிற நீங்க எப்பிடியம் நல்லது கெட்டதுக்கு இங்காலதானப்பு வரணும். தண்ணியக்கடந்து ராமேஸ்வரமா போயிருவீக. எதுக்கும் நானும் ஒரு நடை நடந்து அங்கிட்டு வந்து பாத்துக்கிறன்."

அடுத்த நாளே வண்டியக்கட்டிக்கின்டு பறுனாந்து வெளிக்கிட்டாரு. பனங்கூடலுக்குள்ளால வெளிச்ச இடமெல்லாம் காட்டு வாசனைதான். இலந்தையும் ஈச்சையும். வழிநெடுக மோட்டையும் தரையுமாக இருந்த அந்தக்காட்டு நிலம் பாக்கிறதுக்கு ரம்மியமா இருந்துது.

ராசன் குரூசு சொன்னபடி அந்த ஊரு நல்லா இருந்ததப்பாத்து மனுசன் பரவசப்பட்டுப்போனாரு. "சரிதான்ல. இங்கயே பத்திரமா இருந்துக்குங்க. நீங்க எங்கிட்டு இருந்தாலும் மார்கழி எட்டுக்கு அங்க வந்திரணும் கண்டிகளா. வாற வருசம் தாழையூர் உடக்காண்டவர் பாசக்காட்டணுமின்டு அடுக்குப்பண்றோம். விளங்கிச்சா, வந்துருங்க."

அடுத்த கிழமை பறுனாந்து கொன்சன் சாமியாரக் கூட்டிக்கின்டு போய் முதல் பூசை வைச்சுக் கூட்டிக்கின்டு வந்தாரு.

21

மல்லிப்பட்டனத்துச் சோனவனுக சம்பேதுரு துறையில வந்து இறங்கின நாள் துவங்கி கரைச்சல் குடுத்துக்கின்டேதான் இருந்தானுக. சாமத்தில வள்ளத்த கரைப்பாய்ச்சிறதும் ஓடுறதும் ஒளியுறதுமா அவனுக செய்த வியாபாரம் சங்கிலி ராசாவுக்கும் ஒப்பயில்ல போத்துக்கீசனுக்கும் ஒப்பயில்ல. முடிஞ்சவரைக்கும் மிராந்த சொல்லிப்பாத்தாரு.

"இஞ்சேருங்கடா, இதெல்லாம் மனுசன் குடியிருக்கிற இடத்தில செய்யுற வேலையா சொல்லுங்க. நாங்க தப்பிப் புழைக்க வந்த இடமில்லையா இது. நீங்களுக செய்யிற இந்த வேலையால எங்க பேரு கெட்டுப்போகுதப்பா. நாயமா நடந்து கொள்ளுவீகளா."

மிராந்த கேட்டதுக்கு நல்ல பதில் ஒண்ணும் கிடைக்கயில்ல.

ஒரு கிழமைக்குப் பிறகு விடியப்புறத்தில வந்து இறங்கின போத்துக்கீச சைன்னியத்துக்காரன் வீடு வீடாக் கிண்டினான். எங்கடா வைச்சிருக்கீக... யாருடா கொண்டு வந்தது... ஆரு ஏத்தினா ஆரு இறக்கினாவென்டு கேள்விக்கு மேல கேள்வி. விரானாப் பத்தைக்குள்ள இருந்த அம்பாரம் சாயவேருக்கட்டிய எடுத்துக்கின்டு போனான் போத்துகீச சைன்னியத்துக்காரன்.

அவன் போய் சத்து நேரத்தால கடத்தல்காரன் அய்யூப்பு அவன் ஆக்களோட வந்து நின்டான். சவேரித் தலிமாதான் சொல்லிக் குடுத்தமென்டு அந்தப் பயலப்புடிச்சு நடுத்தாரையில் கம்பு நாட்டிக் கட்டி வைச்சு அடிச்சான் அய்யூப்பு.

"அய்யூப்பு இப்பிடியுமாடா ஒரு இளந்தாரியப்புடிச்சு வதைப்பாங்க. அவுத்துவிடு."

மிராந்த சத்தம் போட்டாரு.

“எவன்டா கேக்கிறது” என்டு முன்னுக்கு வந்தான் அய்யூப்பு.

இருவது வயசும் இருக்காது அந்தப்பய புள்ளைக்கு. மிராந்த எந்தாப் பெரிய மனுசன். ஒரு மட்டு மரியாத இல்லாம வாயப்போட்டதுமில்லாம வந்த வரத்தில அந்த மனுசனுக்கு அடிச்சும் போட்டான்.

ஊர்ப்பெரிச அடிச்சுப்போட்டான் அய்யூப்பு என்ட படிக்கு சும்மா இருப்பானா சம்பேதுருக்காரன்.

அவனுகளும் என்ன ஏதுஎன்டு கதைக்கப்போய் ரெண்டு பக்கத்தாலயும் விட்டுக்குடுக்கிறானுக இல்ல.

அதில வந்து நிக்கிற பெருசுகளுட கதைக்கும் மரியாத இல்லாமப்போகுது. அடிரா புடிரான்னு வெளிக்கிட்டவனுக ஆளும்பேருமா மாறி மாறிச்சண்டை. சம்பேதுருப் பயகல் வீட்டுச் செத்தையில செருகியிருந்த திருக்கவாளையும் மண்டாவையும் தூக்கின்டு சந்தியில இறங்கிட்டானுக.

அன்டைக்கு ராவு ஒருத்தரும் நிம்மதியா வீட்டில நித்திரை கொள்ளயில்ல.

மாட்டுப்பட்டிப் பக்கம் மாடுகளிட அலறல் சத்தம் விடியுமட்டும் கேட்டுக்கொண்டிருந்துது. விரானாக் காட்டுக்குள்ள இருந்து சம்பேதுருக்குள்ள சரமாரியா வந்து விழுந்த கல்லுகளுக்குப் பயத்தில பொண்டுகளும் குட்டிகளும் குடிசை வீடுகளச்சாத்திட்டு மாதாவே மாதாவே என்டு கிடந்துதுக. சோனவப்பயக தீப்பந்தங்களோட ஓடித் திரிஞ்சது வீட்டுக்குள்ள முடங்கினதுகட காதில இரைச்சலாக் கேட்டபடியே இருந்தது.

சம்பேதுருக்காரன் ராங்கியாத் திரிஞ்சான்.

“சோனவப்பயக எவனும் கையில மாட்டினா சாவடிப்பன்” என்டு எல்லா இளந்தாரியும் கொக்கரிச்சுக்கின்னு திரிஞ்சானுக.

ராவு முழுக்க கொட்டுக்கொட்டுன்னு முழிப்புத்தான். விரானாக்கு நேரெதிரே இருந்த சம்பேதுருக்காரன் வாடிகளுக்கு நெருப்பு வைச்சிருக்கானுக அய்யூப்புட ஆளுக. நீட்டுக்கு ஐஞ்சாறு வாடி எரிஞ்சு சாம்பலாப் போச்சு. விடியப்புறம் பட்டிக்குள்ள இருந்த மாடுகளக் காணயில்ல. பட்டியத் திறந்துவிட்டு அடிச்சு

ஓட்டியிருக்கிறானுக. விரானாக்காட்டுக்குள்ள ஏகப்பட்ட மாடுகள வெட்டிப்போட்டிருந்தானுக. சம்பேதுருக்காரன் தலையில கைய வைச்சான். வாயில்லாப்பிராணிகளுக்கு ஈவு இரக்கமில்லாமக் கைய வைச்சிட்டானுகளே. வண்டிக்குமில்ல பாலுக்குமில்ல என்ட கணக்கில ஏகப்பட்ட நஸ்டம் என்டபடிக்கு பறுனாந்து ஐயாட்ட பிராது கொண்டு போயிருந்தான் சம்பேதுருக்காரன்.

பறுனாந்து சீறினாரு. அவரிட கண்ணு சிவந்து போய்க்கிடந்துது.

"என்னப்பா, குடியிருப்புக்குள்ள பூந்து அநியாயம் பண்ணியிருக்கானுக உங்காளுக. அவனுகளுக்கு வக்காலத்து வாங்கின்னு வந்திருக்கிறீரு. பத்துப்பதுனைஞ்சு மாடுகளப் புடிச்சு அறுத்திருக்கானுக. வாடிக்கு வேற நெருப்பு வைச்சிருக்கானுக. இத சும்மா விட்டிற முடியுமா. எனக்குத் தெரியாது காசீமு. நான் பட்டங்கட்டிக்கு பிராது அனுப்பப் போறன். குற்றவாளி தண்டனை அனுபவிக்கத்தானே வேணும் காசீமு."

காசீம் காக்கா தலை குனிஞ்சபடியே நின்டாரு. அவரு மல்லிப்பட்டணத்துக்காரரு. அய்யூப்பும் அவனிட ஆட்களும் ஆடின ஆட்டத்துக்கு எதிரா பரவருக கெம்பிக்கின்டு எழும்பினா விரானாக்குடியிருப்புத் தாங்காது என்டத அறிஞ்ச மனுசனாயிருந்தபடியால மன்னிப்புக்கேட்டுக்கின்னு வந்து நிக்குது அந்த மனுசன்.

அறுவது வயசென்டாலும் இருக்கும் அவருக்கு.

வந்த இடத்தில மருவாதையா இருக்கத்தெரியல்ல இந்தப் பயலுகளுக்கு. செய்யிறதுக்கு எம்மாத்திரம் தொழில் இருக்கு. இவனுக சங்கிலியனையும் ஏமாத்தி போத்துக்கீசனையும் ஏமாத்தி இருக்கப்பட்ட எங்களையில்லா கொருவான் குடுக்கப் பாக்கிறானுக."

அவரு குற்றத்தை ஒப்புக்கொள்ளும் விதமாகவே கதைச்சாரு.

"யாரு காணும் அய்யூப்பு, சொல்லுங்க. பட்டங்கட்டியிட்ட புடிச்சுக் குடுத்துருவோம்."

காசீம் காக்கா பதில் சொல்லாம மௌனம் சாதிச்சாரு.

“இது சரி வராது. இங்க நாங்கதான் பெருங்கொண்ட சமூகம் விளங்குதா. நாளைக்கு எங்காளுக உங்க பயலுகளுக்கு என்னமும் செய்திட்டானுக என்டு எனக்கு பிராது வரக்கூடாது கண்டியளா. சம்பேதுருல உள்ளவனுக ஒண்ணும் கேக்கிறதுக்கு ஆளில்லாதவன் இல்ல கண்டிகளா. அவன்அய்யூப்பு என்டவன அருக்க பண்ணிப்போடுங்க. இப்பிடியே விட்டா நல்லதில்ல.”

சொல்ற எல்லாத்துக்கும் தலையாட்டிவிட்டுப் போகிற காசீம் காக்காவைப் பாக்க பரிதாபமாயிருந்துது.

மன்னார் தீவில புதுசா போதைப் பொருள் யாவாரம் தலையெடுத்திருந்தது. பட்டங்கட்டி கடுமையாக எச்சரிக்கை செய்திருந்தாரு. இரவு நேரத்திலதான் கடத்தல் யாவாரிகளின் நடமாட்டம் இருந்ததாக கேள்விப்பட்டு இரவுக் காவலர்களை பணிக்கு நிறுத்தியிருந்தாரு.

ஆனால், அய்யூப்பின் ஆட்கள் அடங்குவதாயில்ல. பின்னிரவில்தான் கடத்தல் பொருட்கள் கைமாறும். கஞ்சா, பாங்கி என்ற வஸ்துக்களை இந்தியாவிலிருந்து கொண்டு வந்து சிலாபத்துறை துறைமுக நகரக்கு கொண்டு போவதும் அங்கே வரும் பலநாட்டு வியாபாரிகளுக்கு விற்பதும்தான் இப்ப அய்யூப்பின் பிரதான தொழிலாக இருந்தது.

“அய்யூப்பு ஊரரறிஞ்ச கடத்தல்காரன்தான் என்ன கொள்ளையும் செய்திட்டுப்போகட்டும் என்டு விட்டிர ஏலுமா. நாளைக்கு பட்டங்கட்டியும் ராசாவும் பாத்துக்கின்டா இருந்தீக” என்டு கேட்டுக்கின்டு வந்து நின்ட பீரிசிட முகம் வீங்கிப்போயிருந்தது. அவன் மனம் பதைத்திருப்பதை பறுனாந்து அறிந்திருந்தாரு.

முதல் நாள் ராவு வண்டித்தாரையில மறிச்சு ஐஞ்சாறு பேரு கைவாறு போட்டுக் கலகம் நடத்தினதாகச் சொன்ன பீரீசுக்குள்ள இயலாமையும் கோபமும் கனலாய் எரிஞ்சுகின்டிருந்துது.

“நிம்மதி இல்ல பறுனாந்து. எந்த நேரத்தில என்ன நடக்கும் ஏது நடக்குமென்டு பதைப்பாவே இருக்கு.”

சம்பேதுருக்காரனுகள் தனிச்சு விட்டவனுக போல அவனுக ஏற்பாடு ஒவ்வொண்ணும் இருந்தது பறுனாந்துவுக்கு கவலையாகவே இருந்தது.

சங்கிலி ராசா சந்திப்புக்குப் பிறகு சாயவேர்த் தொழில் தொடர்பாக அவரு கண்டிப்பா இருப்பதாக பொதுவில அறிவிச்சிருந்தாரு பறுனாந்து.

ஊர்ப் பெரிய மனுசன் பறுனாந்துவும் வெள்ளை வேட்டிக்காரனுகளும் சங்கிலியன் சமாசத்தில சாயவேருத் தொழிலுக்கு சமவாது பண்ணினத அவரு முறைப்படியா சனத்துக்கு அறிவிச்ச பிறகும் கள்ளக்களவா அந்த வியாபாரம் மன்னாரில நடக்குது என்டது அவருக்கு பெரிய தலைகுனிவாப் போயிறும் என்டு பயந்தாரு பறுனாந்து.

“மல்லிப்பட்டனத்துக்காரன் சீவிக்க வந்தமாதியா இருக்கான். பிராடும் கள்ளத்தனமும். அவனுகள எச்சரிக்க பண்ணணும் பறுனாந்து” கடக்கரையில வலையடிக்குப் போனபோது யுவான் பீரீசுச் சம்மாட்டி சொன்னது நறுக்கென்டு தைச்சுது.

“இப்ப நம்முடையவனெல்லாம் ஒழுக்கமா புழைப்பு நடத்தும்போது ஊடால வந்தவனுக பேரைக்கெடுக்கிறமாதி. ச்ச,” பறுனாந்து முகம் சுளிச்சாரு.

வுறானாத் துலுக்கன் அய்யூப்பு களவாக்காசு குடுத்து வாங்கிற சாமான துறைக்கு கொண்டு போய் விக்கிறதும் ஏத்திறதும் பெரிய கோதாவாக இருந்தது.

பட்டங்கட்டியிட ஆட்களிட கண்ணில மண்ணைத்தூவிட்டு எப்பிடியும் சிலாவத் துறைக்கு சாமானக் கொண்டுவந்து சேத்திடுறான் அய்யூப்பு.

சிலாவத்துறை வணிகத்தில அய்யூப்பு விக்கிற சரக்குக்கு ஏக மவுசு. அது களவுத்தொழிலல்லவா. காசு கிடைக்குது என்டாப்போல நாம அத செய்ய முடியுமாவென்டு பறுனாந்து கட்டளைக்கு அடங்கிக்கிடக்குது சாதி சனம்.

விரானாவில கரைப்புடிக்கிற துலுக்கனுகதான் தைரியமா அந்த வியாபாரத்த கள்ளமாச் செய்து கொண்டிருந்தானுக.

ஆனா போற வாற வழியில சாமானோடே புடிச்சா தலை வெட்டுத்தான் என்டது அய்யூப்புக்குத் தெரியாமல் இல்ல. என்டாலும் பஞ்சப்பட்டதுகள் சிலதுகள் காசுக்காக உசிரயும் விடுமல்லவா.?

அவன் தொழிலுக்கு வேலை செய்யிற பயலுகளுக்கு அய்யூப்பு கொள்ளையாக் காசு குடுக்கிறான் என்டதினால ஒன்னிரண்டு சம்பேதுரு துறை பரவனுகளும் அதில ஈடுபட்ட விசயம் சங்கிலியனோட சாயவேருத் தொழிலுக்கு சமவாது பண்ணின பறுனாந்து காதுக்கு எட்டியிருந்தது.

“இது என்னடாப்பு மானங்கெட்ட புழைப்பு. சங்கிலி ராசாவுக்கு வாக்குக் குடுத்திட்டு நாமலே அத மீறலாமா. வெக்கமாயில்லயா.”

“பறுனாந்தைய்யா, எல்லாரும் இல்லையே. ஒண்டுரெண்டு சீக்குட்டிக அவன் அய்யூப்புக்குப் பின்னால திரியிறானுக. அவனுகள கட்டுப்படுத்தணும்.”

“அதான, அது எவனா இருந்தாலும் புடிச்சுக்கட்டுங்கடா. தாயோலி பரவன் மரியாதையாக் கெடுத்தின்னு.”

அன்டைக்கு பறுனாந்து மனஸ்தாபத்தோடதான் படுத்தாரு.

கிடா வெட்டித்தோப்பில இருந்து வெளிக்கிட்டா எருக்கலம் பிட்டி நீரேரியக்கடந்து விரசாப்போனா எப்பிடியும் விடியிறதுக்கிடையில சவுத் பாருக்குப் போயிறலாமென்டு நினைச்சுக்கின்டு மாட்டை முறுக்கினான் மரிக் குரூசு. அவன் வண்டியில இருந்த சாமான்களப் பத்திரமாக் கொண்டு போய் சிஞ்ஞோர் யாவாரிட்டக் குடுத்திட்டாச் சரி. பொழுது விடியிறதுக்கிடையில ஊருக்குத் திரும்பிரணும் என்ற நினைப்பு மட்டும்தர்ன் அவனுக்கிருந்தது.

வண்டியில பாரம் கூடவாத்தான் இருந்துது. அம்பது றாத்தல் சாயக்கட்டு அது. மன்னாரில அதிகமாக் கிடைக்கிற அவுரி வேரத் தேடிப்புடுங்கி எடுத்து தண்ணியில ஊறவைச்சு நல்லா ஊறினப்பிறகு அந்தத் தண்ணிய வடிச்சு ஒரு பெரிய பாத்திரத்தில போட்டு அடுப்புல வைச்சுக் காய்ச்சினா அந்தசாயத்தண்ணி குழம்பாகி வரும்.

அந்த நேரம் நீலம், பச்சை, சிவப்பு நிறத்தக் கலந்து ஆறவைச்சு அத வெய்யிலில கட்டியாகப் போறவரைக்கும் காயவைச்சு சதுரம் சதுரமாக வெட்டி எடுத்தா அதான் சாயவேருக்கட்டி. அதுக்கு மவுசு கூட. இந்தியா சோழ மண்டலத்தில இருக்கிற துணி வியாபாரிக கொள்ளையாக்காசு குடுத்து வாங்கிறாங்க.

இத்தின வஹாருக்கு இத்தின இறையால் என்டு ஒரு கணக்கு வைச்சுத்தான் அந்த வியாபாரம் நடக்குது.

வண்டியில ஏத்தினதப் பறிக்கிற இடத்திலயே காசு கிடைக்கும் என்டதால பிரச்சினையில்ல. மகள் எலிசாவிட கலியாணச் செலவக் கணக்குப்பாத்தபடி போன மரிக்குரூசு வானத்தைப் பார்த்தான். வெள்ளி பூத்துக்கிடந்துது. எப்பிடியும் மக கலியாணத்த முடிச்சிரணும் தாயே!

“பெரியகமம் கிட்டங்கியில இருக்கிறவங்க கண்ணில படாம வந்திரணும் மரிக்குரூசு.”

மரிக்குரூசுவுக்கு எப்பிடியும் அம்பது வயசு இருக்கும். முகம் முழுதும் வெள்ளை பூத்து சொரசொரத்திருந்தது.

இருபது வயசு அய்யூப்பு மரிக்குரூசுவை வயசு பாராமல் ஒருமையில் கதைத்தது ஒரு மாதிரியா இருந்துது.

“எதுக்கு அய்யூப்பு அவ்வளப் பாடு.”

“ந்தா நான் சொல்லுறபடி செய்யிறமின்னா சரக்க ஏத்து இல்லனா வுட்ரு.”

“ஏங் கோவிக்கிறா அய்யூப்பு. நான் ஏத்திறன்னு சொல்றனில்லா.”

“சரி... சரி நான் சொல்லீக்கன் நீ போ. சரியா.”

அய்யூப்பு வயசில சின்னப் பையான இருந்தாலும் போத்துக்கீசனுக்கும் சங்கிலியனுக்கும் தலையச் சுத்திறானே என்று மரிக்குரூசு அய்யூப்பை மனசால பாராட்டினபடிதான்.

கோனார் பண்ணையத் தாண்டி தோப்புக்குள்ள போய்க்கொண்டிருந்தது அந்த வண்டி. சடக்கென்டு முன்னால வந்து விழுந்துது ஒரு தென்னங்குத்தி. சட்டென்டு மாடு வெருண்டு கழன்டு அடம்புடிக்க தென்னங்குத்திய எடுத்து ஓரமாப் போட்டுருவோமென்டு இறங்கினான் மரிக்குரூசு. தடதடத்துக்கின்டு யாரோ ஓடிவாற சத்தம்கேட்டு நிமிர்ந்தவனுக்கு மூஞ்சியில விழுந்துது குத்து.

யாரு, யாரு என்டு கேட்டவனுக்கு பதில் இல்ல. அடியைத் தவிர ஒண்ணுமில்ல. அடித்தவன் மரிக்குரூசின் தலை முடியைப்பிடிச்சுத் தூக்கினான்.

“யாரிட சாமான் சொல்லு.”

மரிக்குரூசு ஓர்மையில்லாம நடுங்கினான்.

“அய்யூப்பு.”

“அந்தச் சோனவப்புண்டையாண்டிட சாமான நீ ஏத்திக்கின்னு வாறீயாடா” என்றவன் பாய்ந்த வேகத்திலேயே மரிக்குரூசுவை அடித்தான்.

“வண்டிக் காசுக்குத்தான்யா ஓம்பட்டன்.” அடியை வாங்கிக்கிண்டு குறுகிப் போய் கதைச்ச மரிக்குரூசுவைப் பாக்கப் பரிதாபமாயிருந்துது.

மரிக்குரூசுக்கு மகளின் கலியாணச் செலவு மட்டும்தான் மண்டைக்குள்ள பெரிசாக்கிடந்ததால சாமான் ஏத்திற பாடு பத்தி அவன் ஒண்ணும் யோசிக்கயில்ல.

“மல்லிப்பட்டனத்துச் சோனவன் விறானாவில காட்டுற சண்டித்தனம் தெரியாதா உனக்கு. அவனுக எல்லாப்பூழல் யாவாரத்தையும் செய்திட்டு சங்கிலியனிட்ட நல்ல புள்ளைக்குப் படிக்கிறானுக. அவனுக்கு நீ சுன்னி ஊம்புறியாடா” என்றவன் மரிக்குருசுசைத் தரையில் தள்ளிவிட்டிட்டு வண்டியில் இருந்த சாக்கை இழுத்து கீழே போட்டான்.

மாட்டை அவிழ்த்துவிட்டான் ஒருவன். மரிக்குரூசு நடப்பதையெல்லாம் தரையில் விழுந்து கிடந்தபடியே பார்த்துக்கொண்டிருந்தான். அவன் காது வழியாக கன்னத்தில் ஊர்ந்ததை கையால் தடவிப்பார்த்தான். ரெத்தம்.

விடிய விடிய நட்டுக்கம்பில கட்டிப்போட்டிருந்த மரிக்குரூசு திமிறிக் களைச்சுப் போனான்.

சந்தோமையில இருந்து நாலுபேர் பறுனாந்து வீட்டுக்கு பஞ்சாயத்துக்கு வந்திருந்தானுகள்.

“பொட்டக் குட்டிக்கு கலியாணம் வைச்சிருக்கான். பாவம், என்ன செய்வான் எங்கிட்டும் கிடைக்கிற பொழைப்ப பாக்கத்தான வேணும்.”

“அதுக்கு சங்கிலியன் தடை பண்ணின தொழிலச் செய்யலாமா சொல்லு. நாளைக்கு நாம சங்கிலி ராசா முகத்தில முழிக்க வேணாமா.”

“பாவம், முதல் அவுத்து விடச் சொல்லுங்க பறுனாந்து. புள்ள குட்டிக்காரன்”

“ந்தா... இனிமேத்தொட்டு இந்தமாதித் தொழிலுக்குப் போகக்கூடாது. என்ன கண்டிகளா. அவனை என்னட்ட வந்து கதைக்கச் சொல்லு.”

மரிக்குரூச அவித்து விடச்சொன்னாரு பறுனாந்து. அவனை அவுத்துக் கையோட கூட்டிக்கின்னு வந்தான் பெரேரா.

சம்பேதுருவில இருந்து பஞ்சாயம் கதைக்க வந்த சமியான் தீயேசுக்கு அந்த விவகாரத்த அத்தோட விடுறதுக்கு மனசில்ல. ஆள் கொஞ்சம் சண்டி. கதையும் ராங்கியாத்தான் இருந்துது.

“அதொண்ணுமில்ல பறுனாந்து, அங்கிட்டு சண்டித்தனம் பண்ணின மாதி இங்கயும் இருக்க ஏலுமா. வந்த இடத்தில மரியாதையா இருந்திட்டுப்போலாமின்னு பாத்தா விடமாட்டேங்கிறானுக.”

முருகன், சிவனென்ட பேர்களோட திரிஞ்ச இந்த முத்துக்குளித்துறைப் பரவனுகளுக்கு கொன் பிரேயர் சாமிமார் திருநீராட்டி பேரு வைச்சபோது அவ்விடத்திலே நின்ற போத்துக்கீச வீரர்கள்தான் ஞானப்பெற்றோர். அவனுக வைச்ச பேர்கள்தான் இந்த பறுனாந்து, பீரீசு, குரூசு எல்லாம். அதுதான் இப்ப புழக்கத்திலயும் இருக்கு.

மதுரைநாயக்கனுக்குப் பயந்து கொன்சன் சாமியாரு ஏற்பாட்டில வள்ளங்களில ஏறினப்போ அதெல்லாம் கரைப்புடிச்ச கரை என்னவோ வேறுவேற என்டாலும் அவனுக எல்லாரும் முத்துக்குளித்துறை ஜில்லா பரவனுகதான்.

வடகடக்கரையில மூணு குடியிருப்பா இருந்தவனுகளிட பொழைப்பும் முன்னப்பின்னதான்.

“என்டாலும் தாழையில இருந்து வந்தவனுகளுக்கு ஒரு சாதித் திரட்டு கண்டிகளா ஐயா. பிரான்ஞ்சிசு சவேரிச்சாமி கையால

ஞானஸ்நானம் வாங்கினதாப் பீத்திக்கிறானுக. அவுகளுக்கு சொல்லிவைங்க ஐயா"

சாமான் ஏத்திப் பிடிபட்ட மரிக்குருசுவுக்கு வக்காலத்து வாங்கிக் கதைச்ச சமியான் தீயேசு மேல பொரிஞ்சு தள்ளினாரு பறுனாந்து.

"விவரம் கெட்டுப் பேசாதடா வடுவா. நாம எல்லாருந்தான் பிரச்சினையின்னு ஓடிவந்தோம். மதுரைநாயக்கன் கையில உசுருக் குடுத்திரக்கூடாதின்னு வந்த கூட்டத்துக்குள்ள வேற்றுமை பாராட்டுவீயா மக்கா. சாமியாரு சொல்லியனுப்பின பிரகாரம் நாம கட்டுக்குலையாம ஒத்துமையா இருக்கணும் கண்டியா."

பறுனாந்து விசனப்பட்டாரு. அவருக்கு தலையிடிச்சுது. வந்தவனுக நாலுபேரும் ஒரு திட்டத்தோட வந்தமாதிரியே கதைச்சானுக.

"ந்தா, பெரிய மனுசன வைச்சிக்கின்டு இப்பிடி அமைச்சல் இல்லாமக் கதைச்சா எப்பிடி. சம்பேதுருக்காரனுகளுக்கு புத்தி கித்தி கெட்டுப்போச்சா."

பறுனாந்துக்கு வலப்புறம் நின்ட யுவானி பெரேரா சம்பேதுருக்காரனுகளப் பாத்து கோபமாய்ச் சொன்னான்.

ரெண்டு பக்கமும் வார்த்த தடிச்சுக்கின்டே வந்துது.

"மணப்பாட்டுக்காரன் என்டாப்போல நாங்க தலவணங்கணுமோ. அப்பிடி என்னதான் இருக்கு."

"பாளையக்காரன் தலையக் கொண்டு வந்தவனுகடா நாங்க."

"அது சரிதான்ல. இப்ப எல்லாரும் கள்ளத்தோணிகதான் அத முதச்சொல்லு."

"உவரிக்காரன் பொம்பிளகளக் கைவிட்டபோது மணப்பாட்டுக்காரன் நாங்கதான்ல முண்டிக்கின்னு சண்டைக்குப் போனோம்."

"அடப் போங்கய்யா குடிச்சிட்டு போதையில கிடந்தவன்கள வெட்டிச் சங்காரிச்சிட்டு பொம்பிளையக் கூட்டி வந்ததையா பெருமையென்கிறீரு."

சமியான் தீயேசு சொன்னது தலிமா என்ட கடுவனுக்கு கடுப்பேத்தியது. “ஆத்தாள ஓலி”யென்டு தீயேசு மேல பாய்ஞ்சான். தலிமா பாய்ஞ்ச மாத்திரத்திலேயே தீயேசிட கழுத்தைக் கெட்டியாப்பிடிச்சுத் திருப்பினான். தீயேசு திமிறினான். அவனுக்கு தேகமெல்லாம் புடைத்தது. தலிமாவ அப்பிடியே தரையில சாத்தி அவன் வாய்க்கு எட்டின அவனிட காதினை நறுக்கென்டு கடிச்சான்.

“ஐயோ, தாயோலி காதக்கடிக்கிறான்ல.”

தலிமா ஓலமிட்டான்.

அதில நின்டவங்கள் அதுக்கு மேலையும் விடுப்பு பாக்காம ஆளும் பேருமாய் ரெண்டு பேரையும் பிரிச்சு எடுத்தபோது தலிமாவிட காதிலிருந்து சதைத் துண்டு தொங்கியது.

பறுனாந்து பொறுமையிழந்து கத்தினாரு.

“நீங்கல்லாம் மனுச சாதிகளாடா, மடையன்களா. ந்தா, மரியாதைக்குப் பயந்தவனுக மட்டும் இதில நிக்கட்டும். போங்கடா கூறுகெட்டவன்களா.”

அவரது பேய்க் கத்தலுக்கு அடங்கினானுக. கூட்டம் அமைதிக்கு வந்தபோது தலிமா காதில ரெத்தம் வடிய வடிய நின்டு கொண்டிருந்தான்.

“அடே ஏசு சாமி பேர்ல ஞானஸ்நானம் வாங்கினவங்கதானடா நீங்க எல்லாரும். இப்பிடி ஒரே சமூகத்தில இருந்த வந்தவனுக இப்பிடியா அடிபட்டுச்சாவானுக.”

சித்தன் அவனுக்குள்ள தழலாய் எரிஞ்சுகின்டிருந்த கோபத்தோட பல்லை நறநறவென்டு கடிச்சான். அவன் வாயிலிருந்து வார்த்தைகள் சூடாய் வந்து விழுந்தன.

மூவிராசா பட்டனத்தில குடிவைச்ச மணப்பாட்டுக்காரன் பேர்ல இருக்கிற மரியாத மற்ற ரெண்டு பட்டனக்காரன் மேலயும் சித்தனுக்கு இருக்கயில்ல. ஆனா இந்தியாவில இருந்து இவனுகள கொன்சன் சாமியாரு வள்ளத்தில ஏத்திக் கொண்டு வந்த போது இவனுகளப் பாக்க பரிதாபமாகத்தான் இருந்தது.

வந்த பயகளுக்கு இதுதான் இனி ஊரு. சித்தனுக்கு அப்பிடியில்லயே. ந்தா நாளைக்கு வேணுமின்னாலும் கிளம்பிப் போயிருவானே. ஆனால் போகுமுன்னம் இவன்களுக்கு உருப்படியாக ஏதாச்சும் ஒண்ணு செய்யணுமிங்கிறதப்பத்தி சித்தன் யோசித்துக் கிடந்தான்.

“ந்த பாருங்கடா, உங்க கூடுதாழை ஊருலதான் சவேரியாரு சாமி தண்ணி குடிச்ச கிணறு இருக்கு ஒத்துக்கிறன்பா. ஏசுசாமியப் போதிச்சுக்கின்னு அவரு கடக்கர வழிய திரிஞ்சபோது தண்ணி தவிச்ச போதெல்லாம் ஒங்க ஊரு கிணத்தில தண்ணி குடிச்சாரு என்ட பெருமைக்காகவாவது ஒற்றுமையா இருக்கப்படாதா மக்கா.”

சித்தனுக்குத் தெரியும். இவனுக ஏசு சாமிக்காக உசிரையே குடுப்பானுக.

அந்த பஞ்சாயத்து முடிஞ்ச கையோட மரிக்குருசத் தனியாக் கூப்பிட்டு அவன் மக எலிசா கலியாணத்துக்கு காசு குடுத்து அனுப்பினாரு பறுனாந்து.

22

வளர்பிறை. முன்னிருட்டாக இருந்தது. மொறாயசு வந்திருந்தான். கறுத்துப் போயிருந்தான். ஒரு வாரமாக வெளியூர் போகிறேன் என்று போனவன் திரும்பி வந்திருந்தான். சிலாவத்துறைமுகத்தில கப்பலுக்கு சாமான் ஏத்திற இடத்தில கங்காணி வேலை செய்ததாச் சொன்னான்.

தீவுக்கு வெளியால சிலாவத்துறை துறைமுகம். பெரிய தொழில் நகரம் அது என்று பறுனாந்து கேள்விப்பட்டிருந்தான்.

சீனனும் கிரேக்கனும் றோமனும் பாரசீகனும் வந்த போகிற ஒரு இறங்கு துறையென்றும் சொல்லியிருந்தார்கள். சம்பேதுரு பட்டணம் வழியாக வந்திறங்குகின்ற மல்லிப்பட்டின சோனகர்கள் சாமான் கொண்டு போய் ஏத்திற துறை அதுதான்.

அந்தத் துறைமுகத்தைப் போய்ப் பார்த்துவிட்டு வரவேணுமென்டு பறுனாந்து நினைச்சதுதான். ஆனால் இன்னும் அந்த சந்தர்ப்பம் கைவரயில்ல.

"சிலாவத்துறையில வேலை செய்துன்னு வந்து போறது கஸ்ரமா இருக்கு மச்சான். அப்பிடியே கிழக்கால இருக்கிற நிலத்தில குடியிருந்துன்னு கப்பல் வேலையையும் பாத்திட்டு இருக்கலாமின்னு நெனைக்கிறன்."

"அங்க யாரிருக்கா."

"தெக்கால சிலாவத்துறைக்கு முத்துக்குளிக்க வந்த பயலுகள் எல்லாம் நம்ம பயலுகதான். முத்தரிப்புத்துறையில இருக்கிறவனுகளும் அவனுகதான் பறுனாந்து. அப்பிடியே சாய்ஞ்சு இங்கால வங்காலையிலயும் நம்மாளுகதான் இருக்கானுக."

“யாரு, தூத்துக்குடியில இருந்தா. மொறாயசு.”

“அட ஓமெங்கிறன். அவனுக ராசாமாதிரி இருந்துகின்டு அங்கால செயில் கைதிகளா இருந்த முரட்டுப்பயகள குத்தகைக்குப் பிடிச்சுக்கூட்டி வந்து தொழில் செய்யிறானுக. ஆளுகளப் பாக்கணும் பூரா மொட்ட அடிச்சு காதுக்குள்ள பஞ்சு வைச்சி. திறமான முத்துக்குளிப்புக்காரங்களாம். அவனுகளுக்கு நம்மாளுகதான் சம்மாட்டிமாரு. நல்ல வசதி.”

அவன் உரலுக்கு மேல இருந்துகொண்டு காலுக்கு மேல காலைப்போட்டுக்கின்டு கதைச்ச கதையில் தீர்மானம் இருந்ததால பறுனாந்து பெருசா அவனைத் தெண்டயில்ல.

சிலாவத்துறைக்கு கப்பல் வேலையென்டு போனவன் இப்போது தன் குடியிருப்பையே மாற்றப்போகிறான் என்பது பறுனாந்துவுக்கு கவலையாக இருந்தது.

“நீ மட்டுமா. மனுசியையும் கூட்டிக்கின்டா.”

“மனுசியோடதான். அங்க காய்ச்சி மூட்டித்திங்கணுமே.”

“சரி அது உம்பாடு. கப்பல் கூலி குடும்பம் நடத்தக் காணுமான்டு பாரு. இங்கயின்னா ஒண்ணில்லாட்டி ஒண்ணு வலையிறக்கி தொழில் செய்யலாமுல்லா.”

“இல்ல மச்சான். கப்பக்கூலி பரவால்ல. அதோடு குடியிருக்கப்போற இடமும் மோசமில்ல. அங்கிட்டும் கடல் இருக்கு. சமுத்திரம். தொழிலும் செய்துக்கலாம். பயிர் பச்சையும் பாத்துக்கலாம். எதென்டாலும் பொழைப்புக்கு இருக்கு பறுனாந்து.”

“எங்கிட்டுப் போனாலும் என்னவாச்சும் இருக்கத்தான் செய்யும். ஒண்ணா இருந்தே நல்லது கெட்டதப் பாத்துருவோம் கண்டியா. நாளைக்கு சாமியாருக்கு வக சொல்லணுமே மொறாயசு.”

பறுனாந்து மனம் கெட்டியாகிக் கிடந்தது.

“நீங்க மாட்டமின்னா எங்கிட்டும் போகயில்ல. விடுங்க.” மொறாயசு சீவனில்லாது கதைச்சான்.

"போறனென்டு சொல்றவனத் தெண்டி என்ன செய்யப் போறீக." கையில பதனியக் கொண்டுவந்து நீட்டின செல்லாவும் சொல்ல, பறுனாந்து கடுகடுக்கிற மூஞ்சியோட அவளப் பாத்தாரு.

"யாரையும் இங்க கட்டிவைக்க நமக்கென்ன இருக்கு. அவனவன் பொழைப்புக்கு எங்கிட்டும் போவட்டும் வரட்டும். நாளைக்கு எதுவென்டாலும் நம்ம தலையிலதான் எல்லாம் பொறியணுமாக்கும்."

செல்லா கதைச்சதில நியாயம் இருக்கிறதா நினைச்சாரே தவிர அவரு மனசு லேசில விட்டுக்குடுக்கயில்ல.

"ம்... ம். அப்ப எதென்டாலும் நீங்களுகளா கதைச்சி முடிவெடுத்துப் போடுவீகளா. நாளைக்கு சாமியாருக்கு பதில் சொல்லுறது மட்டும் நானாக்கும்."

மொறாயசு ஒண்ணும் கதைக்காமல் இருந்தான்.

"என்ன பேச்சு மூச்சக்காணயில்ல."

"அதில்ல மச்சான், அங்கிட்டு கடலுக்கா போனோம். போத்துக்கீசன் சமாசத்தில மேசைக்காரவுகளா இருந்தே பழகிப்போச்சு. கணக்கு வழக்குப் பாத்துக்கின்னு கிடந்த எனக்கு இங்க உப்புத்தண்ணியில இறங்கிப் பாடுபட ஏலாது மச்சான். திங்கணுமே, என்ன செய்ய."

"அங்கிட்டு இருந்தமாதியே வந்த இடத்தில இருந்திற முடியுமா மொறாயசு. நமக்குன்னு வாய்ச்சமாதி கண் முன்னுக்கு கடல். கரையில பாக்கிறதுக்கே ஆயிரம் சோலி இருக்கில்லா. ந்தா செட்டிவிளைக்காரனப் பாத்தியா நாம இங்கிட்டு வந்திட்டமின்னு அவனுகளும் வந்திட்டானுக. இங்க பொழைப்பு இல்லாமப் போயிருச்சா சொல்லு."

மொறாயசு ஈச்சுக்குத்திக்கின்டு தூர வெளியப்பாத்தபடி இரைந்தான்.

"அதுக்கு, நாடான் மாதி என்னையும் பனையேறிப் பொழைக்கச் சொல்லுறீகளோ."

"இல்லடா மக்குப்பயல. உடம்பு வசைஞ்சா எங்கிட்டும் பொழைக்கலாமிங்கிறன்."

"அதான் சிலாவத்துறையிலயும் முத்தரிப்பிலயும் தோதா வேலைகிடைக்குது போறமெங்கிறன்.'

அவங்க ரெண்டு பேரு கதையிலயும் இப்ப கொஞ்சம் தடிப்பு ஒட்டிக்கிள்ள, செல்லாம்மா இடைப்பட்டா.

"சிலாவத்துறைப்பக்கம் தொழில் இருக்கின்னா போவட்டும் விடுங்க."

படலையத்தாண்டி வளவுக்குள்ள வந்த கழுதையத் துரத்திக்கின்னு செல்லாம்மா ஓடினா.

"வைச்சு எழும்புற முருங்கையில வாய்வைச்சிருது பாரு. எப்போதும் சோடி போட்டிக்கின்னு வந்துருதுக."

அது ரெண்டும் பாவம் பாக்குமாப்போலயே நின்டுதுக.

"இவன் கட்டாடி மருதனுக்கு சொல்லணும். இதுகள ஒரு கட்டுக்குள்ள வைக்காம ஊர்மேய விடுறான் பாருங்க."

"கழுதையக் கட்டுக்குள்ள வைக்க கட்டாடிக்கு கட்டுமா செல்லா. பாவம் விடு. தின்னிட்டுப் போகட்டும்."

"அதுக்கு."

செல்லா நின்டு பறுனாந்தைப் பாத்து செல்லமாக முறைச்சிட்டு களுக்கென்டு சிரிச்சபடியே நகர்ந்தாள்.

"நீ படலையக் கட்டிவிடு செல்லா. கழுத வராது."

பறுனாந்துவும் செல்லாவும் நல்ல விதமா இசைஞ்சு வாழுற வாழ்க்கைய மொறாயசு ரசிச்சான்.

படலையடியில கழுதையத் துரத்திவிட்டு வாற செல்லா கேட்டா,

"அப்ப ஆரு வாறா தொணைக்கி."

"றெவ்வலு வாறான் சோசை வாறான் லெம்பட்டு, சில்வா,சொய்சா..."

பறுனாந்து பெருமூச்செறிந்தான். பறுனாந்துவின் முறைப் பெண்ணாக இருந்த சகாயமேரியைத்தான் மொறாயசுக்கு பேசி முடிச்சு வைச்சிருந்தான். ஆரியப் பெருமாளுக்கெதிரான போராட்டத்தில பங்கெடுத்த முக்கியமான நண்பர்களில் இந்த மொறாயசும்தான். என்றபடியால் பறுனாந்துவுக்கு அவன் மீது அக்கறை இருந்தது.

"கொஞ்சம் பொறு மொறாயசு. நானும் வந்து பாத்திடுறனே, அது என்னன்னு."

மொறாயசு வெளிக்கிட்டுப்போய் வெகு நேரமா படலையையே பாத்துக்கின்டு இருந்த பறுனாந்து பெருமூச்சு விட்டதப் பாத்தா செல்லாம்மா.

"இந்த கப்பித்தான் மனசுக்குள்ள என்னவோ நினைப்பு உறைஞ்சுபோய்க்கிடக்கு. மனுசன் கஸ்டப்படுறானே. மாதாவே"

செல்லாம்மா கதைக்குப் பதில் சொல்லுறமாதியே பறுனாந்து கதைக்கிறாரு.

"எங்கிட்டும் போறனென்டு வெளிக்கிட்டா பாஸ் எப்பிடிக் காட்டுறது. எனக்கும் ஒரு ஆச."

பறுனாந்து அவரிட அடி மனசில இருந்த நினைப்பு கைகூடாமப் போயிடுமோவென்டு பயந்தாரு. "அடே பயவுள்ளகளா, நம்ம ஊரில காட்டுற உடக்குப்பாச ஒரு தடவையாவது இங்க கொண்டுவந்து காட்டணுமின்டு நெஞ்சு நிறைஞ்ச ஆச கண்டியா. என்னோட இருந்தவுக எல்லாரும் ஆளுக்காள் இப்பிடி விலகிப்போய்ட்டீங்கன்டா. அத எப்படியப்பு காட்டுறது."

அவரு சும்மா காத்திலயே முணுமுணுத்ததையும் கதைச்சதயும் கேட்ட செல்லாமாக்கு கவலையாயிருந்துது.

நல்ல வெள்ளையும் சொள்ளையுமா மொறாயசு வெளிக்கிட்டு வந்து கூப்பிட்டான்.

"வாங்க பறுனாந்து இன்டைக்கு மினக்கட்ட நாள்தான. சிலாவத்துறைக்குப் போயிட்டு வந்திருவோம்."

பறுனாந்தும் வெளிக்கிட்டாரு. வண்டியக்கட்டினபோது மொறாயசோட வாறதுக்கு சோசையும் சொய்சாவும் வந்து நின்டானுக. மன்னாருக்கு வந்து சுங்கச்சாவடி யிருந்த இடத்தில இருந்து துவங்கிற ஓடைக்கரையில படகு விடுறவன்களிட்ட சீட்டு வாங்கணும். அந்த ஓடை நெடுகிலும் பரந்து வங்காலைக்குப் பக்கத்தால பெருங்கடலில விழுகுது.

அதில இருந்து மூணுமணிநேர படகோட்டம். முத்தரிப்புத்துறை வரைக்கும் போவானுக. பறுனாந்தும் ஆட்களும் அதில போய்ச் சேர மதியமாயிட்டுது.

சிலாவத்துறையின் கிழக்கு பசுமை நிறைஞ்சு இருந்தது. மேற்குப்பக்கமாக சலசலத்துக்கொண்டிருந்த அருவியாத்துத் தண்ணியிட குளிர்மையில மாதோட்டம் செழிச்சிருந்தத பறுனாந்து பாத்தாரு. பாக்கிற பக்கமெல்லாம் விவசாயம் வளம் காட்ட அவருக்கு மனம் பூத்தது. மேற்கும் தெற்குமாக நீண்டோடிக்கொண்டிருந்த பிரதான கற்சாலையில பறுனாந்துவும் மொறாயசும் சோசையும் சொய்சாவும் நடந்து கொண்டிருந்தாங்க.

அங்கிருந்த துறைமுகத்தோடு கூடிய பெரிய வணிகச் சந்தைதான் சிலாவத்துறைக்கு சிறப்பு. சிலாவத்துறையை முகமாக வைச்சு முன்னால நெடுக்காக பரந்திருந்த வெளியிலதான் அந்த வணிகச் சந்தை அமைஞ்சிருந்துது. முத்துக்குளிப்புக்காக இன்னுமொருதடவை ஆயத்தம் செய்து கொண்டிருந்த நாள் அதுவென்றபடியால் வணிக சந்தையில் மக்கள் கூட்டம் அலைமோதியது.

கடல் இரைச்சலோட அந்த வணிக சந்தையிட சலசலப்பு மிகுதியாக இருக்க அங்கிருந்தவர்கள் சாதாரணமாகவே அடுத்தவர் காதில விழத்தக்கதாக சத்தமிட்டுக்கதைத்துக் கொண்டிருந்தது பறுனாந்துக்கு வேடிக்கைபோல இருக்க அவரு அத ரசிச்சாரு.

இவுன் பதூதா என்கிற தேசாந்திரி போன வருடம் இலங்கைக்கு வந்திருந்த போது இந்த நாட்கள் மிகுந்த கோலாகலமாக இருந்ததாக மொறாயசு சொன்னான்.

"அதென்னப்பா, நம்ம தூத்துக்குடி முத்துக்குளித்துறையில கிடைக்காத முத்தாப்பு இங்க கிடைச்சிரப்போகுது."

“ஆங், நல்லா சொன்னீங்க போங்க. எட்டாயிரம் படகு ஒருமிக்கப்போய் அள்ளிக்கின்டு வாற இடம் இது பறுனாந்து. இந்த இடத்தில வந்து முத்துக்குளிக்கிற ஆளுக யாருன்னு நினைக்கிறீக. எல்லாம் நம்ம பரவனும் முக்குவருந்தான் கண்டிகளா. அப்பிடி வந்தவனுகதான் இந்த இடத்தில நிரந்தரமாத் தங்கிட்டானு.”

துறைமுகத்தில நங்கூரமிட்டுத் தரித்திருந்த பாரசீக, எகிப்திய கப்பல்களுக்கு சாமான்கள் ஏற்றப்பட்டுக் கொண்டிருந்தன. நூற்றுக்கணக்கான தொழிலாளர்கள் வேக வேகமாக சாமான்களை ஏற்றுவதை வெகு நேரம் பார்த்துக்கொண்டேயிருந்தார் பறுனாந்து. முத்துக் குளித்துறை துறைமுகம் போலவே கடல்கடந்து இங்கேயும் இப்படி ஒரு துறைமுகம் இருக்கும் என்டு அவரு நினைச்சிருக்கயில்ல. இதுக்கு முன்னுக்கு இங்கயிருந்து வடகிழக்கால அமைஞ்சிருந்து இப்போ வழக்கொழிஞ்சு போயிருக்கிற மாந்தையூர்த் துறைமுகத்தப்பத்தி பறுனாந்து சொல்லக் கேட்டிருக்கிறான்.

சீனக்கப்பல் ஒன்று சாமான்களை இறக்குவதற்குத் தயாராகிக் கொண்டிருப்பதைப் பார்த்துக்கொண்டிருந்தவரிடம் மொறாயசு சொன்னான்.

“ஆர்பரில நமக்கேத்தமாதி நெறைய வேலை இருக்குதாம். மரைக்காரு சொன்னாரு.”

மொறாயசிட கதைய கேட்டுக்கின்டு “ம்” என்டவரு எழும்பி நடந்தாரு.

“எப்பிடியும் இந்த பரபரப்புக்குள்ளதான் வேலை செய்யப்போறமென்டு நிக்கிறவன்களுக்கு நாம மறுதலையாக் கதைக்க கூடாது. என்டாலும் எவன் எங்க இருந்தாலும் மார்கழி எட்டுக்கு அங்க மாதாட்ட வந்திரோணும். அதக் கன்டிசனா வைச்சிருவோம்” என்று நினைத்தபடி அவரு நடந்தாரு.

முன்பக்கம் ஒரு வரிசையும் அதன் உட்பக்கமாக இன்னொரு வரிசையுமாக கடைகளக் கட்டியிருந்தானுகள்.

எப்போதும் சன நெருக்கடியான அந்த சந்தையின் அந்தத்தில சிவன் கோயிலும் இருக்க, கோயில் படிக்கட்டுக்களில் வரிசையாக யாசகர்கள் குந்தியிருந்தார்கள்.

வெளியூர் வணிகர்கள் வந்து தங்கிப்போவதற்காக கட்டப்பட்டிருந்த அந்த வணிகர் மடம் பரபரத்துக் கொண்டிருந்தது. கப்பலில் இருந்து இறக்குவதற்கும் ஏற்றுவதற்குமான பொருட்களின் காப்பகம் என்று பெரிதாகப் பெயர்ப் பலகை போட்டிருந்த மண்டபம் விசாலமாயிருந்தது.

அது பலத்த காவலோடு இருந்ததையும் பறுனாந்து பார்த்தார். அவருக்கு மன்னார்த் தீவுக்கு வெளியே இப்படியொரு ஓய்வில்லாமல் இயங்குகின்ற ஒரு வணிக வளாகத்தைப் பார்க்கிறபோது வியப்பு கண்களை விரிய வைத்திருந்தது.

நாட்டின் எல்லாப் பாகத்திலும் இருந்து வந்திருந்த வண்டிகள் ஒரு நிரையாக அணி கோர்த்து நிறுத்தப்பட்டிருந்தன. அந்த வண்டிகளை இழுக்கின்ற குதிரைகளை லாயங்களிலும் காளைகளைத் தனித்தனி தொழுவங்களிலும் கட்டிவைத்திருந்தார்கள்.

வண்டியோட்டிகள் தங்குவதற்கென்று இருந்த சத்திரங்கள் குடியும் களிப்புமாக ஆரவரித்துக் கொண்டிருந்தன. சிலாவத்துறைச் சந்தையில் மிக விசேடமாக நடந்த வியாபாரம் பட்டு வணிகம்தான். அதெல்லாம் பெரிய அங்காடிகள்.

தங்கம், வெள்ளி விற்பனை வியாபாரிகளின் கடைகளின் முன்னால் சில கூவியழைப்போர் நின்று கூவிக் கொண்டிருந்தார்கள். கோமேதகம், பவளம், முத்து என்பவற்றை அதன் பிறப்பிடமான ஊர்களின் பெயர்களைச் சொல்லியே விற்றுக்கொண்டிருந்தார்கள்.

சப்பை மூக்கும் பரந்த முகமுமாக அங்கு அம்பாரமாய் நின்று கொண்டிருந்தவர்களை சீனன் என்று மொறாயசு சொன்னான். அவர்கள் குள்ளமாக இருந்தாலும் சுறுசுறுப்பாக இயங்கிக் கொண்டிருந்தார்கள்.

சீனர்களின் பீங்கான் தட்டு, கோப்பைகள் பல வண்ணங்களில் விற்பனை செய்யப்பட்டுக்கொண்டிருந்தன. கூடாரத்தினுள்ளே எகிப்திய ஹூக்கா வியாபாரிகள் சமுக்காளம் விரித்து அதில் உருளையாய் சாய்மனை வைத்துக்கொண்டு சாய்ந்தபடி புகை பிடித்துக்கொண்டிருந்தார்கள்.

மாம்பழக் கலர் தேகத்தோடு இருந்தவன்கள் குழாய் மாதிரி ஒன்றை வாயில் வைத்து சப்பிக்கொண்டே இருப்பதைப் பார்க்க அவன்களின் ராச போகம் தெரிந்தது.

பாரசீகக் கம்பளங்களை அடுக்கடுக்காய் வைத்துக்கொண்டு பாதை வெளியில் நின்று கொண்டிருந்த வியாபாரிகளைச் சுற்றி ஒரு கூட்டம் நின்றது. கூட்டத்தின் நடுவில் நிற்கிறவன் சத்தமாக ஏதோ சொல்லிக்கொண்டு நின்றான்.

சூழ நிற்கிறவர்களில் சிலர் கையில் பணத்தை வைத்துக்கொண்டு அவனுடன் பேரம் பேசிக்கொண்டு நிற்கிறார்கள்.

மொறாயசு சொன்னான், "பறுனாந்து இதில நிக்கிற கூட்டத்தில பாதிப்பேரு அந்த வியாபாரியிட ஆளுங்கதான் தெரியுமா. ஏதோ ஒரு விலைக்கு இணங்குவதாய்ச் சொல்லி கம்பளத்தை வாங்கிட்டுப் போவதாக பாவனை செய்வானுக. வியாபாரம் அமோகமா நடக்கிற மாதிரி நாடகமாடி இருக்கிற பொருளை விக்கிற தந்திரம் இது. பாரு."

"அடச்சீ, எத்திப் பொழைக்கிற பொழைப்புல்லா" பறுனாந்து சலித்துக்கொண்டாரு.

எண்ணெய் வியாபாரிகள கசகசவென்னு அந்தப் பிராந்தியத்தையே அழுக்காக்கிக்கொண்டிருந்தார்கள்.

பறவைகளைக் கூண்டிலடைத்து விற்பவர்கள், அலமாரி மர மேசை வியாபாரிகள், யானைத் தந்தத்திலும் குதிரை முடியிலும் அலங்காரப் பொருட்கள் செய்து விற்பவர்கள், இரும்பு, தந்தம், செம்பு வைத்து விற்கும் அங்காடிகள். வெண்கலப் பொருட்கள் வாள், ஈட்டி, கத்தி, குறுவாள்கள் விற்பவர்கள், கோதுமை, நெல், நவதானிய வியாபாரிகள் என்று ஒரு சில்வான கடைகண்ணி.

அது ஒரு முத்துக்குளிப்பு நாளாகவும் முத்து ஏலம் கேட்கிற நாளாகவும் இருந்ததாலும் அங்கு சனம் பெருப்பமாய் இருந்தது. பொருட்களை வாங்கிறதுக்கும் விக்கிறதுக்கும் ஆயிரக்கணக்கில் ஆட்கள் அவ்விடத்தில் வருவதும் போவதுமாக இருந்தார்கள்.

மொறாயசுவும் சோசையும் சொய்சாவும் பறுனாந்துவை முன்னால் விட்டு பின்னால் நடந்தார்கள்.

சிலாவத்துறையில கிடைக்கின்ற வேலை எதென்டாலும் செய்து வயிற்றைக்கழுவ முடியும் என்று அவர்கள் நம்பியதை பறுனாந்துவிடம் சொல்லிக்கொண்டே வந்தான் மொறாயசு.

“கப்பல் வேலைன்னா சாமான் தூக்கிற வேலை என்டு மட்டும் நினைச்சிராதீங்க பறுனாந்து. இங்க கண்காணி வேலை, கணக்குப்பிள்ள வேலை, சாமான் வித்துக்குடுக்கிற புரோக்கர் வேலையின்னு நிறைய வேலையிருக்கு. நீங்க பாக்கிறீங்கதானே பறுனாந்து எத்தனாயிரம் கடைகண்ணிகள். நாங்க பத்துப்பேரு நல்லவிதமாப் புழைக்கிறதுக்கு இடமிருக்கு, பாத்தீகளா.”

பறுனாந்து யோசித்தபடியே பாத்தாரு. சின்னதாக வணிகம் நடத்துகிறவர்கள் பாதையோர வியாபாரத்தைச் செய்து கொண்டிருந்தார்கள். அவர்கள் போல இவர்களும் ஒன்றாக சேர்ந்து விட வேணுமென்டு நினைக்கிறார்களா?

“மொறாயசு பாக்கிறதுக்கு பீதாம்பரமா இருக்குமடா. நான் சொல்லுறதுக் கேளு. இந்த யாவாரம் நமக்குத்தோதுப்படுமா, சொல்லு.”

“பறுனாந்து அங்க முத்துக் குளித்துறையில போத்துக்கீசன் காட்டின பொழைப்புக்கு பழகின கை. கடலில வலை பாய்ச்சி கஸ்ரப்பட ஏலமா சொல்லுங்க. எங்களுக்கு யாவாரம், கணக்கு வழக்கு என்டுதான் தெரியும். நாங்க கொஞ்ச நாளைக்கு இருந்து பாத்திட்டு வந்திருவோம்” என்று பறுனாந்துவின் கையைப்பிடிச்சான் மொறாயசு.

தூத்துக்குடியில போத்துக்கீசனுக்கு துப்பாசிகளாகவும் எடுபிடியாகவும் அவனுக சொல்லுற ஏவல் வேலைகளைச் செய்து கொண்டிருந்தும் இருந்த இந்தப் பயலுகள் சொல்லுறதிலயும் நாயம் இருக்குது என்டு பறுனாந்துவை நினைக்க வைச்சான் மொறாயசு.

நாலு எழுத்துப்படிச்சதோட போத்துக்கீசன் பாசையையும் கதைக்கத் தெரிஞ்ச துப்பாசிகளா இந்தப்பயலுகள் இருந்ததால எதென்டாலும் செல்வாக்குத்தான். தூத்துக்குடி முத்துக்குளித்துறையில கஸ்ரப்பட்டு மீன் பிடிக்கிறவன்கள மேய்க்கிறதுக்கும் வேலை வாங்கிறதுக்கும் போத்துக்கீசன் பாசை தெரிஞ்ச நாலு பேரை பக்கத்திலேயே வைச்சிருப்பான். அவனுக கணக்கு வழக்குப் பாக்கிறதிலேயும் கெட்டிக்காரனுக.

போத்துக்கீசன் பாசையிலேயே வெளுத்து வாங்கினதால மீனவனுக்கு இவன்கள் மட்டில் ஒரு பயம் இருந்துது. அவன்களோட நாலு விதமாப் பழகத் தெரிஞ்சவனுக. "ஆரியப் பெருமாளிட கூத்த முடிச்ச கையோட ஓடிவந்த பயலுகளல்லவா. அவனுக நினைக்கிறமாதிரியே விட்டிரலாமா. பாப்போம்" யோசிச்சவரு எதுவும் கதைக்காமலே நோட்டம் விட்டாரு.

அந்தத் தெரு இடதில் திரும்பி சிறு வியாபாரிகளின் பெட்டிக்கடைகளை ஏகத்துக்கு உள்வாங்கியிருந்தது. அது வினோதப் பொருட்களால் நிரம்பியிருக்க சீமாட்டி ரகத்தில் சில அழகுப்பெண்கள் சேடியரோடு வந்து நின்று கலகலத்துக்கொண்டிருந்தது தெரிந்தது.

யாரோ ஒரு பெருங்குடிப் பெண்ணுக்கு ஈட்டியேந்திய சில வீரர்கள் காவல் நின்றதை பறுனாந்து பார்த்தார்.

"முத்து ஏலம் நடக்கப் போவுது. சங்கிலி ராசா வந்திருக்கிறாரு. மக்கள் பேசிக்கொண்டது பறுனாந்துவின் காதில் விழுந்தது. பறுனாந்துக்கு சங்கிலி ராசாவைப் பார்த்துப்பேசினால் என்ன என்று தோன்றியது.

"ச்ச" என்று அந்த நினைப்பை சட்டென ஒதுக்கினாரு. வியாபாரிகள் விதம் விதமாக கடை விரித்து வைத்திருந்தானுகள்.

அலங்கார வேலைப்பாடுகளோடு வாசனைத் திரவியங்கள் அத்தோட குங்குமம், சந்தனம், பன்னீர், கற்பூரம், பூக்கள் வைச்சு விக்கிற கடையில் பொண்டுகள் அதிகம் நின்டு வாங்கிக் கொண்டிருந்துதுகள். அதுக நின்ட கடைக்கு எதிரே சிவன் கோயில் கோபுரம் பிரமாண்டமாய்த் தெரிந்தது. அது அரை மைல் தூரத்துக்கப்பால் இருந்தாலும் பாக்கிறவர்கள் கண்ணுக்கு முட்டுமாப்போலதான் தெரிந்தது.

அதில இருந்து பிரிகிற சந்துக்கடைகளுக்குள்ளும் சில்வான ஆட்கள் போய் வந்து கொண்டிருந்தார்கள். அவ்விடத்தில வர ஒரு வித தைலவாசனை கலந்த நறுமணக் காற்று முகத்தை வருட பறுனாந்துவுக்கு அது இதமாக இருந்தது. அவரு அந்த சந்துக்குள்ள நடந்தாரு.

எள்ளு, கடுகு, சீரகம், வெங்காயம், புளி, கருப்பட்டி, மஞ்சள், பாக்கு, மிளகு, சுக்கு, தேன், சந்தனம், அகில், பன்னீர், கற்பூரம், சாந்து, புனுகு, கஸ்தூரி, தைலம், பூக்கள் என்று கடைகளுக்குள் சனம் அலைமோதியபடி இருந்ததையும் பறுனாந்து பாத்தாரு.

“செல்லாவை ஒருநாளைக்கென்டாலும் இங்க கூட்டிக்கின்டு வரணும்.” அவருக்கு அந்த நினைப்பு இனித்தது.

நீண்டு கொண்டிருந்த பாதையோரம் முழுவதும் மடக்கி திறந்து மூடத்தக்கதான சிறு வியாபாரங்களை அதிக வியாபாரிமார்கள் நடத்திக்கொண்டிருந்த இடத்தில் அவர் நின்று பார்த்தார். வெற்றிலை, பாக்கு, சுண்ணாம்பு, விசிறி, ஊதுபத்தி, ஜவ்வாது, சாம்பிராணி, குதிரைச் சேணம் அத்தோடு அதில தாயத்து விக்கிறவன்களும் இருந்தானுகள்.

“எடே, மொறாயசு தாயத்து வித்தும் பொழைக்கலாமடா.”

பறுனாந்து நக்கலாகக் கேட்டதற்கு அவன் ஒன்றும் கதைக்கவில்லை. சோசைதான் திமிறினான்.

“எதென்டாலும் ஒரு வியாபாரத்த செய்தாப் போச்சது. எந்நேரமும் கடலும் மீனுமென்டு திரிய ஏலுமா.”

“வாயப் பொத்துடா” மொறாயசு அவசரமாய் சோசையை அதட்டினான்.

அதிலிருந்த இனிப்பு சாப்பாட்டுக் கடைகளைக் கடக்கும்போது கூடாரம் போட்டு கூட்டமாய் இருந்தவர்களில் பலர் அயல்நாட்டுக்காரன்கள்தான். அது ஒரு சூதாட்ட விடுதி என்று சொன்னார்கள். அங்கிருந்த நிலவரங்களையெல்லாம் பார்த்து யோசித்தபடி வந்தவருக்கு மொறாயசு சொல்லுறமாதிரி எல்லாம் நல்லா நடக்குமா என்ற சந்தேகம் வலுத்துக்கொண்டே வந்தது.

“கெட்டுச்சீரழியாமல் இருந்திரணும் வெற்றி மாதாவே” என்டு முணுமுணுத்தாரு பறுனாந்து.

அவரிட மனம் அங்கிருந்த வியாபாரிகளோட இந்தப் பயலுகளையும் பொருத்திப் பொருத்திப் பார்த்து சலித்துக்கொண்டது.

ஆறுதலாய்க் காலாற வேணும்போல இருக்க புளியமரத்து நிழலில உட்கார்ந்தாரு பறுனாந்து.

அவருக்கு "இந்தப் பயலுகள கட்டுப்பிரிஞ்சிராம வைச்சிருடா பறுனாந்து" என்று கொன்சன் சாமியாரு சொன்ன வார்த்தைகள் காதில கேட்டபடிதான் இருந்தது.

"அட நம்ம மூவிராசாபட்டினத்து மீனுக்கு என்ன குறைச்சலையடா கண்டீக. அதில கிடைக்கிற வருமானம் காணாதாடா மக்குகளா."

அவருக்கு கூடவந்த நண்பர்கள் வாழுவதற்கு குடில் போட்ட இந்த மூன்று இராசாப்பட்டினத்தில இருந்து ஏற்கனவே மேற்கால தொழிலுக்குப் போனவர்கள் அங்கயே நிரந்தரமாக தங்கிவிட்டிருந்தது நினைப்பு வர கவலையாக இருந்தது!

பறுனாந்துவால் ஓரிடத்தில் நிலை கொள்ள முடியாதிருந்தது. மேற்கால ராசன் குரூசும் பயலுகளும் போன இடம் பறுனாந்துக்குப் பிடிச்ச மாதி இந்த மொறாயசுப் பயக போவோமின்னு வெளிக்கிடுற இடம் கிழக்கால மன்னார் தீவு கடந்து சிலாவத்துறை பக்கம் என்டவுடன அந்த மனுசனுக்கு திக்கென்டு இருந்துது.

சிறு பத்தையும் வெட்டையுமாக அந்தப் பிரதேசம் ஒரு சாதியாக வரண்டு போய்க்கிடந்துது. மனிதர்களை விடவும் பறவைகள்தான் அதிகமாக இருப்பதாக நினைத்தான். காணுகின்ற பக்கமெல்லாம் இருந்த மரங்களில் இலைகளை விட பறவைகள் அதிகமாக இருப்பதைக் கண்டான். மொறாயசு சொல்லுறதும் சரிதான்.

"கப்பல் வேலைக்கென்று சிலாவத்துறை துறைமுகத்துக்குப் போய் அனுதினமும் திரும்பி வந்து போக ஏலாது கண்டியா. துறைமுகத்துக்கு கிழக்கால இருந்த பரந்த வெளியும் பத்தைக்காடும் சீவியத்துக்கு நல்லமாதி இருக்கும். அதில குளக்கட்டுப்பக்கமாப் பாத்து குடிசையப் போட்டிருங்கடா. இந்த இடத்தில குளம் வாய்ச்ச மாதி வேற எங்கிட்டு இருக்கப்போவுது. பறுனாந்து மலர்ந்த முகமாச் சொன்னதே மொறாயசுக்கு ஆசீர்வாதமா இருந்துது. குளிப்பு முழுக்குக்கு அந்தக்குளம் போதும் என்டாலும் கிணத்தில தண்ணி உவராக இருந்தது மனசுக்குத் துணுக்கிற்று.

“இந்தத் தண்ணியையா குடிக்கப் போறீக.”

“இல்ல. கொஞ்சம் தள்ளி முத்தரிப்புத்துறை. அங்கிட்டு நல்ல சோக்கான தண்ணி.”

“தண்ணி எம்புட்டுக்கு. நாங்க நாலைஞ்சு குடும்பப் பாவனைக்குத்தான, சமாளிச்சிருவோம்.”

பறுனாந்து மொறாயசிட ஓர்மய மனசுக்குள்ளயே மெச்சினாரு.

“என்ன இருந்தாலும் பய வாழணுமின்னு துணிஞ்சிட்டான்.”

மொறாயசும் பயலுகளும் குடில் அமைச்ச கடக்கரையோரத்திலதான் சிலாவத்துறை துறைமுகத்துக்கென்டு வாற பெரிய பாயிழுத்த வங்கங்களைக் கொண்டு வந்து நங்கூரம் போடுறது வழக்கமாக இருந்தது.

தன்கூடவே இந்தியாவிலிருந்து வந்தவனுக தொழிலுக்கென்டு வெளிக்கிட்டுப் போற இடத்திலயே குடியிருக்கிறத நினைக்க பறுனாந்துக்கு மன வருத்தம்தான். என்டாலும் வாழுறதுக்கென்டு போறவங்கள மறிக்க வேணாமென்டு ஹென்றிக்கஸ் சாமியார் சொல்லியிருந்ததால அவரு யாரையும் தடுக்கயில்ல. ஆனால்...

“இங்க என்ன கொறைச்சல். எங்கிட்டுப்போனாலும் இந்தப் பொழைப்புத்தான இருக்கப்போகுது. அதுக்கு ஏன் இனஞ்சனத்தவிட்டு தூரப் போகணும்.”

அவரால தன் மனப் பொருமலை சொல்லாமல் இருக்கவும் முடியல.

இந்த மூவிராசாபட்டினத்தில உடக்குப் பாஸக்காட்டி புண்ணியம் தேடலாமின்னு தான் நெனைச்ச நினைப்புக்கு ஆதாரமில்லாமப் போயிறுமே என்ட கவலைதான் இப்ப பறுனாந்துக்கு.

மூணுமுறை சமுக்கா குழல் சத்தம் கேட்டு ஓய்ஞ்சாலும் சோசை மனம் ஓயமாட்டேன்குது.

அவசரப்பட்டு முத்துக்குளிப்புக்கு பேர் குடுத்திட்டோமோ. சலாங்குப் படகுக்காரன் சந்தான் குளிப்புக்கு ஆள் சேர்த்தான்.

“எம் மச்சான் சோசையிட பேரையும் பதிஞ்சிருங்கண்ணன். அவன் நல்ல குளிப்பாளி” என்டு பேர் குடுத்திட்டு வந்திட்டான் மொறாயசு.

“மச்சானுக்கு ஏங்க்கா தேவையில்லாத வேல” என்டு அக்காச்சியிட்ட சத்தம் போட்டான் சோசை.

“ஏன், அங்கிட்டு சுழியோட்டத்துக்குப் போனவன்தான நீ. அதான் பேரக்குடுத்தன். மச்சான் குளிப்புக்கு கொள்ளக்காசு. சங்கிலி ராசாவுக்கு புறக்கிறதில பாதி போக மிச்சம் நமக்குத்தான். நல்லமாதி செலவழிக்கலாமில்லா.”

சகாயமேரிக்கு அவ தம்பி சோசையிட புலம்பலக்கேட்டுப் பித்துப்பிடிக்கிறமாதி இருக்க அவுக தலப் போட்டாக.

“நீமரு என்ன மசுத்துக்குத்தான் அவன்ட பேரக்குடுத்தீரு” என்று புருசன காய்சின சகாயமேரி அவ தம்பியிட்ட கேட்டாக.

“ஏய்ன், கொற்கையில சுழியோட்டமின்டா பொழுதுக்கும் கடலுக்குள்ளயே கிடக்கிற சீவனுக்கு இப்ப என்ன பயம். கேக்கிறன்.”

“அக்கா கொற்க கடலுக்குள்ள போறமாதி இல்லயாமே. பார்க்கடல் இல்லயா. தண்ணிக்குள்ள கண்ண முழிச்சுக்கின்டா இருக்கப்போறோம். அதான்”

அவனிட மனசில இருக்கிற அச்சம் நியாயந்தான். ஆழ்கடலில இறங்கி கண்ண முழிச்சுப் பாக்க ஏலாதே. எல்லாம் குத்துமதிப்பான குருட்டாட்டந்தான். கடலடியில இருக்கிற பாருக்குள்ளதான் சிப்பியும் இருக்கும். ஒண்ணேமுக்கா நிமிசம் மூச்சப்புடிச்சுக்கின்டு வேகமா கைய அசைச்சுத் துழாவி எடுக்கிற முத்த இடுப்பில கட்டின பறிக்குள் போட்டு நிரப்பணும்.

“தம்பி, மச்சான் இருக்கும்போது உனக்கேன்டா பயம். போ... போய்ட்டுவா.”

கடக்கரச்சாவடியில மொறாயசு பேர்குடுத்த சலாங்குக்காரன் இவனுகளையே பாத்துக்கொண்டிருக்கிறதா மரியான் வந்து சொல்லிட்டுப் போனான்.

“அதொண்ணும் பிரச்சினயில்ல மச்சான் வா.”

வெளிக்கிட்டாங்கள். கடல் பச்சையாத்தான் கிடந்துது. எப்பிடியும் ஒரு கம்பான் ஆழத்துக்கு அடியில போகணும். போறதுக்கு மூணு நிமிசம் முத்துப்பொறுக்க ரெண்டு நிமிசம் வாறதுக்கு மூணுநிமிசம். ஏழுநிமிசந்தான் ஒரு ஆச்சல் குளிப்பு. சோசை நல்லா மூச்சுப்பிடிக்கிறவன்தான். போன கிழம பொழுதுக்கும் கடலிலேயே கிடந்து பழகினான். கொற்கை கடலிலில சங்கு குளிப்பில கெட்டிக்காரனா இருந்தவனுக்கு இது ஒண்ணும் கஸ்டமில்லத்தான் என்டாலும் ஒரு பயம் மனச அறுத்துக்கின்டே கிடந்துது. இடுப்புக்கயித்தப் புடிக்கிறவன் கையிலதான் உசிரு.

மச்சான் மொறாயசு கெட்டியான ஆள். எப்போதும் அக்கா தங்கச்சியக் குடுத்த மச்சான்மார்தான் இந்த தொழிலுக்கு சோடியாச் சேருவானுக. நம்பிக்கையும் துரோகமும் மனுசனுக்குள்ளதான் இருக்கு.

“ந்தா பாரு மச்சான். இடுப்புக் கயித்திலதான் எனக்கு கண்ணு. உசும்புனா போதும் இழுத்திருவன் கயித்த. பயப்பிடாத மச்சான்.”

மொறாயசுக்கு சகாயமேரி சொல்லியனுப்பினது புத்தியில கிடந்துது.

“ஞ்சேரும், உம்மல நம்பித்தான் தம்பிய அனுப்புறன். அங்கிட்டு இங்கிட்டு ஏமலாந்திரப்படாது. கவனம்.”

சோசைக்கு குளிப்புக்கு மூழ்கினதில இருந்து நெஞ்சு படக்கு படக்கென்டு அடிச்சிக்கின்டே கிடந்துது. தண்ணிக்குள்ள கேக்கிற ஏகாந்த சத்தம் அவன் காதப்பிச்சுக்கின்டு கிடக்குது. உலகத்தில இருந்து அவன மட்டும் பிரிச்சு விட்ட உணர்வுதான். தண்ணியில இருக்கிற வெதுவெதுப்பு ஆழத்துக்குப் போகப்போக குளிர்ந்து கின்டு கிடக்குது. தேகத்தில சாதிக்கணுமென்டு வைராக்கியந்தான் முழிப்பா இருக்கு. அடுத்தவன் புறக்கிற சிப்பியவிட நாம கூடப் புறக்கணுமென்டு நினைப்பு நெஞ்சு முழுக்க கிடக்குது.

பாருக்கு கிட்ட நெருங்கிறபோது சோசை காலைப்பாவுறான் தரையில. பாருக்குள்ள இருக்கிற இடுக்குகளும்

மடிப்புக்களுந்தான் சிப்பி உறையிற இடமென்ட மேனிக்கு அவன் ரெண்டு கையையும் மாறிமாறித் துழாவுறான். கையில தட்டுப்படுறதுதான் சிப்பி. படக்கென்டு பிடிச்சு பறியில போடுறபோது அவனுக்கு சந்தோசம். அவன் கைய வைக்கிற இடத்திலயெல்லாம் சிப்பிதான். வெற்றி மாதாவே. ஆண்டவரே என்டு நொடிக்கொருதடவ சொல்லிக்கின்டே புறக்கிறான். அவனுக்கு இருந்த தனிமையுணர்வு மறைஞ்சு போய் இந்த சமுத்திரத்தோட உறவாடுறது இப்ப சுகமா இருக்கு. சத்து நேரத்தில பறி நிறைஞ்சு போய்ச்சு. இன்னொருக்கா வரணும் என்டு நினைப்பு வந்திட்டுது. வலது கையால பறி மூடிய மூடிக்கின்டு இடது கையால இடுப்புக்கயித்த அசைக்கிறான் சோசை.

தோணியில காவல் இருக்கிற மொறாயசு கடலுக்கடியில போன மச்சான் நினைப்பாவே இருக்கான். ஆண்டவரே மாதாவே. தண்ணிக்குள்ள போன மச்சானுக்காக மனம் நிறைஞ்சு வேண்டுதல் செய்யுறான் மொறாயசு.

சகாயமேரியிட ஒரேயொரு உடன் பிறப்பு. நல்லதுக்கும் கெட்டதுக்கும் ஒத்தாச அவன்தான. அவனுக்கு ஒண்ணென்டா உசிர விட்டுருவாளே சகாயமேரி. அதுக்குப்பிறகு மச்சானத் துலைச்சவனென்டு வந்து சேரப்போற கெட்ட பேருக்கு காலத்துக்கும் வகை சொல்லணுமே மாதாவே. தம்பியில்லாம சகாயமேரிய நினைச்சுப்பாக்க மொறாயசு மனம் இருட்டுமாதிரி கிடந்து கௌவ்வுது.

ஒருவேளை நாம தண்ணிக்குள்ள போய், நமக்கொண்டு நடந்தா. கயிறு புடிக்கிற மச்சான் நினைப்பு எப்பிடியிருக்குமென்டு நினைச்சுப் பாக்கிறான் மொறாயசு.

ஐயோ, துடிச்சுப்போயிருவானே மச்சான். அவன் அக்காச்சிய தாலியில்லாமப் பாக்கிற வேதனைய எப்பிடித் தாங்குவான். சொல்லி மாளஏலுமா. அணியத்தில இடுப்புக்கயித்தோட இருக்கிற மச்சான் மொறாயசிட மனதில சூறாவளியடிச்சிக்கின்டு கிடக்குது.

மனக்கணக்கில அவனுக்கு மச்சான் தண்ணிக்குள்ள இருக்கிற ஏழுநிமிசம் முடியிறது தெரியுது. மொறாயசு நெஞ்சு அடிக்கிற

சத்தம் காதில கேக்கிறமாதிரி பதைப்பும் நினைப்பும். பேயறைஞ்சமாதிரி குந்திக்கின்டு நிக்கிறான் மொறாயசு.

இனி எந்தக் கணப்பொழுதிலும் கையில இருக்கிற கயித்தில அசைவு தெரியுமென்டு நினைக்கவும் அது அசையவும் சரியா இருக்குது. சரசரவென்டு கயித்த வெளிய இழுக்கிறான் மொறாயசு.

"டேய் வாங்கடா இழுப்போம்."

தோணியில் இருக்கிற மத்த மூணுபேரும் கிட்ட ஓடி வாறானுக. சரசர பரபரவென்டுதான் மூணே நிமிசத்தில தண்ணி மேல் மட்டத்தில தெரியிற சோசையப்பாக்கிறானுக. அவன் கையால நெத்திமுடிய ஒதுக்கி விட்டுக்கின்டு சிரிக்கிற சிரிப்பில இவனுக மனசு நிறைஞ்சு போகுது.

23

கடலில எந்த வலையைப் போட்டாலும் அம்பாரம் மீன்பட்டுது. தீவுக்கடல் பாறையில்லாத தெளிவான பரவைக்கடலாய் இருந்தபடியால கட்டுமரத் தொழில் நல்ல விதமா வாய்ச்சுப்போய்ச்சு.

இராமேஸ்வரம் மரைக்காயர் பட்டினத்தில இருந்து ஆள் வந்திருந்தான்.

“வள்ளம் கொண்டு வந்து கட்டுறதுக்கு அனுமதி கேட்டுவிட்டாரு மரக்காயரு”

“அதெப்பிடின்னே, இதில கட்டுமரத்தோடயே நீங்களுக வந்து குந்திரப்போறீக.”

“இல்லப்பு. கட்டுமரமின்னா பரவக்கடல்ல கொள்ளையா மீன் புடிக்கலாமில்லா. உங்களுக்கு கட்டுமரம் வேணாமா பறுனாந்து. அதான் மரக்காயரு உங்களுக்கு சப்ளை பண்ணணுமிங்கிறாரு.

“ஏண்ணா சும்மாவா.”

“மரக்காயரு யாருக்கு சும்மா குடுத்தாரு. சும்மா போங்க பறுனாந்து. அவரு வலை வள்ளத்த தருவாரு நீங்க அவருக்கு சரக்க குடுத்து காச வாங்கிக்கீங்க.”

“ந்தா கேளுங்கன்னே. இந்த ஊர்ல சீவிக்க வந்திருக்கிற நாங்க ராசாவுக்கு பாதகம் செய்யலாமா. ஏக்கனவே கடையருக போத்துக்கீசனோட வைச்சிருந்த தொடுசல் பெரிய விவகாரமாப் போய் கடசியில படு கொலையா முடிஞ்சு போச்சு. ஏதென்டாலும் சங்கிலி ராசாட்ட சம்மதம் வாங்காம நான் ஒண்ணும் சொல்லமாட்டன் கண்டியளா.”

ராமேஸ்வரத்தில இருந்து வந்தவனுக்கு இங்க இடம்புடிக்கிற மாயம் பறுனாந்திட்ட பலிக்காது என்டு தெரிஞ்சு போச்சு.

கடல் கரை தாண்டி வாற மாரியில புலி பாய்ஞ்ச புட்டியில வலைவளைப்பு அமோகமா இருந்துது. ஒரு நாளில ரெண்டு வளைப்பு. தலைக்கு ஆறுரூவா தாராளமாக் கிடைக்கிற தொழில் என்ட படியால அந்தத் தொழில் உற்சாகம் கட்டியிருந்துது. வடக்கால பரவருக தொழில் செய்யிற சேட்டத்தக் கேள்விப்பட்டு பட்டங்கட்டி வலையடிக்கு வந்திருந்தாரு.

பறுனாந்துக்கும் பட்டங்கட்டிக்கும் கதையாக் கிடந்துது. மரைக்காயருட ஆள் வந்திட்டுப்போனதாக பறுனாந்து பாவிலுப் பட்டங்கட்டிக்கு தகவல் சொன்னாரு.

"தொழிலுக்கு வாய்க்குமென்டா வாங்கிப் போடுங்க பறுனாந்து."

"சரிதான். மரைக்காயரு ராமேஸ்வரம் தொட்டு தொண்டி, கோட்டப்பட்டனம் வரைக்கும் வள்ளம் செய்து விக்கிறவருதான். இடத்தப் புடிச்சிருவானுக பட்டங்கட்டி. எனக்கு இந்த மன்னார்த் தீவுக்குள்ள புதுசா வேற குடிகள் வந்திரக்கூடாதுன்னு பாக்கிறன்."

"மல்லிப்பட்னத்துக்காரன் சம்பேதுருல குடுக்கிற குடைச்சலப் பாத்து பயங்கரமாயிருக்கு பட்டங்கட்டி."

"நான் எதுக்கும் தகவல ராசவுக்குச் சொல்லி மறு உத்தரவு எடுத்திடுறன்."

மறுவாரமே மரைக்காயருட ஆள் திரும்பி வந்தான். வந்தவனுக்கு இங்க மகிழ்ச்சியான செய்தி காத்திருந்தது.

"நாங்க புடிக்கிற மீன நீமரு வள்ளம் கொண்டு வந்து ஏத்திக்கின்னு ராமேஸ்வரம் கொண்டு போறது தோதுப்படாது. நீங்க வேணுமின்னா இங்கயே சரக்கு வாங்கி கருவாடாக்கி அதுக்கொரு விலையும் வரியும் குடுத்து கொண்டு ஏத்திறதின்னா சங்கிலி ராசாவுக்கு சம்மதமென்னுட்டாரு. வரிய நீங்க சங்கிலி ராசாவுக்குத்தான் கட்டணும்."

பறுனாந்து ஒரே தடவையில பத்து வள்ளத்த வாங்கிப்போட்டாரு.

மரைக்காயரு ஆளுக வெற்றிமாங்குடியில வாடி போட்டு இருந்தானுக.

இராமேஸ்வரம் மரைக்காயர் பட்டினத்தில இருந்து துலுக்கன் கொண்டுவந்து வித்த கட்டுமரங்களை வாங்கித்தொழில் செய்ய ஆரம்பிச்சானுக. கட்டுமரத்த வித்தவனே இங்க பிடிக்கிற மீனை விலை குடுத்து வாங்க ஆயத்தமாக இருந்த படியால் வெற்றிமாங்குடியிருப்புத் தொழில் பெருக ஆரம்பிச்சுது. பாய்ச்சு வலைத்தொழில் நல்லா வாய்ச்சுது.

பறுனாந்து இதுதான் தொழில் என்டில்லாமல் தனக்கு வாய்ச்ச எல்லாத் தொழிலையும் செய்து பிழைச்சாரு. கடக்கரையில நாலைஞ்சு வள்ளம் பறுனாந்துக்கு இருந்துது. பறுனாந்து வாடிப் பப்பில எந்த நேரமும் கருவாடு காய்ஞ்சபடி இருந்ததால சோனக வியாபாரிமார் வாறதும் போறதுமா இருந்தானுக.

பறுனாந்து தன்னிட புரட்சித்தோழர்களுக்கும் தொழில் குடுத்து வைச்சிருந்ததினால ஒரு விக்கினமுமில்லாம இருந்தது.

பெரேராவுக்கு வாழ்க்கையே வெறுத்துப் போய்க்கிடந்துது. அவன் திரேசிட சாவுக்குப்பிறகு வாழ்க்கையில ஒரு பிடிப்புமில்லாமத் திரிஞ்சத நினைச்சு பறுனாந்து கவலைப்பட்டாரு.

“சும்மா இருந்தவனுக்கு கலியாணக்கதையக் கதைச்சு அவன் மனசில ஆசைய விதைச்சு விட்டது நாந்தானே” என்டு செல்லாவிடம் அடிக்கடி சொல்லிப் புலம்பிக்கிண்டேயிருந்தாரு பறுனாந்து.

அன்டைக்கு வாடிக்கு வந்திருந்தான் பெரேரா.

நடை பிணமாகத் திரிஞ்சவனப்பாத்து பச்சாத்தாபப் பட்டுப்போனா செல்லாம்மா.

“கேட்ட புள்ளய சாவக்குடுத்திட்டுத் திரியிறானே பெரேரா. அவுனுக்கு ஒரு போக்கிடம் வேணுமில்லையா. என்னவாச்சும் நாமதானுங்க செய்யணும்.”

செல்லாம்மா சொல்லுற கதையில நியாயம் இருந்ததால பறுனாந்து அவனக் கூப்பிட்டாரு.

“ந்தா பெரேரா, நடந்தது நடந்திட்டுது. நாம ஒண்ணு நினைக்க கடவுள் ஒண்ணு நினைச்சிருராரு. நாம என்ன தான் செய்ய ஏலும். அந்த திரேஸ் குட்டிக்கு உன்னோட சேந்து வாழுறதுக்கு குடுப்பின இல்லயப்பா. அதுக்காக நாமலும் சாவ ஏலுமா.”

பெரேரா கண்கலங்கினான். குடும்பம் குட்டியுமா வாழுறமாதி அவங்க ரெண்டுபேரும் நினைச்சுக்கட்டின கற்பனக்கோட்டை சரிஞ்சு விழுந்ததாகச் சொல்லியழுதான்.

பறுனாந்து அவனை "எங்கிட்டும் போயிராத பெரேரா. நம்ம கருவாட்டு வாடியிலேயே நில்லு. நல்லகாலம் பொறக்கட்டும். எதென்டாலும் பாத்துச் செய்துக்கலாம்" என்டு சொன்ன ஆறுதலை தலைக்கெடுத்த பெரேரா, பறுனாந்து வாடியில நிரந்தரமா ஒரு தொழிலாளியாவும் பொறுப்பாளியாவும் இருந்தான்.

செல்லாம்மா காலையிலயே கடக்கரை வாடிக்கு வாறவுக அங்க நடக்கிற தொழில் முயற்சி எல்லாத்தையும் நல்ல விதமாப் பாத்திட்டுத்தான் வீட்டுக்குப் போறாக.

செல்லா தன் மன வடுக்களை பறுனாந்து காட்டின பாசத்தாலயும் அன்பாலையும் துடைத்தெறிந்தாள். அவளுக்கு கிடைத்த வாழ்க்கைக்கு கடவுளுக்கு நன்றி சொன்னாள்.

வெற்றிமாங்குடியிருப்பு பட்டினக்காரனில பாதிப்பேரு தலைமன்னார் மேற்கில குடியேறினப்பிறகு அவனுகளும் நாலு தொழிலயும் சேட்டமாச் செய்யத் துவங்கியிருந்தானுக.

புதுசாக வலை கயிறு இறக்கி செய்த கரைவலைத் தொழில் பரவாயில்லாம இருந்தநேரம்தான் அந்தக் கொடுமை தலைகாட்டினது.

மேற்கால நல்ல மீன்பாடு என்டு கிடந்து மாய்ஞ்சிட்டு பின்னேரம் ஆறுமணிக்கு வீட்டுக்கு வந்தான் லெம்பட்டு. உடம்பு அலுப்பு. உறைக்கிணத்தில நாலு வாளி தண்ணியள்ளி மேலுக்கு ஊத்தினவன்.

"ந்தா வாறன் மிக்கேலா" துறப்பாட்டுக்கு வெளிக்கிட்டான்.

துறப்பாட்டில பின்னேரக் கள்ளு நல்லா இருக்கும்.

துறப்பாட்டில செட்டிவிளைக்கார நாடாருகட தவறணை இப்ப கலகலத்துக்கின்டு கிடக்கும்.

செட்டிவிளையில இருந்த நாடாருக அத்தனை பேரும் கத்தோலிக்கரா இருந்ததால மதுரைநாயக்கனுக்குப் பயந்து அவனுகளும் புள்ள குட்டிகளோட இங்க வந்து சேந்திருந்தானுக.

“பறுனாந்து, நாடாப்பயலுக வந்திருக்கானுக பாத்தியா.”

துறப்பாட்டிலயும் ஆளுங்க வந்து இறங்கின செய்தி கேட்டு அங்க போன பறுனாந்துக்கு ஆச்சரியமா இருந்துது.

பெரிய தாழையில இருந்தே வள்ளம் ஏறினதாக அவனுக சொன்னானுக.

வேலுச்சாமியும் வந்திருந்தான். பறுனாந்திட சின்னவயசுத் தோழன். எப்போதும் அவனுக குடும்பம் பறுனாந்து அய்யன் வீட்டையே சுத்திச்சுத்திவாறதுதான்.

“பனத் தொழில் பாக்கிற எங்களுக்கு உங்களவிட்டா யாரு சாமி பொழைப்புத்தருவாக. அதான் வந்துட்டோம்”

அவனுக சொன்னதும் பறுனாந்து நெஞ்சு உருகிப்போச்சு. “பாவம், உஞ்ச விருத்திக. நம்மளையே நம்பிக்கிடந்தவனுக வேற என்னதான் செய்வானுக.”

“ந்தா பாருங்க, வேலுசாமி. சாதியென்டு பாத்தா நீங்கள்ளாம் வேறதான். மதுரைநாயக்கனுக்கு பரவருகதான் எதிரியாப் போயிட்டோம். நீங்க பொழைச்சுக்கிடந்த அந்த ஊர விட்டு இங்க வரணுமான்னுதான் கேக்கிறன். எலே, சொந்த ஊர விட்டிட்டு வந்துருவீகளா மக்குகளா.”

“நாங்க என்னத்தச் செய்ய. மதுரைநாயக்கன் வேதக்காரன் என்டாலே பிடிச்சுக் கொல்லுறான். நாங்க வேற ஒங்களயே நம்பி இருந்திட்டோமா. நீங்க இல்லாத ஊரு அங்க வெறிச்சோடிக் கிடக்குதய்யா. அதான் பொழைப்புப் பாக்கணுமுல்லா.”

செட்டி விளையில பரலோக மாதா கோயில்தான் அந்த நாடார் சமூகத்துக்கு இருந்த கோயில். ஆரியப் பெருமாள் பாளையக்காரன் அந்த ஊரிலயும் அச்சுறுத்தி வெருட்டி உருட்டி வரி வசூலிச்சுக்கின்டுதான் இருந்தான்.

இப்ப பிரச்சினையென்டு வருகிறபோது அந்தக் கோயிலச் சேந்த ஆளுங்களும் பயந்திருந்தாங்கள்.

“சரி வந்தீட்டிகளில்ல. நம்ம ஆளுங்க அடைச்ச காணிகளுக்குள்ள இருக்கிற பனையப் பாத்துக்கிள்ளுங்க.”

அவனுக குடியிருக்கிறதுக்கு தோதா துறப்பாட்டில குடிசகளப் போட்டு இருந்தானுக. பத்து முப்பது குடும்பம்.

ஊர்காரன் காணியடைச்ச இடத்தில இருந்த பனைமரம் எல்லாத்தையும் அந்த நாடாருப்பயகதான் வருசப் பாட்டமென்டு குத்தகைக்கு எடுத்திருந்தானுக. ஓலை, மட்டை, பதநீர், நுங்கு, பனங்காய் என்டு நல்ல வருமானம் பாத்தானுக.

அவனுக பின்னேரத்தில இறக்கிற கள்ளுக்கு ஏக மவுசு. பொழுது சாய்ஞ்சு எட்டு மணிவரைக்கும் பாலையா என்கிறவன் விக்கிற கள்ளுக்குப் போய் நிக்கிறான் கரைவலைகாரன்.

மூவிராசாபட்டினக்காரன், வெற்றிமாங்குடியிருப்புக்காரன் ரெண்டு ஊர்க்காரனும் சேந்து நல்ல வாரப்பாடாத்தான் கள்ளுக்குப் போவானுக.

கள்ளக் குடிச்சிட்டு ஏதாச்சும் விவகாரத்த இழுத்துக்கின்டு வாறதும் பறுனாந்து ஐயா வீட்டு முற்றத்தில பஞ்சாயம் பேசி ஒத்துமையாகிறதும் வழக்கம்தான்.

ராவு எட்டு மணிக்கெல்லாம் வீட்டுக்கு வந்த லெம்பட்டு "வயித்த வலிக்குது மிக்கேலா" என்டு பொஞ்சாதிக்குச் சொல்லிட்டு காட்டுக்குள்ள போனவன் வெகு நேரமா வரயில்ல. என்ன ஏதென்டு பாத்தா, "கள்ளுக்குடிச்சது பாரு வயித்துக்க சரியில்ல. சரசரன்னு போவுது, வயித்தால."

ராவு முழுக்க நித்திரையில்லாம கிடந்து அவதிப்பட்டான். விடிஞ்சா மனுசன் கண் தொங்கிப் போச்சுது.

ஒரு சாதி நாத்தம். மனுச நினம் அப்பிடித்தான் மணக்குமாம். மிக்கேலா பத்தியம் பாத்தாள். மாதுளம் பிஞ்ச ஆய்ஞ்சு அரைச்சுக்குடுத்தா. ஆனா அவனுக்கு நிக்கயில்ல. சீல ரெத்தம் போய் வயிறு கடுத்துக்கின்டு கிடந்துது. கதைக்கவும் ஏலாம குரல் வத்திப்போச்சு. அந்த நாள் பகலே ஒட்டின வயிறாக் கிடந்தவனப் பாக்கப் பரிதாபமா இருந்துது. பருத்திப் பண்ணப் பரிகாரிட்டப் போகணுமென்டா ஏலாது. மனுசனுக்கு எழும்பி இருக்க ஏலுதில்ல. கட்டியிருந்த துணியோட போனதக் கழுவித்துடைக்க ஏலாமப்போச்சு. மிக்கேலா பரிதவிச்சா.

மூணா நாத்து தரையில கிடந்தவனுக்கு வெட்டி இழுத்துக்கின்டு சீவன் போச்சுது.

காத்தால வலையடிக்கு நாலுபேரு ஒத்தப்பாட்டுக்கு தொழிலுக்கு வராமத் துட்டியடிச்சானுக என்டு லோகு சம்மாட்டி வெற்றிமாங்குடியிருப்புக்குள்ள போனபோதுதான் லெம்பட்டு செத்துப்போனான்னு தெரியும்.

வாஸுப்பயல் அவன் வீட்டு முற்றத்திலயே சுருண்டு கிடந்தான். எழும்பி நடக்கத் திராணியில்லாமக் கிடந்தவனிட்டத் தொழில் கதை கதைக்க ஏலுமா.?

வெற்றிமாங்குடியிருப்பில மனுச நின வாசனை குமட்டினது.

மனுசனுக்கு வரக்கூடாத வருத்தம் வந்து துலைச்சிட்டுது. கழிச்சல் நோய்... கட்டியிருந்த உடுபுடவையோட போய் நாத்தமடிச்சுக்கிடந்துது வாஸு குடும்பம்.

கண்முன்னுக்கே வாசுவிட மூத்த மக. கண்ணு ரெண்டும் மேல போய் மூச்சுப் பேச்சில்லாமக் கிடந்ததப் பாத்துப் பயந்த லோகு சம்மாட்டி ஒரேயோட்டமா மூவிராசாபட்டினத்துக்கு ஓடிவந்திட்டாரு.

வெற்றிமாங்குடியிருப்பு ஆம்புளையும் பொம்புளையும் ஏகத்துக்கு நோய் வாய்ப்பட்டுக்கிடந்தத கேள்விப்பட்டு பருத்திப்பண்ண பரிகாரி மருந்தோட போனவருதான். வாயப்பிதுக்கினாரு.

ஆறுபேரு ஒரே நாள்ள செத்துப்போவானா, மாதாவே. “இது கொள்ள நோய் கண்டிகளா. ஒரு ஆச்சல் ஆஞ்சுதான் விடும். மருவாதையா எங்கிட்டும் ஓடிப்போயிருங்க. அவ்வளவுதான் சொல்லுவன்.” என்ட மனுசன் அந்த இடத்தில நிக்கப் பயந்து போய் அவரும் ஓடி வந்திட்டாரு.

வெற்றிமாங்குடியிருப்பில கண்டிருக்கிறது காலராக் கொள்ளை நோய் என்டு பரிகாரி சொன்னபோது இனஞ்சனம் திகிலடைஞ்போய்ச்சுது. அந்த நோய் பெரிசு, சின்னன் என்டு பேதம் பாக்காம எல்லாரையும்தான் பிடிச்சுக்கொல்லுது என்டு மூவிராசாபட்டினத்தானுக்கு செய்தி வந்தபோது சனம் வீட்டுக்குள்ளயே முடங்கிட்டுது. வெற்றிமாங்குடியிருப்பில இருந்தவனுக நின்டது நிக்க பொத்துப் பொத்தென்டு செத்து விழுறானாம் என்ட கதையில நடுங்கிப்போன சனம் பூட்டின கதவத்திறக்காம வீட்டுக்குள்ளயே தெரிஞ்ச செபத்தச் சொல்லிக்கின்டு கிடந்துது.

அயலில உள்ள கடைகண்ணியில இருந்த சாமான்கள பறுனாந்து தலைமையில நாலைஞ்சு புரட்சித்தோழர்கள் சேந்துகின்டு சாப்பாட்டுக்குத் தேவையான மாவு, அரிசி, குறுநா, தேங்கா, புளி, வெங்காயமென்டு கிடைச்சதுகள மொத்தமா வண்டியேத்திக்கொண்டு வந்து வீடு வீடாக் கூவிக்கூவி வெளிப்படலையத் திறந்து முற்றத்தில போட்டிட்டு சத்தம் போட்டுச் சொல்லிட்டு வந்தானுக. எப்பிடியும் சனம் காய்ச்சி மூட்டித் திண்டாப் போதுமென்ட கணக்கில அந்த இளந்தாரிகள் செய்த வேலையால சனம் புழைச்சுக்கிடந்துது.

காலரா வந்து நாலு நாளிலேயே செத்தவன் கணக்கு நாப்பது.

சனத்துக்கு அதிர்ச்சியா இருந்துது.

யாரு செத்தா, எவரு செத்தா என்டு தகவல் அறிய சனம் கிடந்து தவிக்குது.

செத்தவன எடுத்து ஒரு பொட்டியில வைச்சு புதைக்க ஏலாமக் கிடந்துது. வெற்றிமாங்குடியிருப்பு பிணக்காடாப்போய் எல்லாப்பக்கத்திலயும் மனுசப் பிரேதம் அழுகி துர்வாடை வீசினதால அடுத்தவன் அந்தப்பக்கம் தலைகாட்டப்பயந்து போய்க்கிடக்கான். பிரேதத்த எடுத்து புதைக்கணுமேயென்டு ஒரு பய முன்னுக்கு வாறான் இல்ல.

மனுசன் நாறிக்கிடந்தா தீண்டுறதுக்கு நாதியில்ல. ஒரு நாய் செத்துக்கிடந்தா நாத்தம் பொறுக்காம வெட்டிப்புதைக்கிறவன். இப்ப மனுசன் செத்து நாறினாலும் பாக்கிறான் இல்ல. அவன் உடம்பிலதான் காலரா நோய் இருக்கும் என்ட பயத்தில வெற்றிமாங்குடியிருப்ப ஒரு சாதிக்காரனும் நெருங்கிறானில்ல.

பருத்திப்பண்ண பரிகாரி சொல்லிவிட்டிருந்தாரு."மூக்கக் கட்டிக்கின்னு மினக்கடாம ஓட்டமா ஓடி கிழக்கால புளியமரத்துப் பள்ளத்தில போட்டுப் புதைச்சிட்டு ஓடியாந்துடுங்க மக்கா."

இது கொள்ளை நோய் காத்தில பரவுதாம். இங்க இருந்தாலும் வருமென்டு யாரோ குண்டக்க மண்டக்க கதைச்சானென்டு மூவிராசாபட்டினக்காரன் குடும்பம் பத்துப்பேரு சம்பேதுருவுக்கு வெளிக்கிட்டுப் போனானுக.

உயிர் பிழைச்சுப் போறனென்டு போறவன என்னத்தச் சொல்லி மறிக்கிறது என்டு பறுனாந்து பேசாமலே இருந்த போதுதான் வெற்றிமாங்குடியிருப்பில இருந்து ஆத்த அப்பனக் காலராவுக்கு காவு குடுத்திட்டு ஒத்தையில வயித்தப் புடிச்சுக்கின்டு ஓடிவந்து சேந்தான் மண்டாடி தீனு.

“நீ எங்கிருந்திடா வாறா வடுவா.”

“அங்கதான்.” வெற்றிமாங்குடியிருந்த பக்கம் கையக்காட்டினான்.

“செத்தவன் கணக்கச் சொல்ல வந்தீயாக்கும். போ... போய் கடலில முழுகிற்று வா.”

கடலில முழுகிற்று வந்தவனுக்கு பக்குவம் பாத்தா செல்லாம்மா.

செல்லாம்மாவுக்கு கொஞ்சம் மருந்து மாயம் தெரிஞ்சிருந்துது. வீட்டுக்கு முன்னால நின்ட மரத்தில வேப்பிலைய ஆய்ஞ்சு சட்டென்டு அம்மியில வைச்சு அரைச்சா. மஞ்சளையும் பெருங்காயத்தையும் போட்டுக்குத்தி அரைச்சா.

“இங்க வாடா மண்டாடி.”

தீனு மண்டாடியிட்டதுணிய அவுத்து அடுப்பில போடச் சொல்லிட்டு அவன் தேகம் முழுவதும் அரைப்பு பூசினா செல்லாம்மா. அவன் வெக்கப்பட்டான்.

“ஆபத்துக்குப் பாவமில்ல. இப்ப ஆம்பிளை பொம்பிளையென்டு இல்லடா மவன, பூசு. போ வெய்யில்ல கிடந்து காயணும்.”

சேதி கேட்டு பறுனாந்து துடிச்சுப் போனாரு. “ஐயோ... ஐயோ மதுரை நாயக்கன் வாளுக்குப்பயந்து ஓடிவந்த சனத்த கொள்ளை நோய் கொண்டுபோகப் பாக்குதே மாதாவே. ஐயோ நம்மள நம்பி வந்த சனமாச்சே. என்னத்தையாவது செய்து காப்பாத்தணுமே.”

பறுனாந்திட புரட்சித்தோழர்களும் நாலு பேர் கழிச்சல்ல செத்துட்டாங்களாம் என்டு கேள்விப்பட்டபோது அந்த மனுசன் அரற்றிக்கிடந்ததப் பாத்து ஊரே தவிச்சுது.

மண்டாடி தீனுவுக்கு செல்லாம்மா பக்குவம் பாத்த போதுதான் பறுனாந்துக்கு புத்தியில பட்டுது.

செத்துப்போனவன நினைச்சு கலங்கின்னு கிடக்காம இருக்கப்பட்டவன காப்பாத்தணுமே. பறுனாந்து ஒரு முடிவுக்கு வந்தாரு. நோய்கண்டு செத்தவன் பிரேதத்த சுணங்காம அப்புறப்படுத்தணும். இருக்கப்பட்டவனக் காப்பாத்தணும்.

குருசுக் கோயிலடியில போய் கூவிச்சத்தம் போட்டாரு. வீட்டுக்குள்ள முடங்கினதுகள் பறுனாந்து போட்ட சத்தத்தில வெளிய எட்டிப்பாத்துதுகள்.

கூடிவந்த சனத்திட்ட பறுனாந்து கதைச்சாரு. எல்லாத்துக்கும் துணிஞ்சு நிக்கிற அந்தக் கப்பித்தான் சனத்துக்கு முன்னால நிண்டு கலங்கி குரல் உடைஞ்சு கதைக்கிறதுக் கேட்கிற சனம் நெஞ்சிலயும் மார்லயும் அடிக்குது.

அந்த மனுசன் சொன்ன ஒவ்வொரு வார்த்தையும்; வேத வாக்குத்தான்.

"நம்ம எல்லாருக்குமே இது பிரச்சின கண்டிகளா. நம்மளோட கூடவந்த இனஞ்சனம் செத்து மடியுது. நாம பேசாம இருந்திடலாமா."

"இல்ல என்னவாச்சும் செய்யுங்க பறுனாந்து ஐயா. அது நம்ம சாதிசனம் சாகவிட்டிராதீங்க." என்று ஒரு படையாச்சொன்னபோது எல்லாருக்கும் தேகம் புல்லரிச்சுது.

பறுனாந்து சொன்னமாதியே துணிய அவித்துப்போட்டு மாணிக்கமருந்து அரைச்செடுத்துக்கின்டு தேகம் முழுசும் பூசினானுக புரட்சிப்படைப் பயலுக. துணியெடுத்து மூக்கையும் வாயையும் கட்டிக்கின்டானுக.

மஞ்சளையும் பெருங்காயத்தையும் வேப்பம் பட்டை, திப்பிலி, வசம்பு எடுத்து அவிச்சு குடி நீர் தயாரிச்சா செல்லாம்மா.

சாக்கையும் தடியையும் கொண்டு ஓடிப்போனானுக பயக. அவனுக தேகம் முழுவதும் பூசின மாணிக்க மருந்து அந்தப்பிராந்தியத்தில பச்சை மனுசங்களை உலவ விட்டமாதித் தெரிஞ்சுது.

நாத்த மெடுத்துக்கிடந்த பிரேதங்களை சாக்கில போட்டுத் தூக்கிச் சுமந்துகின்டு நாலு மைலுக்கு அப்பால இருந்த புளிய

மரத்துப் பள்ளத்தில போட்டு மண்ணச்சரிச்சு விட்டிட்டு ஓடோடி வந்தானுக.

சாகக்கிடந்தவன் வாயில கசாய நீர ஊத்தி அப்புறப் படுத்தினானுக. நல்லா இருந்ததுகள மூவிராசா பட்டின அண்டையில இருந்த சேத்துப்பாட்டில கொண்டு வந்து உண்ணப் பொழைக்க வைச்சானுக. ஆம்பிள, பொம்பிள, மூத்தது, குஞ்சு குருமானின்னு வந்து கிடக்குதுக.

செத்தது போக எண்ணிப்பாத்ததில வெற்றிமாங்குடியில பாதிப்பேர் இல்லையென்டது தெரிஞ்சுது. பறுனாந்துவின் புரட்சித்தோழர்களில் பதினேழு பேரு செத்துப்போயிருந்தார்கள். பறுனாந்து கண்ணீர் மல்கி வாய்விட்டு அழுதாரு.

பேதி நோயால செத்துப்போன புரட்சித்தோழர்களின் நினைப்பு அந்த மனுசனைப் பாடாய்ப் படுத்தியது.

'ச்சா,' ஒவ்வொருத்தனும் ஒவ்வொரு திறமைசாலி களாயிருந்தானுகள்.

மணப்பாட்டுக் காட்டுக்குள்ள பறுனாந்துவும் பயலுகளும் போட்ட குஸ்திகளும் சண்டைகளும் ஞாபகம் வந்தது. அதில லியோனென்ட இளந்தாரிக்கு நிகரா குறிபாத்து குத்தீட்டி வீச யாருக்கு வரும்!

தூரத்தில வைக்கிற குறியப்பாத்து கத்தி வீச அவன்தான் மற்றவர்களுக்கு கற்றுக் கொடுத்தான். பாளையக்காரன் கோட்டையில உயரத்தில காவல் காத்தவன்களின் குரல்வளையக் குறிபாத்து எறிஞ்ச கத்திக்கு சொந்தக்காரன்தான் லியோன்.

அவனும் பேதியில போய்த்துலைஞ்சது பறுனாந்துவுக்கு நெஞ்சு தாங்காத கவலையாக இருந்தது.

ஒருவழியா வெற்றிமாங்குடியிருப்பு காலராப் பேதிநோய் முடிவுக்கு வந்தபோது பெருஞ்சோகம் அந்த மனுசங்க நெஞ்சு முழுவதும் ஆட்கொண்டிருந்துது. ஒருத்தன் மத்தவனோடு சிரிச்சுக் கதைக்கிறானில்ல.

24

சிவத்திக் கிழவன் வந்திருந்தாரு.

எழுபது வயதைத் தாண்டிய அந்த மனுசன் வயோதிபம் என்றபடியால் கூட ஒரு இடத்தில இருக்கமாட்டுதாம். ஆறடி உயரமும் மெலிந்த தேகமும் முன்வழுக்கைத் தலையுமாக ஒடுங்கிய ஆனால் தீட்சண்யமான கண்களுடன் சொரசொரத்த தாடியுமாக நின்று கொண்டிருந்தவர் ஒரு யாசகனைப் போல் செல்லாமாவுக்குத் தெரிஞ்சாரு.

அவரு இந்த மன்னார் தீவில வாழ்ந்து கொண்டிருக்கிற கடையரு என்ட மூத்தகுடித் தலைவரு என்ட நினைப்பு செல்லாமாவுக்கு சட்டெனப் புத்திக்கு எட்டியபோது, அவளுடைய பார்வையை மாற்றினாள்.

"என்ன இருக்கியளா."

"ஆங். இங்க உசிரு கிடக்குதா இல்லையான்னு பாக்க வந்தீகளாக்கும்." வார்த்தையில பகிடி கலந்த ஏக்கத்தைக் கதைச்சாக செல்லாம்மா.

பேதி நோய்ப்பட்டு மீண்டு கிடந்த பொழுதில இப்போ யாரோவெல்லாம்தான் வந்து குசலம் விசாரிக்குதுகள்.

செல்லாம்மா மனசில கிடந்த துக்கத்தில பொருமினாக.

"பொல்லாக் கொடுமையில இருந்து பொழைச்சிருக்கீக புள்ள. கேள்விட்டதுதான். வந்து பாக்கவா ஏலும். தொத்து வியாதியில்லயா."

“மனுசன் இப்பிடிக் கொத்துக் கொத்தா செத்தா எப்படிய்யா தாங்குவோம்.” செல்லாம்மா கண்ணீரு கரைய சிவத்திக்கிழவன் அவ கையப்புடிச்சு ஆறுதல் சொன்னாரு.

அவ கண்ணீரைப்பாக்க சகிக்காம கதையமாத்தினாரு.

“குடிக்கத்தரமாட்டியா புள்ள.”

செல்லாம்மா முட்டியில எடுத்துவைச்சிருந்த பதனித் தண்ணிய ஊத்திக்கின்டு வந்து குடுத்தா.

குடிச்சிட்டுச் சொன்னாரு “உங்க வீட்டுப்பதனியக் குடிச்சாத்தான் குடிச்சமாதி இருக்கு.”

“ஆங். சும்மா புளுகாம கேளுங்க தாறன், ஊத்தவா” என்டு அவரு கையில இருந்த காலிப் பட்டையில நிறைய ஊத்தினா. முற்றத்து மூலையில நின்ட பனையப்பாத்தபடியே சிவத்திக்கிழவன் உறிஞ்சினாரு. அது பதமான தண்ணிதான். பாலையில கட்டுற முட்டியில சுண்ணாம்ப அளவாப்பூசி விழுகிற கள்ள மதுவம் முறிச்சு இறக்கிற பானமது. வயித்துக்கு குளிர்ச்சியா இறங்கிச்சு.

“எங்க பறுனாந்தக் காணயில்ல.”

“சம்பேதுருப் பக்கம் போனாரு காணயில்ல.”

“ஓம். சம்பேதுருக்காரனும் இப்ப பாடுபட்டுத்தான் கிடக்கிறான் போல வண்டிக்கார காசீமு சொன்னாரு புள்ள. மாறிமாறி வம்பிழுத்துக்கின்டு கிடக்கிறானுக. ஒரு இடத்தில இவனுக ஒற்றுமையா இனி இருப்பானுகள் என்டு நான் நினைக்கயில்ல தங்கச்சி.”

செல்லாம்மா சிவத்திக்கிழவன் பக்கத்தில வந்து குந்தினா.

“நீங்கதான் இதுக்கு ஒரு வகை சொல்லணும் சிவத்திய்யா. எங்க சாதிசனம் இப்பிடி சம்பேதுருல இருந்து அழுந்திக்கின்னு கிடக்கிறது நல்லாவா இருக்கு. அங்க அவனுக கூட்டுச்சரியில்ல. இருந்தா ஒரு இடத்தில ஒத்த சாதிசனம்தான் இருக்கணும். இப்பிடி கலந்து கிடந்தா எப்போதைக்கும் விக்கினந்தான்.”

“அதுக்கு உங்க ஆளுகளுக்கு புத்தி சரியில்ல தங்கச்சி. மல்லிப்பட்டனத்துக்காரன் அம்புட்டுப் பேரும் கெட்டவனா

சொல்லு. தங்கமான மனுசங்களும் இருக்கத்தான் செய்கிறானுக. மரியாதைக்குப் பயந்து மூட்ட முடிச்சக்கட்டிக்கின்டு எருக்கலம்பிட்டி ஓடைக்குப் புறத்தியால போய்ச் சேந்திட்டானுக ஒரு கொள்ளப்பேரு."

"அப்ப சம்பேதுருவில இப்ப இருக்கிறவன் நல்லவனென்டா சொல்லுதீக."

"இல்ல, ஒண்ணுரெண்டு நட்டாமுட்டி இருக்கத்தான் செய்யுது"

"அய்ய, கள்ளத்தொழில் செய்யிறவன் சகவாசமே வேணாம்."

செல்லாம்மா சம்பேதுருவில நடக்கிற அட்டுழியத்தையெல்லாம் கேள்விப்பட்டிருந்த படியால சொன்னா.

"ந்தா கேளுங்க. பிரச்சினையென்டு வந்தப்பிறகு இனி எங்கய்யா சரியாகும்.".

"அதுக்கு."

"பேசாம எங்காளுகட குடியிருப்ப மாத்திறாலாமோன்னு தோணுது. ஏன் இங்க கூட வந்திருக்கலாமில்லா."

"அந்த இடத்தில அவனுக கட்டி வைச்சிருக்கிற விரானாவப்பாத்திகளா தங்கச்சி. அவனுக தொழிலுக்கு ஏத்தமாதிரிக் கட்டி வைச்சிருக்கானுக. மல்லிப்பட்டனத்துக் கடக்கரையிலும் இம்மாம் பெரிசா ஒன்னு கட்டி வைச்சிருக்கிறதாக் கேள்வி. சும்மா கிடக்கிற சங்க ஊதிக்கெடுத்தமாதி அவனுக செய்யிறதப்பாத்து சங்கிலி ராசா பொங்காம இருந்தாச் சரிதான் கண்டியா."

சிவத்திக்கிழவனுக்கு அந்த சங்காரம் நினைவில வந்து போச்சு.

"ஏசுசாமிய ரெட்சகரா ஏத்து வேதத்துக்கு வந்த சனத்த வெட்டிக்கொன்னுட்டானே ராட்சசன்."

சிவத்திக் கிழவனிட அடிவயித்தில இருந்து எழும்பின துக்கம் பெருமூச்சாக வெளிவந்தது.

25

அந்த ஆளை எங்கேயோ பாத்த ஞாபகம் போல இருந்துது. வந்தவரு ஒரு வயதான வெள்ளக்காரன். முகத்தில இருந்த தாடியும் மேலில போத்தியிருந்த சால்வையும் அவரு கட்டியிருந்த கைலியும் அவர சட்டெனஅடையாளம் புடிக்க முடியாததாய் இருக்க ரொட்ரிக்கோ மேஸ்திரியாரு வாசலில வந்து நின்ட மனுசனையே பாத்துக்கொண்டிருந்தாரு.

“நான்தான் மேஸ்திரி அய்யா, கொன்சன் சாமியாரு.”

ரொட்ரிக்கோ மேஸ்திரிக்கு கையும் ஓடல காலும் ஓடல. மதுரைநாயக்கன் சாவடிக்கணுமின்னு தேடுறபோது திடீரென்டு தலை மறைவாகிப்போன ச்ாமியாரு அங்கியில்லாம வேற யாரோ மாதி வந்து இப்பிடி முன்னால நிக்குதே மனுசன். என்ட ஆச்சரியம் மாறுவதுக்கிடையிலயே சாமியாரு கதைச்சாரு.

“மேஸ்திரியார், யாருட்டயும் தகவலாச்சொல்லி விடறது சரியில்ல என்டதுகாக உங்ககிட்ட நேரடியா வந்தன்.”

மேஸ்திரியார் சாமியாருக்கு மரியாதையா எழும்பி நின்டாரு. சாமியாரு மேஸ்திரியார் கைய தன்னட கைக்குள்ள பிடிச்சு வைச்சுக்கின்டு கதைச்சது அவருக்குப் பெருமையா இருந்துது.

“மேஸ்திரியார், எனக்கு ஒரு உடக்கு மூட்டித்தர வேணும்.”

அசப்பில தனக்கு ஞான முழுக்குத்தந்த சவேரியார் சாமியார் மாதிரியே இந்த கொன்சன் சாமியாரும் இருந்ததால் அவர் கேட்டதை அற்பமாக நினைக்க முடியாதிருந்தது.

“சொல்லுங்க சாமி, எதென்டாலும் முடிஞ்சது.”

“மேஸ்திரியார், பாளையக்காரன் பிரச்சினையில மன்னாருக்குப் போன பயலுகளுக்கு இப்ப ஆயிரம் பிரச்சினை. உழைப்பு பிழைப்பு என்டதுக்காக ஆளுக்காள் அடிச்சுக்கிறானுக. ஏசு சாமியிட அருமைய மறந்து கதைக்கிறானுக. ஆண்டவர் நமக்காக உசிரவிட்டு ரெட்சித்தாரு என்டது அவனுகளுக்கு அடிக்கடி ஞாபகப்படுத்தணுமில்லையா. அதனாலதான் நீங்க இங்க செய்து காண்பிக்கிற சிலுவ வசனம் படிக்கணும். அதுக்குத்தான் உடக்கு வேணும்.”

கொன்சன் சாமியாரு மக்களுக்காக இரந்து கேட்கிறாரே என்று மேஸ்திரியார் மனசுக்குப்பட்டது.”சாமி, நானே ஒரு உடக்காண்டவரச்செய்து அங்கேயே கொண்டு வந்து சிலுவ வசனம் படிச்சுத்தாறன், போதுமா.”

வந்த தடம் தெரியாமலே சாமியாரு போயிட்டாரு. சாமியாரு சொன்ன வேலையத் துவங்கி இரண்டு மாசம் ஓடிப்போனது.

உடக்கு வேலை முழுசாக செய்து முடிக்க இன்னும் ஒரு கிழமையாவது செல்லும் அதுக்கு முன்னுக்கு அவசரப்படுத்த வேண்டாமென பங்குச் சுவாமி யுவானிக்கு சொல்லிவிட்டிருந்தார் லோறன்ஸ் மேஸ்திரி.

அப்படியிருக்க எதிரில் வந்து நின்ற யுவானி சாமியைப் பார்க்க மேஸ்திரிக்கு சங்கடமாக இருந்தது.

“நான் சொன்னன்தான சாமி. இன்னும் ஒரு கிழமையாவது வேணுமே. அவசரப்படுத்தாதீங்க சாமி. உடக்கு நல்ல விதமா வரணுமில்லையா. இப்பதான் தலைக்குள்ள செய்ய வேண்டிய சூக்குமத்தைச் செய்திருக்கேனாக்கும்.”

சாமியார் அந்தப் பட்டறையைச் சுற்றிக் கண்ணோட்டினாரு. சரிதான், எல்லாம் நல்லவிதமாக செய்யப்பட்டுக் கொண்டிருப்பதைப் பார்த்தவர் சொன்னார்.

“அது ஒண்ணுமில்ல. இந்த முறை தவசுக்கு முன்னுக்கு உடக்கு வேணுமில்லையா. மூவிராசாபட்டினத்தில நம்ம பறுனாந்துவும் சித்தனும் பாஸ் காட்டணுமின்னு ஒத்தக்காலில நிக்கிறானுகளாம் பாருங்க. கொன்சன் பாதர் தகவல் சொல்லியனுப்பியிருக்காரு.”

“சரி... சரி. நானும் முடிக்கத்தான் நினைக்கிறன்.”

போன வருசம் தாழையில லோறன்ஸ் ஐயா காட்டின உடக்குப் பாஸ் நல்ல விசேசமா இருந்துது. மூவிராசா பட்டினத்தில இந்த முறை இந்த ஆண்டவர எடுத்துப்போய் பாஸ் காட்டணுமின்டுதான் நினைக்கிறாரு லோறன்சு மேஸ்திரி.

ஆசனி மரத்தில வெட்டிச் செதுக்கிய ஏசு ஆண்டவரின் கபாளத்தை இருவேறாக பிரிச்சுப் பொருத்திய நடுத்தண்டின் முனையில அரைவட்டம் மட்டும் சுழலக்கூடிய மரச் சக்கரத்தை மெல்லிய கம்பியால் கட்டினார் லோறன்ஸ் றொட்ரிக்கோ மேஸ்திரி.

இனி மஞ்சள், சிவப்பு, பச்சை என்டு சாயமிடப்பட்டிருந்த நூல்களில் சிவப்பு நூலை எடுத்து சக்கரத்தின் மேல் கீறல் போல பள்ளமாக்கிய வழுவழுப்பான இரண்டாவது தடத்தில நுட்பமாகச் சுற்றினாரு. இப்போ அந்த நூலை மெதுவாக இழுத்த போது அரைவட்ட சுழற்றியில் இரண்டு கண் மடல்களும் ஒரே நேரத்தில் திறந்து மூட மேஸ்திரியின் முகத்தில் முறுவல் பூத்தது. இனி கபாளத்தை மூட வேண்டியதுதான்.

கண்கள் திறந்து மூடுவது போலவே தலையையும் இருபுறமும் நன்றாக சாய்க்கவும் முன்னால் குனிந்து அசைக்கவும் கூடியதாய்ச் செய்யப்பட்ட சிறிய மரப்பொறிக்குள் நுழைத்தெடுத்த மஞ்சள் நூலைத் திரும்பவும் ஒருதடவை இழுத்துப்பார்த்தார். தலை தற்காலிகமாக கொழுவப்பட்டிருந்த மர ஆணியில் இருந்து கொண்டே இருபுறமும் சாய்ந்து நிமிர்ந்தது.

“அச்சா.”

அவர் செருகிய கலர் நூல்கள் அவ்விடத்தில் இருந்து விலகாதபடி தக்கை வைத்துக்கட்டினார். கட்டு பிசகாமல் இருக்கணும். இனி ஒரு போதும் கபாளத்தை திறக்க கூடாத வகையில் அதனை மூடினார்.

அந்தப் பட்டறையில் ஏசு ஆண்டவருக்குரிய கை கால்கள் தனியாகவும் சிலுவையில் ஏறி இறங்க ஏதுவாக இடுப்புக்கட்டைய கருங்காலி மரத்தில செய்திருந்தாரு. இனி எல்லாவற்றையும் ஒரு உருப்படியாகப் பொருத்த வேண்டியதுதான்.

வெளிர் மஞ்சள் வர்ணத்தை ஆசனிக்கட்டையின் மேல் ஏகத்துக்கும் ஒரு படை அடித்துக் காயவைத்திருந்தார்.

கொஞ்சூண்டு சிவப்போடு மண்ணிறத்துக்கு தோதாக மஞ்சள் வர்ணத்தை தூரிகையில் நனைத்தெடுத்து தொங்கிய சீலைப் படுதாவில் பூசி ஒரு வெள்ளைக்கார மனித நிறத்துக்கு ஒப்பாக வர்ணத்தைக் கலந்து நீளமாகத் தொங்கிக் கின்டிருந்த படுதாவில் பூசிப்பாத்தாரு. அவரு தலைய அங்கிட்டும் இங்கிட்டும் சாய்த்து அதனைப் பாக்கிறதப் பாத்தா அவரிட வேலைக்கவனம் எத்தனையின்னு தெரியும். சீலைப்படுதாவில அவரு பூசி ஒப்பீடு பாத்த கீறல்கள் ஒரு கோலம்போல இருந்தது.

அந்தக் கீறல்களில் எது சரியோ அதைத் தெரிவு செய்து பூசும்போது அவருக்கு எந்த சந்தேகமும் வந்திரக்கூடாது.

அவர் செய்ய வேண்டும் என்ற நினைக்கும் வேலை திருப்தியாக அமையும் வரைக்கும் யாருடனும் கதைப் பேச்சு வைத்துக்கொள்ள மாட்டார் என்பதால் யாரும் அவரை குறுக்கீடு செய்வதில்லை.

யாரையும் உதவிக்கென்று வைத்திருக்க வேண்டும் என்றும் ஒருபோதும் அவருக்குத் தோன்றியதில்லை. எதுவென்றாலும் தானே செய்ய வேண்டும்.

மேஸ்திரிக்கு மனம் நிறைஞ்சுது. தாழையை விட்டு வெளியூருக்கென்று அவர் செய்கிற முதலாவது உடக்காண்டவர் சொரூபம் இதுதான்.

லோறன்ஸ் மேஸ்திரிக்கு திருப்தியாக இருந்தது. அவரு கைப்பட ஒரு காரியத்தை செய்து முடித்துவிட்டால் அவருட மனம் பொங்கிப் பூரிக்கிறதப் பாக்கணும்.

ஒரு முட்டிக் கள்ளுக்கு சொல்லி விடுவாரு. அப்போதுதான் அவரு கூட்டாளி தேடுவாரு. எப்போதும் இந்நேரங்களில அவரோட மினக்கிடுறவன் ஒருவன் இருந்தான். அவன் நல்ல படிப்பாளி அதிரியான் டீரோசு. மேஸ்திரியாரிட நுட்பக்கலைக்கு முதல் கலைஞனும் ரசிகனும் அவன்தான்.

கருவாடு சுட்டு எடுத்துக்கின்டு குந்தினா ஒரு முட்டிக்கள்ளும் குடிச்சு முடிக்கும்வரையில குசிதான். அப்ப வாய்திறக்கிற

மனுசன் பாடுறதும் அசையிறுதுமா களிச்சிருப்பாரு. அப்பதான் பல கதைகளும் வரும்.

"எலே புதுசா உடக்காண்டவர் செய்திருக்கேன்ல, வந்து பாரு."

அவன் பட்டறையில வந்து பார்த்தான்.

"சுமாராத்தான் இருக்கும்னு நெனைச்சேன்ல. இது மெத்தச் சோக்காவுல்லா இருக்கு மேஸ்திரி."

"வேற, இது இங்க வைச்சு இழுக்கிறதுக்கா. மூவிராசா பட்டினக்காரன் அங்க கொண்டு போய் இழுக்கிறதுக்கில்லா. சிறப்பா இருக்கணும்லா, அதான்."

அந்தக் கைவினைக் கலைஞனின் மனம் மகிழ்ச்சியால பூரிச்சிருந்துது.

26

நிலவு வெளிச்சத்தில் கடற்கரை அழகாகத் தெரிந்தது. சிவத்திக்கிழவன் தாடியைச் சொறிந்து கொண்டு அண்ணாந்து வானத்தைப்பாத்தாரு. நிறைய வெள்ளி பூத்திருந்தது. எல்லாத்துக்கும் சாட்சியா இருக்கிற கடவுள்தான் இனிமே நம்மள ரட்சிக்கணும்.

சிவத்திக்கிழவன் வழக்கம்போல இன்றைக்கும் கடக்கரையில படுக்கிறதுக்கு வந்திருந்தாரு. அவருமாதிரி இன்னும் கொஞ்சப்பேருக்கு கடக்கரைதான் ராவும் பகலும் சீவியம். இரவு நேரத்தில் கரையில இழுத்துவைச்சிருக்கிற வள்ளத்திலேயே படுத்துறங்கிறது இவனுகளுக்கு வழக்கமாப் போச்சுது.

கடலின் சத்தத்தைக் கேட்டபடியே உறங்குவது எவ்வளவு நிம்மதி. இந்தக் கடல்தான் தாய். இதுட அரவணைப்பு இல்லாத சீவியம் ஒரு சீவியமாத் தெரியயில்ல. சிவத்திக்கிழவனுக்கு இன்டைக்கு ஏனோ நித்திரை வரயில்ல. சின்னப்பயலுகள் கோடையில அலுவாக்கரைக்குள்ள இறங்கி சிறு வலைவைச்சு வளைச்சு மீன் பிடிச்சிக்குன்னு கிடப்பானுக.

தற்செயலா கடலில தெரிஞ்ச லோமியா மேல சிவத்தியான் தற்குருசுவிட கண் விழுந்துது.

லோமியா வெளிச்சம் மெல்ல மெல்ல ஊர்ந்துகின்னு வாறமாதிரியே சிவத்திக்கிழவனுக்குத் தெரிஞ்சுது. யாருடா அதுன்னு எழும்பி நின்டு பாத்தாரு சிவத்திக்கிழவன். இடைவெளி விட்டு விட்டுத்தான் அந்த வெளிச்சம் தெரியிறமாதி இருந்துது.

லோமியா அந்த வள்ளத்திலதான் இருந்தது. அந்த வள்ளம் சரசரன்னு வலியிறமாதித் தெரியுதே என்டு பாத்தாரு. என்னசெய்கிறானுக இந்த சாமத்தில. வள்ளத்தில இந்நேரத்தில யாரு இருப்பான்னு தெரியலியே. அந்த வள்ளம் நேரம் போகப் போக கடலின் போக்கிலேயே ஓடுவது போலத் தெரிந்தது. சம்பேதுருத்துறையில வந்து இறங்கிறவன் பெரும்பாலும் பகலிலேயே வந்திருவான். இது என்ன, யாருட வள்ளம் என்டு வெகு நேரமாக சிவத்தியான் தற்குரூசு யோசிச்சபடியே படுத்திருந்தாரு.

இப்போது வள்ளத்திலிருந்து யாரோ கரைக்கு நீந்திவருவது தெரிந்தது. வந்தவன் கரையேறினவுடனே தன் கையில் வைத்திருந்த கத்தியை நின்ட இடத்தில் இருந்தே கடலுக்குள் தூர வீசுவதும் தெரிந்தது. வந்தவன் ஒரு இளைஞனாகத்தான் இருக்க வேண்டும்.

வேகமாக உசக்கால நடந்து போனவனின் வேகமும் திமிரும் அவன் ஒரு இளந்தாரியாகத்தான் இருப்பான் என்று சிவத்திக்கிழவன் புத்திக்குப்பட அவன் யாரென்று அறியும் ஆவலில் மெதுவாக அவனுக்குப் பின்னாலேயே போனாரு. அவன் தென்னந்தோப்புக்குள்ளாக விரசாக நடந்தான்.

விடிகாலையிலேய சம்பேதுரு கடற்கரை பரபரப்பாகி இருந்தது.

சமியான் தீயேசு வள்ளத்தில செத்துக்கிடந்தான். அவன் விலாவிலேயும் மார்பிலயும் குத்துப்பட்டிருந்தான்.

அவன் போராடிப் செத்துப்போனதுக்கான அடையாளம் வள்ளத்தில இருந்தது.

கடக்கரையில ஆட்கள் கூடியிருந்தார்கள். செய்தி கிடைத்தவுடனே பறுனாந்தும் வெளிக்கிட்டு வந்திருந்தாரு. பறுனாந்து பாவிலுப் பட்டங்கட்டிக்கு ஆள் அனுப்பியிருந்தாரு.

பட்டங்கட்டியின் ஆட்கள் பொதுமக்களை விரட்டிக் கொண்டிருந்தனர். பட்டங்கட்டி விசாரணையைத் துவங்கியிருந்தாரு.

"சமியான் தீயேசு எப்பிடியாள்."

பாவிலுப்பட்டங்கட்டி சம்பேதுருக்காரன்களைப் பிடித்துக் கேட்டதுக்கு அவனுக சொன்ன கதையில நெற்றியைச்சுருக்கினாரு பட்டங்கட்டி.

"அவன் என்ன தொழில செய்யிறான்."

"அவனுக்கும் அய்யூப்புக்கும்தான் கூட்டு. சாயவேரு கடத்துறதுதான் தொழில் வேறென்ன."

அய்யூப்பைப் பிடிச்சுக்கின்டு வந்தார்கள்.

அய்யூப்பு அழுத்தமான ஆள். அவனுடைய வியாபாரம் ஆட்டுத்தோல் வியாபாரம்தான் என்று பொய் சொன்னான்.

தனது ஆட்டுத்தோல் வியாபாரத்தில் தனக்கு உதவியாக சமியான் தீயேசை வைத்திருந்ததாகச் சொன்னான்.

"நேற்றிரவு உன்னுடன் இருந்தானா."

"இல்லையே. அவன் குடும்பப் பிணக்கு ஒன்றைத்தீர்க்க வேண்டும் என்று சொல்லிக்கொண்டிருந்தவன் மூவிராசா பட்டினத்துக்கு பஞ்சாயத்துக்குப் போகப்போவதாகச் சொன்னானில்லா."

"அவன் அங்கு போயிருந்தானா."

"அது எனக்குத்தெரியாதே."

"நீ பொய் சொல்கிறாய்."

"நான் ஏன் பொய் சொல்லணும்."

"நீ ஒரு கள்ளக்கடத்தல்காரன். நீ அரசருக்கு எதிராக சாயவேர்க்கட்டிகளை எடுத்து புலி பாய்ஞ்ச பிட்டியில வைத்து குஞ்சாலியின் ஆட்களுக்கு விற்கிறவன் என்பது எனக்குத் தெரியும். இப்போது சொல். சமியான் தீயேசு எப்படிச் செத்தான்."

"அதுதான் கத்தியால் குத்தப்பட்டிருப்பது தெரிகிறதுதானே. யாரோ குத்திக் கொன்றிருக்கிறார்கள்."

"உனது தொழில் கூட்டாளி ஒருவன் செத்திருக்கிறான். அதற்கு நீ கொஞ்சமும் கவலைப்படுவதாக உன் முகத்தில் தெரியவில்லையே."

"நான் என் கவலையை எழுதி நெத்தியிலயா ஒட்டுறது."

தன் கையில் இருந்த சவுக்கால் விசிறினார் பட்டங்கட்டி. அய்யூப்பு அதை எதிர்பார்க்கவில்லை. அது அய்யூப்புவின் முகத்தை பதம் பார்த்து திரும்பியது.

பட்டங்கட்டியின் வார்த்தைகள் கோபமாய்த் தெறித்தன.

"அய்யூப்பு... இப்படித் தெத்துக்கதை கதையாதே. பட்டங்கட்டிக்கு முன்னால ஒழுக்கமாக நின்டு பதில் சொல்லக் கற்றுக்கொள்ளு. எப்போதாவது கள்ளக்கடத்தல் சாமானுடன் நீ கையும்மெய்யுமாக பிடிபடும் வரை காத்திருக்கிறேன். அப்போது நீ இப்போது சொல்லும் பொய்களுக்காகவும் என்னிடம் நன்றாக வாங்கிக் கட்டுவாய் அய்யூப்பு."

அய்யூப்பு சற்றும் பயப்படாமல் கொடுக்குக்குள் சிரித்தான். பட்டங்கட்டி நல்ல விசாரணையாளர் என்பதால் அவனைப் பொறுமையாகக் கையாண்டார்.

சென்ற முறை சம்பேதுருவில் குடியிருப்பை எரித்த சம்பவத்திற்கும் அய்யூப்புக்கும் சம்பந்தம் இருந்ததை ருசுப்படுத்த இயலாமல் போனதும் பட்டங்கட்டிக்கு மனவருத்தம். ஆனால் சமியான் தீயேசு கொலையில் அய்யூப் தன்னிடம் வகையாக மாட்டுவான் என்று பட்டங்கட்டி நம்பினார். அவரது விசாரணை விரிந்தது.

பறுனாந்துவும் பட்டங்கட்டியும் கதைத்துக்கொண்டார்கள்.

"சாமத்தில நடந்த கொலையை யாரும் பாக்கிறதுக்கு வாய்ப்பில்ல பறுனாந்து."

"ஏனில்ல, வீட்டில படுக்காம ராவுல கடக்கரைவழிய படுக்கிறவன்களும் இருக்கிறானுக. அதுவும் கடக்கரையிலேயே எப்போதும் சுத்திக்கிட்டுத்திரியிறவன்களும் இருக்கிறானுக. அப்பிடிப் பாத்தாலும் ஒரு ஐஞ்சாறு பேருதான். அவனுக யாராச்சும் கண்ணுக்கு ஏதாச்சும் அசுவசுப்பு தெரியாமலா இருக்கப்போகுது பட்டங்கட்டி."

"ஓ" பட்டங்கட்டி மோவாயைத் தடவினாரு. அவருக்கு நம்பிக்கை இருந்துது.

"எப்பிடியும் குற்றவாளியக் கண்டுபிடிச்சிரணும்."

இருபது வயதுதான் என்றாலும் உயரமாய் வளர்ந்திருந்தான் அய்யூப்பு. மெலிந்த தேகமும் செம்பட்டை படிந்த தலையும் பூனையின் கண்கள் போல மஞ்சள் கலந்த பச்சை நிறமும் பாதி குறுந்தாடியுமாக மாநிறத்தில அவன் இருந்தான். அவன் அவர்களின் குடும்பத்தில இரண்டாவது பிள்ளை என்று சொன்னார்கள். அவனுக்கு மூன்று தம்பியரும் இரண்டு தங்கைகளும் இருக்கிறார்களாம் தந்தையாருக்கு வயதாகி விட்டது என்பதற்காக பிழைப்புத்தேடி மல்லிப்பட்டனத்தில் இருந்து தனியாகத்தான் இங்கு வந்திருந்தான்.

இங்கு இருக்கும் கொஞ்ச சோனவர்களையும் பிழைப்புக்காக கெடுத்து வைத்திருந்தான். பத்தாக்குறைக்கு சமியான் தீயேசு அவனது எல்லாத் தொழிலுக்கும் கையுதவியாய் இருந்திருக்கிறான். ஆட்டுத்தோல் வியாபாரம் என்று ஆரம்பித்ததுதான். கையில் கொஞ்சம் காசு புழங்க சட்டவிரோதமாக சாயவேர்த் தொழிலும் கையை வைத்திருக்கிறான்.

இராமநாடு ஜில்லா குஞ்சாலிப் பண்ணைக்கு சாயவேரை வடகடலக் கடத்தி தனுஸ்கோடிவரை கொண்டு போய்க்கொடுப்பதுதான் அவனது வேலை. பட்டங்கட்டி ஆட்களிட கண்ணில் மண்ணத்தூவிட்டு தெற்கால தண்ணித்தாழையிலயும் சமயத்துக்கு வடக்கால புலி பாய்ஞ்ச பிட்டியிலயும் வந்து நிக்கிற குஞ்சாலிப்பண்ணயிட வள்ளத்துக்கு கொண்டு போய்ச் சேத்திட்டா காசுதான். சாயவேருக்கு இருந்த மவுசுக்கு கைநிறையக்காசு பாக்கிறான் அய்யூப்பு. அய்யூப்பு செய்த எல்லாத் தகிடு தத்தங்களுக்கும் பிரமச்சாரியாக இருந்த சண்டியன் சமியான் தீயேசுதான் வலது கை என்ற மேனிக்கு நடந்த ஒரு நம்பிக்கைத் துரோகம்தான் அந்தப் படுகொலை என்பது விசாரணையில் தெரிய வந்தது.

ஆனால் சமியான் தீயேசை அய்யூப்பு ஏவலில் வேறு யாரோதான் கொலை செய்திருப்பதை பட்டங்கட்டி தெரிந்து கொண்டார். அய்யூப்பு தலைமறைவாகியிருந்தான்.

அய்யூப்பை எங்கு கண்டாலும் கைது செய்ய பட்டங்கட்டியால் உத்தரவு பிறப்பிக்கப்பட்டிருந்தது.

27

பறுனாந்திட புரட்சித்தோழன் பீரீசுப்பயல் வந்து கேட்டான்.

"எப்போதும் இப்பிடி அவனுகளோட பஞ்சாயப்பட்டுக்கின்டு இருக்க முடியுமா பறுனாந்து. ச்சீ, நிம்மதியில்லாமக்கிடக்கு."

சமியான் தீயேசு கொலைக்குப்பிறகு சம்பேதுருக்காரன் நல்லாப்பயந்து போய்க்கிடந்தான்.

"சரி அதுக்கு இப்ப என்ன செய்யப்போறா."

"தெற்கால தாழையில பாடுபுடிச்சு வலைவளைக்கப்போறன்."

பீரீசு ஓர்மையான ஒரு ஆம்புளை. ஆரியப் பெருமாளுக்கெதிரான போராட்டத்தில் இந்தப் பீரீசு என்கிறவன் தன் வீரத்தைக் காட்டியிருந்ததை இப்போதும் பறுனாந்து நினைச்சாரு. இப்போ பீரீசே சம்பேதுருக் குழப்பத்தால் கலங்கிப் போயிருக்கிறானே. நெடுகிலும் குத்தப்படுகிறவனுக்குத்தானே அந்த வலி தெரியும்.

மல்லிப்பட்டினத்தில இருந்து வெளிக்கிடுற வள்ளம் கடலில அல்லாட்டம் இல்லாம துறைக்கு வந்து சேரணுமின்டு சம்பேதுருத்துறையில ஒரு பெரிய மினாரா வெளிச்சக்கூட்டையும் கட்டி முடிச்சிருந்தானுக அய்யூப்பிட ஆட்கள்.

"தென்னாட்டு வள்ளம் வழிய வியாபாரத்துக்கென்டு கொள்ளையாச்சாமான் வந்திறங்கிறதும் அது சிலாவத்துறை துறைமுகத்துக்கு கொண்டுபோய்ச்சேருறதும் ஒரு தொழிலாக அங்கு நடக்கிறபோது பட்டங்கட்டிக்கும் சங்கிலியனுக்கும் எப்பிடி நாம நல்ல புள்ளையா இருக்கிறது. சொல்லுங்க பறுனாந்து?"

பீரீசு சொல்லுற கதையில நியாயம் இருந்ததால மறுப்புச் சொல்லாமக் கேட்டுக்கொண்டிருந்தாரு பறுனாந்து.

"தாராக்குண்டு தாண்டி தெக்கால போறமெங்கிறீயோ.?"

"ஓம். வேற என்ன செய்ய."

"மரைக்காயரு ஆக்கள் பொழைக்கிற தென்னந்தோப்பு பூரா அங்கிட்டுதான் இருக்கு, பீரீசு."

"அவனுக தங்கமான மனுசனுக. நல்லது கெட்டது தெரிஞ்சவனுக. பிரச்சினையில்ல."

"ஓமோம். இருக்கிறவன் ஒழுங்கா இருந்தா சிரைக்கிறவன் ஒழுங்காச்சிரைப்பான் கண்டியா."

அது சரிதான். எதுவா இருந்தாலும் நம்ம சாமியாரு பேருக்கு குறைச்சல் வராமப் பாத்துக்கணுமில்லா."

"அதான். அப்ப, திங்கக்கிழம தொழிலுக்கு இணக்கமாப் போயிரட்டா."

"சரி நீ போய்க்க பீரீசு. ஆனா..."

"என்ன பறுனாந்து."

"உடக்காண்டவரு பாஸ் காட்டணுமின்னு சாமியாரிட்டக் கதைச்சிருக்கு. நம்மட சாதிசனத்திட விசயமில்லையா அது. இப்பிடி ஆளாளுக்கு தூரத்தில போயிட்டிங்கன்னா. அத எப்பிடி நடத்திறது. அதான் யோசிக்கிறன்."

பீரீசு சட்டுப்புட்டுன்னு கதைக்காம நல்லா யோசிச்சுப் போட்டுக் கதைச்சான்.

"உழைப்பு பொழைப்புக்கென்டு அங்கிட்டும் இங்கிட்டும் போறதுதான். நமக்கென்டு ஒன்னு நடக்கும்போது வந்து கலந்துக்காம இருந்திர ஏலுமா பறுனாந்து. நீங்களும் இங்க என்ன நடந்தாலும் எங்களுக்கென்டு ஒரு பிடி வைக்காமலா போயிறுவீக. எங்களுக்கென்டது இருக்குமில்லா."

"இருக்கும் கண்டிப்பா இருக்கும். என்ன, நம்ம கண்ணுக்குப் பிறகு வாறதுகள் எல்லாத்தையும் அனுசரிச்சு இருக்கோணும்."

அடுத்த வாரமே பீரீசு தெற்கால தாழ்வு பாட்டில தொழில் இறக்கினான்.

28

வெளியில் நின்று பார்ப்பவருக்கு சாலைக்குள்ள நிக்கிறவன் தலை தெரியக்கூடாது. அதுக்கேத்த மாதிரி அளந்து நீளமான மறைப்புச் சாக்கைக் கட்டியிருந்தான் சித்தன். உள்ள நின்டுகின்டு சித்தன் குரல்கொடுத்துக் கின்டே அந்த உடக்கை வைச்சு ஆட்டுறதுக்கு தயார் படுத்தியிருந்தான்.

கூடுதாழை பெரிய மேஸ்திரி லோறன்ஸ் றொட்ரிக்கோ ஐயா மூட்டின உடக்காண்டவர் சொரூபத்தை பக்குவமா மரப்பெட்டியில வைச்சு வள்ளத்தில ஏத்திக்கொண்டு வந்திருந்தார்கள். மேஸ்திரி ஐயாவும் வந்திருப்பது சித்தனுக்கு சந்தோசம்.

பெரிய தாழை மேஸ்திரி நடுக்கோயிலில சிலுவைய நிமித்தி அதில ஏத்தி இழுக்கிற உடக்காண்டவரு போல இதுவும் இருக்கணுமென்று அவன் மனசார நினைக்கிறான்.

அந்த உடக்க குருசில ஏத்தி இழுத்தா சர்வாங்கமும் மேல போயிட்டுக் கீழ வருமே. அது மாதிரி இங்கேயும் ஒரு பாசக்காட்டிறணும்.

சித்தன் மனசுக்குள்ள உருப்போட்டான்.

லோறன்ஸ் றொட்ரிக்கோ மேஸ்திரி செய்து ஆட்டுற உடக்கு இடுப்புக் கட்டையிலதான் ஒரு சூத்திரம் இருந்துது. ஆண்டவரிட முதுகுப்புறம் பூட்டியிருக்கிற கருங்காலிக்கம்பில கயித்தக்கட்டி மேல இழுக்கும்போது அந்த உடக்கு இடுப்பை அசைச்சுக்கின்டு மேல கிளம்பும். உயிருள்ள உண்மையான மனுசன் அவதிப்பட்டு மேல எழும்புறமாதிரி செய்திருக்கிற ஒரு நுட்பம் அது. சித்தனுக்கு அந்த நுட்பம் இப்ப வரைக்கும்

புத்தியில எட்டுதில்ல. சித்தன் அவனிட புத்திக்கு அந்த நுட்பம் பிடிபடயில்ல என்டத அவன் யாருக்கும் சொல்லுறானுமில்ல.

ஆனா, இந்தப்பாசில மேஸ்திரி பக்கத்திலயே நின்டு அந்த சூத்திரத்தப் படிச்சிரணும்.

கொன்சன் சாமியார் சொன்னாரு, "சித்தா மேஸ்திரியாருக்கிட்ட நீதான் எல்லாத்தையும் படிக்கணும். அந்த மனுசன் போனாப்பிறகும் இந்த ஊர்ல பாஸ் நடத்தணுமில்லையா.?"

"சாமி, இப்ப என்ன.! நான் இருக்கேன்ல"

சாமியாருக்கு சித்தன் வார்த்தையில நம்பிக்கை வந்துது.

பெரிய மேஸ்திரி லோறன்ஸ் றொட்ரிக்கோ ஐயா சொன்ன மாதியே சித்தன் ஆலமரத்தச் சுத்தி நட்டு மரத்த நாட்டி சுத்திவர சாக்கு கட்டி அந்த சாலையக் கட்டியிருந்தான். ஆலமரத்தில ஒருபலமான கிளையில பரண் போட்டுவைச்சிருந்தான். நாலா பக்கமும் மொத்தம் இருவத்தியாறு தீப்பந்தம் கொளுத்தி சாக்குச்சாலைக்கு வெளிச்சம் போட்டு வைச்சிருந்துது.

உடக்குப்பாசுக்கு பளிச்சென்டு வெளிச்சம் கூடாது. மைமலுக்குள்ள காட்டினாத்தான் கைக்கம்பியும் நூலும் சேட்டமா வெளியில இருக்கிறவன்களுக்குத் தெரியாது.

ஞாயிற்றுக்கிழமை பூசையில கொன்சன் சாமியாரு அறிவிச்சதுதான். அந்தக்கடக்கர காளவாய் வெளியில பொழுது சாயுற நேரத்துக்கே சனம் சேரத் துவங்கியிருந்துது. வெற்றிமாங்குடியிருப்பு பட்டினக்காரனும் மூவிராசா பட்டினக்காரனும் சம்பேதுரு பட்டினக்காரனும் வந்து சேருறமாதிரி பொதுவான இடத்திலதான் சித்தன் அந்த சாலைய அமைச்சிருந்தான்.

ஏசு சாமி சிலுவையில மூணு ஆணியில தொங்கி சாவுறத உருக்கமாகக் காட்டி இவனுகளப் பாவ மன்னிப்பு எடுக்கச் செய்திட்டால் சரி. அதுக்குரிய விதமாக இருபத்தொரு அடி உயரத்தில ஒரு பாரிச்ச சிலுவையச் செய்திருந்தான் சித்தன்.

சிலுவையில மரிக்கிற ஆண்டவர பெரிய மேஸ்திரி கொண்டு வந்திருந்தாலும் சிலுவையில அடிச்சு சித்திரவதை செய்து

ஆணி ஏத்திற ஒரு ஆண்டவர் உடக்க சித்தனே செய்து வைத்திருந்தான்.

உண்மையிலேயே சித்தன் திறமை பாத்து மேஸ்திரியாரு அரண்டிட்டாரு.

களி மண்ணப் பொடியாக்கி அரிச்செடுத்து பதமாக் குழைச்செடுத்து தரையில கிடையாக ஆண்டவர் உருவத்த ஏழடி நீளத்துக்குச் செய்து காரிக்கன் துணியை சிறுதுணிகளாக வெட்டி அந்தத் துணிகளில காய்ச்சியெடுத்து துருசு கலந்த கோதுமை மாவுப் பசையப் பூசி களிமண் உருவத்துக்கு மேல ஒட்டி காயவிடணும். இது மாதிரி அரை இஞ்சி தடிப்பம் வருகிற வரையில ஒட்டி எடுத்தாத்தான் உடக்கு.

மனிச உருவத்திட முன்பக்கம் பின் பக்கம் என்டு இரு வேறாகச் செய்து கழுத்து, தோள்பட்டை, இடுப்பு, கைப் பொருத்து, கால் பொருத்து என்கிற பகுதிக்கெல்லாம் ஆசனி மரம் செதுக்கி வைச்சி இருபாதியையும் ஒண்ணாப் பொருத்தி அதுக்கு மேல தனியா நேக்கா ஒட்டுப் போடணும். ஆசனி மரத்தில செதுக்கின தலையை கழுத்துப்பட்டையில இடதும் வலதும் திரும்பிற மாதிரி திருகாணியில நூல் சுழற்றி, அது சுத்துறமாதிரி செட்டப்பு செய்யணும். அது மாதிரியே தலையகுனியவும் நிமிரவும் ஏத்த மாதிரி பிடரிக்குள்ள மரப்பூட்டுப் போடணும். கண்ணு முழி திறந்து மூடுற மாதிரி உருளைக் கட்டையில் கம்பி செருகி கண் குழியில் பொருத்தணும்.

இது மாதிரி நிறைய சூட்சமங்களச் செய்து உடுப்பால மூடினாத்தான் சுரூவ உடக்கு.

எல்லாத்துக்கும் சிரசில இருந்தும் இடுப்பில இருந்தும் துவாரத்தால கலர் கலரா வெளியில வாற நூல் எது ஏதுக்கென்டு இயக்கிற மேஸ்திரிக்கு தெரிஞ்சிருக்கணும்.

சித்தன் வெற்றிமாங்குடியிருப்பு இளம் பயகல் நாலு பேருக்கு நல்ல வடிவாச் சொல்லிக் குடுத்தான். அந்த நாலுபேரில யுவானி பீரீசு கெட்டிக்காரன்.

“ந்தா பீரீசு, நல்லா நூல் இழுக்கப் பழகிக்கப்பா. நானு எக்காலத்திலும் இங்க இருக்க மாட்டன் புரிஞ்சுதா. இதுக்குள்ள இருக்கிற சூத்திரம் ஊர்க்காரப் பயலுகள் எல்லாருக்கும்

தெரிஞ்சிரப்படாது. அப்புறம் பௌத்திரமும் இல்லாமப் போய் பயமும் போயிரும் விளங்குதா.”

சிலுவையில அடிக்கிறதுக்கு ஏத்தமாதி அது ஆறரை அடி உயரத்தில இருந்துது.

அந்தக் குருசு தூத்துக்குடி பெரிய தாழை காணிக்கை மாதா கோயிலில மேஸ்திரி லோறன்ஸ் றொட்ரிகோ செய்து இழுக்கிற மாதிரியே அசப்பில இருக்கணுமின்டு நினைச்சு அந்த உடக்கச் செய்திருந்தான் சித்தன். என்டாலும் அது போல ஆயிருமா. இனி எல்லாம் சித்தன் கையிலதான் இருக்கு.

அந்த ஏசு சாமி சுரூவ உடக்க சிலுவையில ஏத்தி உட்கார வைச்சு ஏசு சாமிய சிலுவையில கிடத்தி கையையும் காலையும் கயிறு பூட்டி இழுத்து சிலுவையில ஆணியறையும்போது நெஞ்சாங்கூடு தீய்ஞ்சு டோயிரும் மாதாவே. ஏசு சாமி பாடுபடுறதப்பாத்து கண்ணீர் விடாத சனம் யாரிருக்கா சொல்லுங்க.

வாய் விட்டுப் புலம்பியழுறமாதிரி தத்ரூபமாக் காட்சிய அமைச்சாரு பெரிய மேஸ்திரி.

எல்லாம் நூல் வேலைதான் கண்டீகளா. ஒவ்வொரு நூலும் ஒவ்வொரு வேலையச்செய்யும்.

தாழையூரில காணிக்கை மாதா திருவிழாவில வைச்சு இழுக்கிற உடக்குச் சுரூவப்பவனி எழுப்பமா நடக்கிறபோது பெரிய மேஸ்திரி லோறன்ஸ் றொட்ரிக்கோ காட்டுற உடக்கு விளையாட்டு வினோதம் இன்னும் சித்தன் கண்ணுக்குள்ளயே நிக்குது.

சித்தனுக்கு இது ஒரு அல்லாட்டம்தான். பெரிய மேஸ்திரி லோறன்சு றொட்ரிகோ ஐயா நடத்திறமாதிரி ஏசு சாமியிட மரணத்த காண்பிக்கணுமென்டால் பொறுதி கேட்கணுமே. அவன் உபவாசம் இருந்துபொறுதி கேட்டுத்தான் இங்கயும் ஆண்டவர் உடக்க சிலுவையில ஏத்தியிருக்கான்.

கேரளாவில் சின்னதா ஒரு நாலு அடி உசரத்தில செய்த உடக்க அசைச்சு மனிசனுக்கு குறி சொல்லிப் புழைச்ச சித்தனுக்குள்ள அப்ப ஆயிரம் கள்ளம் இருந்தது.

சித்தன் நினைச்சமாதிரி அசையுற அந்த உடக்க ஆட்டினமாதிரி இந்த ஏசு சாமி உடக்க ஆட்ட முடியாது என்கிறது சித்தனுக்கு நல்லாவே தெரியும்.

இப்ப இது இரட்சிக்கப்பட்ட சித்தன். ஏசுசாமி இரத்தத்தால கழுவப்பட்டு பரிசுத்தமாக்கப்பட்ட சீவன். அவனுக்கு கைவரக்கூடிய கலையாக இருந்த 'பேய்உடக்கு' ஆட்டத்தை இப்ப ஏசு சாமிக்காக ஆட்ட நினைக்கிறான் சித்தன்.

29

துறைமுகச்சத்தம் கேட்டுக் கொண்டிருந்தது. நாற்சந்தியில் இருந்து இடது பக்கம் திரும்புற சாலையில முதலாவதாகப் பிரியிற குறுக்குச் சந்திலதான் சித்தனிட மாந்திரீக நிலையம் இருந்துது.

பேய் பிசாசு ஓட்டுறது, பில்லி சூனியம் வைக்கிறது, வெட்டுறது, மை போட்டுப்பாக்கிறது, தாயத்தகடு செய்து குடுக்கிறது என்டு அந்த இடம் பிரபல்யமாக இருந்ததால மாந்திரீகன் சித்தன் பிரபலமாயிருந்தான்.

புவனேஸ்வரி என்கிற பதினாறு வயசுப் பொண்ணு. கொத்தனார் மகன் மேல காதல் வயப்பட்டாளென்டு அவளக் கூட்டிவந்து நிறுத்தியிருந்த அவ ஆத்தாளையும் மாமன்காரனையும் நொடிப்பொழுதில் கண்ணைக்கட்டிக் காரியம் பாத்தான் சித்தன்.

முகமாத்துச் செய்யணும் என்ட படிக்கு சித்தன் குடுத்த வைத்தியம் அபாரம். கறுப்பு நாடாவில கட்டின உடக்கு கண்ண முழிக்கிறதும் மூடுறதுமா இவன் சொல்லுறதுக்கு ஏத்த மாதிரி அசைய புவனேஸ்வரி மனசில ஊசி குத்திறமாதிரி ஒரு வதை.

என்ன இருந்தாலும் வார்த்தைகள் ஒவ்வொண்ணும் நெத்திப் பொட்டில அடிக்கிற மாதிரி இடைவிடாமல் எதிரொலிச்சிக்கின்டிருக்க அவள் மயக்கமாகி தெளிஞ்சு மயக்கமாகி, ச்சீ யெண்டு போகுது.

அந்த சின்னக்குட்டி எப்பிடியாவது இந்த மந்திரவாதியிட ஆட்டத்தில இருந்து வெளிய வரணும் என்டு நினைக்குது.

சித்தன் அவ தலையில வைச்சு அமுக்கின கைக்குள்ள என்னவோ மாயம் இருந்த மாதிரித்தான் தெரிஞ்சுது. அது என்ன ஏதென்டு பாக்கிறதுக்குள்ள மறுபடியும் தலை சுத்தினது. மயக்கம் வந்தது.

“ஐயோ என்ன விட்டிருங்க நான் உங்க விருப்பப்படியே வந்திடுறன்.” எட்டாவது தடவை மயங்கி விழுறதுக்கு முன்னுக்கு அவள் ஹீனஸ்வரத்தில சொன்னது சித்தனுக்கு கேட்டது.

சித்தன் முகத்தில புன்முறுவல். கொச்சின் துறைமுக நகர மத்தியில படுதா போட்ட அந்த சின்ன மாந்திரீக அறையில இது மாதிரி நெடுகிலும்தான் நடக்குது.

ஆனானப்பட்ட சித்தனால முடியாதது என்ன இருக்கு இந்த லோகத்தில. மமதையில திரிஞ்சவனுக்கு ஏசுசாமி நெத்தியில அடிச்சத நினைச்சுப் பாக்கிறான் சித்தன்.

அது ஒரு வெள்ளிக் கிழமை.

உரோமில இருந்து கொச்சின் துறைமுகத்துக்கு ஆண்டவரிட மெய்யான சிலுவையின் திருப்பண்டத்தக் கொண்டுவரப்போறதாக ஏற்பாடு நடந்து கொண்டிருந்துது.

பரிசுத்தமான இருதயமுள்ள புனிதர் ஒருவரைத் தெரிவு செய்து அதைப் பெற்றுக்கொள்ளும்படி கொச்சின் மேற்றிராசனத்துக்கு பாப்பாண்டவர் மடல் அனுப்பியிருப்பதாகவும் அதற்குப் பொருத்தமான ஆத்துமா யாரு எவரு என்டு திருவுளச்சீட்டுப் போட்டுப் பார்த்தார்கள்.

கொச்சின் மேற்றிராசனத்திலேயே நம்ம கொன்சன் சாமியாருதான். வேற யாரு என்ற கணக்கில எல்லாருக்கும் அவரு மேலேயே ஒருவிருப்பு. அந்த மனுசனுடைய அமைதியான உருவம், சாந்தமான பேச்சு, ஏசு சாமிமேல அவரு வைச்சிருக்கிற நம்பிக்கை.

ஆண்டவரிட சித்தமும் அதுவாக இருக்க திருவுளச்சீட்டு அவர் பேரிலேயே விழுந்துது. முத்துக்குளித்துறையில இருந்து புறப்பட்ட கொன்சன் சாமியாருக்குள்ள ஒரு படபடப்பு. அது

அலகை செய்யிற வேலைதான்னு சாமியாருக்குப் புரிஞ்சு போச்சு.

யாரோ ஒருத்தனிட உருவம் சலனமா அவரு மனசில கிடந்து ஆடிக்கொண்டே இருந்துது. அந்தப் பேய் முகக்காரனப் பாக்கணுமின்டு சாமியாருக்கு ஆவல் துமிச்சுது. ஏசு சாமிட வலிமையான குரூசுதான் அவனுக்கு சத்துரு என்டு திடமா நம்பினாரு கொன்சன் சாமியாரு.

கொச்சினிலேயே அலகைய வைச்சு அமானுஸ்யம் செய்து பிழைச்சுக் கொண்டிருந்த சித்தனைப்பற்றிக் கேள்விப்பட்டாரு.

அந்த மந்திரவாதிய ஒரு போதும் பாத்ததில்ல என்டாலும் அவனிட ஒரு ஆஜானுபாகுவான ஆம்பிளைத் தோற்றம் அவரு மனசில வந்து கொண்டேயிருந்துது.

கொச்சினுக்கு அவரு வந்தபோது அமைதியில்லாமல் தடுமாறிக் கொண்டிருந்த தன் மனசை மாற்ற வேண்டுமே என்று முழங்கால் போட்டு செபித்தபோதுதான் சித்தனுடைய பசாசு ராச்சியத்த ஆண்டவரு கண்ணில காட்டினாரு.

சித்தன் அங்கு பேயாய் இருந்தான். கசடான மனமும் அலகை முகமுமாக இருந்தவன் அந்தப் பிராந்தியத்திலேயே மாந்திரீகம் செய்கிற அண்ணாவி. அவனை ஆண்டவர் தனக்கு காட்டினதாக கொன்சன் சாமியாரு சொல்லுறாரு.

ஆண்டவருடைய திருப்பண்டத்தை கையில் வாங்குவதற்கு முன்பு சித்தனுக்குப் பிடிச்சிருந்த பித்தைத் தெளியவைக்க வேண்டுமென்று இருந்த சங்கல்பத்தால் அவன் இருந்த தெருவுக்கு வந்தாரு.

உரோமில இருந்து கொச்சின் துறைமுகத்துக்கு வந்திருந்த ஏசு சாமியின் மெய்யான சிலுவையின் பரிசுத்த பண்டத்தைப் பார்க்கவென கொள்ளையாகச் சனம் அலைமோதிய போது சித்தனுக்குள்ள ஒரு மயக்கம் வந்தது.

ஒரு நாளும் இல்லாத மாதிரி சித்தன் தடுமாறினான். அவன் கால் ஓரிடத்தில நிக்க மாட்டேன்குது. அன்டைக்கு கொச்சினில ஒரு காரியம் நடக்கப்போறத அவன் மனசு சொன்னதால அது என்ன ஏதுவென்டு விடுப்பு பார்க்கப்போறான் சித்தன்.

அவன் சித்தத்தில ஆணியடிச்சமாதிரி ஒரு செய்தி. “துஸ்டனான உன்னையுமே ஏசு இரட்சிக்கிறார்.”

மனம் உருக, கண்ணீர் சிந்தியபடி அவனுக்குள் ஒரு பிசைவு. அது சரிதான். அந்த இரத்தம் வல்லமையானது. அது அவன் மன அழுக்கைக் கழுவும். விசுவாசித்தான்.

அன்றைக்குத்தான் கொன்சன் சாமியார அவன் சந்திச்ச நாள். நன்றாக நினைவிருக்கிறது. இத்தனை நாளும் பிரமச்சாரியமாக வாழ்ந்தவனிடம் என்ன பொறுப்பு இருக்கப் போகிறது.? ஏசு சாமியின்அழைப்பு என்று சொல்லி கொன்சன் சாமியாருக்குப் பின்னால் எழும்பி நடந்தான்.

கொன்சன் சாமியாரு கையில இறுக்கமாகப் பிடிச்சிருந்த குரூசுதான் அவரை அந்த இடத்துக்கு இழுத்துப் போனதாகச் சொல்லுறாரு.

பெரிய காரியமென்டு ஒண்ணுமில்ல. ஏவல் பொம்மையை வைச்சுக்கொண்டு காரியம் பாத்த சித்தன் ஏசுவின் ரெத்தம் என்ற வார்த்தைக்கு அந்தரிச்சுப் போனான். காலில விழுந்தவனுக்குள்ள இருந்து அலகை புறப்பட்டுப்போனதாக கொன்சன் சாமியாரு சொன்னாரு.

அவன் வித்தைக்காரன். உடக்குச் செய்து அதில நூலைமாட்டி மஞ்சளும் குங்குமமும் தடவி கண்ணையும் தலையையும் ஆட்ட வைச்சு குறி சொல்லி சனத்த ஏமாத்திப் பொழைச்ச அவன் இப்ப ஏசு சாமி பேரைச் சொன்னா நடுங்குறான்.

ஆண்டவரே, இந்தப்பாவிய மன்னிச்சுடுங்க... மன்னிச்சிடுங்க என்டு கதறி அழுகிறான். முன்னம்போல அவனால பேய் உடக்கத் தொட முடியல்ல. அந்த மாந்திரீக வீட்டுக்குள்ள போனாலே அவன் உடம்பில நரம்புமண்டலம் எல்லாம் விண்விண்ணென்டு வலிக்குது.

அவன் மனசு ஓயாமச் சொல்லிக்கொண்டேயிருக்குது. “ஏசுவின் இரத்தம் ஜெயம். இயேசுவின் இரத்தம் ஜெயம்.”

கொன்சன் சாமியாரு கையைத் தொட்டு அவனைத் தூக்க நாய்க்குட்டி மாதிரி அவரு பின்னாலேயே போறான்.

"எங்க வேணாலும் வாறன் சாமி. ஏசு நாமத்தைச் சொல்லித் திரியிறுதுதான் இனி எனக்கு வேலை."

வேதம் போதிக்கிற வேலையில ஒரு இடத்தில தங்கிறக் கூடாதாம் சவேரிச் சாமி செய்த மாதிரி ஊரெல்லாம் சுத்தித் திரிஞ்சு ஏசு சாமியிட ரெட்சிப்பச் சொல்லணுமின்டு பிடிவாதமாக இருக்கிறான் சித்தன்.

"ஞான் எங்கனும் ஓரிடத்தில தங்கியிருக்கயில்ல மாட்டன். ஆரும் சாமியாரோடையும் என்னையும் சேர்த்து அனுப்பி வைக்கணும் சாமி" அவன் கொன்சன் சாமியாரிடம் கைகட்டி நின்டு உத்தரவு கேட்டதை அவர் மறக்கயில்ல.

அன்றைக்கு எம்மாத்திரம் சனம். மலையாள மக்கள் ஒன்று கூடி பவனியாக கடக்கரை வழி நடந்து அந்த ஏசு சாமியின் திருப்பண்டத்தைக் கொண்டு வந்து மணப்பாடு சிலுவைக் கோயிலில வைச்சாங்கள். அதில வந்த சித்தனுக்கு அந்த ஏசு சாமியிட கோயில விட்டு எங்கிட்டும் போக மனம் ஒப்புதில்ல.

30

பாஸ் பாக்கிறதுக்கு காளவாய்ச்சிப்பி சுடுறவன்கள்தான் முதல் வரிசையில் இருந்தானுக. இவன்களுக்கு சிப்பி சுட்டு சுண்ணாம்பு செய்யிறத விட்டா வேறு பொழைப்புத் தெரியாது. முத்துக் குளித்துறை ஜில்லாக்காரனுகள் குட்டம், தோப்புவிளை, தருவை இந்த மூணு ஊருக்காரனுகளுக்கும் இதுதான் தொழில். இவன்கள் கத்தோலிக்கத்துக்குள்ள வந்ததால பாளையக்காரன் ஆக்கினைக்குப் பயந்து வள்ளம் ஏறி வந்துட்டானுக.

கடலில இறங்கி அலுவாக்கரையில சிப்பிகள அரிச்செடுத்து நெருப்பில எரிச்சுப் புடம்போட்டு சுண்ணாம்பு செய்யிற தொழில். இங்கயும் வந்து துறப்பாட்டுக்கு மேற்கால மணல் மேட்டில சூளைபோட்டு காளவாய் அடுப்புக் கட்டியிருக்கானுக.

இனிமேல்தான் உருமானமா ஒரு புழைப்புச் சொல்லிக் குடுக்கணும். அதத்தான் கொன்சன் சாமியாரும் சொல்லியிருந்தாரு. அங்க கொற்கையில செய்த கரைவலையச் செய்யணுமின்னா கொஞ்சம் பணம் செலவழிக்கணும்.

அப்பிடி யாரும் வசதியா இங்க வந்து சேரயில்ல என்பதும் சாமியாருக்குத் தெரியும். பாக்கலாம். இந்த வருசம் எப்படியும் கோயிலுக்குச் சேருற குத்தகப் பணத்தில ஊருக்கென்டு ஒரு கரைவலையாவது கடலில இறக்கணும். கொன்சன் சாமி மனசில இந்த பட்டினத்துக்காரன் பத்திய நினைப்பு ஒரு கொள்ளையாக் கிடக்குது. எதுக்கும் மூணு பட்டினத்துக்காரனும் ஒற்றுமைப்பட்டுக் கிடப்பானுன்னாதான் எல்லாம் சரியா வரும்.

இப்ப சித்தன் கையிலெடுத்திருக்கிற முயற்சிக்கு ஒத்துழைப்புக் குடுத்துப் பாப்பம் என்டு கொன்சன் சாமி நினைக்கிறாரு.

தவசுகாலம் வரட்டும் என்டு நினைச்சு பொறுமையா இந்த உடக்கு ஆட்டத்துக்கு ஏற்பாடு நடந்துது.

இந்த மணப்பாட்டுக்காரனுகள் ஏகத்துக்கு சுத்த பரிசுத்தமா தபசு அனுசரிப்பானுக. காத்தால முகம் கழுவுறபோது வாய்க்குள்ள அடக்கிற தண்ணியில ஒரு சொட்டு உழுங்கிட்டாலும் சப்பிர சாதம் எடுக்கமாட்டானுக.

தபசு என்டா ஆண்டவரிட ஐஞ்சு திருக்காயத்தையும் நினைச்சு தன்னை வருத்திறதும் பட்டினி கிடக்கிறதும் ஆக்கி மூட்டின சோறு கறிய ஏழை எளியது வீட்டில அசனம் என்ட பேரில கொண்டுபோய்க் குடுக்கிறதுமாய் இருக்கிறவனுக இங்க நான் பெரிசு நீ பெரிசின்னு மல்லுக்கட்டிக்கின்னு திரியிறதுதான் கவலை.

சித்தன் மூணு பட்டினத்துப் பெரிசுகளைக் கூப்பிட்டுக் கதைச்சிருந்தான்.

"எடே, தவசு காலத்தில வீண் வார்த்த வேணாம்ல. நாம எல்லாரும் ஒத்த சாதிக்காரங்கதான். ஆளாளுக்கு குரோதமில்லாம மனமாச் செய்யணும். ஏசு சாமி குருசில மரிக்கிற பாசுப்பா. உருக்கமா இருக்கோணும். என்ன விளங்கிச்சா."

"சித்தன் சொன்னா செய்யமாட்டோமா. செய்திருவோம்ல."

"மூணு பட்டினத்துக்காரனும் ஒத்துமையா நாமல்லாம் ஒரே ஆக்கள் என்டு அடுத்தவன் பாத்து கையக் குமிக்கிறமாதி செய்திடுங்க."

கிடுகால கட்டியிருந்த பாஸ் சாலையில மொத்தமாக இருபது உடக்கு இருந்துது.

பாரம் குறைஞ்ச ஆசனி மரத்தில ராசுக்குட்டித் தச்சரு நேக்கா மனுசன் தலைய ஒரே மாதிரி செய்து வைச்சிருந்தாரு. றோஸ் கலர்ல மையப்பூசி ஆம்பிளக்கு ஒரு மாதிரியும் பொம்பிளைக்கு இன்னொரு மாதிரியுமா சித்தரிப்புச் செய்து வைச்சிருந்தான் சித்தன்.

மளுமளுவென்ட முகத்தில கண்ணும் மீசையுமா முழிச்சுக்கின்டிருந்துது உடக்கு.

மனுச உடம்புக்கு ஏத்தமாதிரி மூங்கிலாலயும் பனைமட்டை நாரினாலயும் செய்து வைச்ச நெஞ்சுக்கூட்டில இருந்து உடக்கிட வலப்பக்கம் கால் வழியா வாறமாதிரி ஒரு நெடிய கம்பு. நெஞ்சுக்கூட்ட வைக்கோல் வைச்சு காரிக்கன் துணியால மூடித் தைச்சு மேலால உடுப்புத் தைச்சு வைச்சிருந்துது. கட்டையில செய்த கை ஐஞ்சு விரலையும் நீட்டினபடி இருந்தது.

இடுப்புக்கு கீழ உடக்கிட கால்இரண்டும் வைக்கோல் மூடின காரிக்கன் துணியால செய்து தொங்கிக்கின்டிருந்துது.

மாதாவிட உடக்குக்கு கால் இல்ல. இடுப்பில இருந்து நீலக்கலர் பெருஞ் சீலையால மூடி அதுக்குள்ள ஒரு ஆள் இருந்து கயிறு நூல் பிடிச்சு இழுத்து இயக்கிறமாதிரி ஏற்பாடு. மாதாட இடுப்பில இருந்து முன்னாலயும் பின்னாலயும் சாய்ஞ்சு நிமிருரிற மாதிரி பூட்டு அச்சு வைச்சு மர ஆப்பிலயே தச்சு வைச்சிருந்துது. இடுப்புக்கம்பிய முன்னால பின்னால அசைக்கும்போது மாதாவிட திரு உருவம் குலுங்கி அழுகிற மாதிரி இருக்கும்.

சிலுவையில ஏசு சாமி சொல்லுற ஏழுவசனமும் மாதாவிட இருதயத்த குத்துற வாள் என்டதக் காண்பிக்கிறதுக்கு மாதாட நெஞ்சில பெரிய இருதயமும் அதில குத்தி வெளிப்படுற வாளையும் நுட்பமாகச் செய்து வைச்சிருந்தாங்க.

சந்தியா துரம் நல்ல ஒப்பனைக் கலைஞரு. அவரு ஏசுநாதர் காலத்தில எபிரேய மக்களிட நீண்ட அங்கி மாதிரித் தைச்சு தோளைச் சுத்தி ஒரு துண்டு, தலையில முண்டாசு கட்டி விட்டிருந்தாரு.

ஆண்டவர வாதை செய்யிற யூதன்களுக்கு ரோமானிய சிப்பாய் மாதிரி அரைப் பாவாடையும் அதில கீத்து மாதிரி சில்வர் பேப்பர வெட்டி இடுப்புப் பட்டி மாதிரி நெஞ்சுக் கவசமும் இரும்புத் தொப்பியும் வைச்சு விட சும்மா அள்ளிப் பிய்ச்சுக்கின்டு நின்டுது உடக்கு.

மரத்தில சாய்மானம் செய்து அதில சாத்தினபடி இருந்த உடக்கு முழிஞ்ச முழிச்சலுக்கு பிள்ளகுட்டிகள் ஒவ்வொன்டும் ஒவ்வொரு வக்கன சொல்லிச் சிரிக்கிறதும் அதுகளப் பாத்துப் பயப்பிடுறதுமாக பாஸ் சாலை கலகலத்துப் போய்க்கிடந்துது.

அண்டைக்கு ஊர் நிறைஞ்ச ஆட்கள். பத்துப்பதினைஞ்சு கிரிச்சான் சத்தம் சரசரவென்டு ஒரேயடியா மேல எழும்ப குழல் சத்தமும் சேட்டமாக் கேட்க பாஸ் துவங்கிச்சு.

சித்தன் சொல்லுக்கு உடக்க ஆட்டினானுக.

பறுனாந்து அந்தக் பாஸ் சாலைக்குள்ள நடக்கிறதெல்லாத்தையும் முன்னுக்கு நின்டு கவனிக்கிறாரு.

அவரு நிக்கிறதினால அங்க இருக்கிறவன், நிக்கிறவன், உடக்குத் தூக்கிறவன், கைக்கம்பி பிடிக்கிறவன், அச்சுத்தூக்கிறவன், செபம் படிக்கிறவன் எல்லாருமே அடக்க ஒடுக்கமாக இருந்தானுக.

ஏசு சாமிய வதைச்சு குருசில வைச்சுக் கொடூரமா ஆணிவைச்சு அறைஞ்சு கல்வாரியில குரூச நாட்டின பாசு முடிஞ்சு ஆண்டவர் உயிர் விடுற பாசுக்கு அடுக்குப் பண்ணுறதுக்காக திரைய இழுத்து மூடினாங்க.

“எடே, அருளப்பு பாசு அற்புதமா இருக்குப்பா. என்னா மாரிக்காட்டுறான்.”

சவரியான் வியப்பு மாறமலே கேட்டான்.

“ஓமடா, உடக்கெங்கிறானே அது எப்புடிப்பா சொல்ற பேச்சுக் கேக்கிறமாரி நடிக்குது.”

“ஞ்சே வா. இவனுக என்ன மாயஞ் செய்யிறானென்டு பின்னால போய்ப்பாப்பம்.”

சவரியானும் அருளப்புவும் பின்னடைப்புக்குள்ளால வந்து நின்டானுக.

பெரிய மேஸ்திரி ரொட்ரிக்கோ ஐயா இந்தியாவில இருந்து கொண்டு வந்த பெரிய உடக்காண்டவர செபம் சொல்லி

பெரிய குருசில ஆணிவைச்சுப்பூட்டுறாங்க. சிலுவையில அவதிப்பட்டு மரிக்கிற உடக்காண்டவர் அதுதான்.

பீரீசு அருளப்புக்கு கிட்ட விரசா வந்து கேட்டான்.

“யாருப்பா உங்களுகள உள்ள விட்டது. நீங்க இங்கயெல்லாம் வரப்படாது. போங்க போங்க.” அவன் அவர்களைக் கலைத்து விட்டான். அவர்கள் மறு பேச்சில்லாமல் திரும்பிப் போகிற போது அவனுக காதில விழுகுது.

“யாருப்பா அது.”

“கடையருக.”

“அவனுக ஏன் வந்தானுகளாம்.”

“அதான”

“புறத்தியார் யாரையும் பாஸ் கொட்டகைக்குள்ள விடப்படாது.”

சவரியானும் அருளப்புவும் மன வெப்பிசாரத்தோட அந்த இடத்த விட்டுப் போனானுக.

கிரீச்சான் சத்தத்தோட திரைய இழுத்துத் திறந்தாங்க.

கல்வாரி மலையில ரெண்டு கள்வர் நடுவில ஏசு சாமி சிலுவையில தொங்கிக்கின்டிருக்காரு. மாதாவும் மரியமதலேனாளும் யோவானும் அழுது புலம்பிக்கின்டிருக்காங்க. கப்பித்தான் குதிரையில ஓடுபட்டுத்திரியிறான். சேவகர் நாலுபேர் மலையடிவாரத்தில நிக்கிறமாதி அந்தக்காட்சி துவங்கிச்சு.

ஏசு சாமி குருசில மேலும் கீழுமா இழுபட்டு சாவுற காட்சிய தத்ரூபமா சித்தன் குருசுக் கயித்தில இழுத்துக் காட்டியபோது ஊர்ச்சனம் கிடந்து ஒப்பாரி வைச்சு அழுகுது.

“ஐயோ ஆண்டவரே, இந்த ஈன மனுசனுக்காக உசிர விடலாமா ஐயா. வேணாஞ்சாமி வேணாம்”என்ட மாதிரிக்கு அழுது புலம்புற சனத்தப் பாக்கிறான் சித்தன்.

சித்தன் மனமும் உடம்பும் நடுங்கி கண்ணீர் கசியுது அவனுக்கு.

“ஆண்டவரே ஏசு சாமி இந்த சாதி சனத்துக்குள்ள ஒரு பச்சாத்தாபம் வந்திரணும் ஐயா. நீர் சிந்தின இரத்தத்தினால இந்த

பயபுள்ளகளக் கழுவணும் ஏசுசாமி." அவன் மனதுருக்கமாய் ஆண்டவரோட கதைச்சான்.

"என்னமோ நூதனமா பாஸ் காட்டுறானாமடா, பாப்பம்" என்டு வந்து பாத்தவன் அத்தன பேரும் அசந்துட்டான். குருசில ஏத்தின உடக்கு ஆடின ஆட்டத்தப் பாக்கணும். ஐயோ ஆண்டவரிட சீவன் போற நேரம் இழுத்து இழுத்து துடிச்சத காட்டுறான் பாத்தியா. நெஞ்சு உருக்கந்தான்."

உடக்குப் பாசப்பற்றிக் கதைக்காத சனமில்ல. மன்னார் முழுக்க இதான் கத.

"உடக்காண்டவர ஈந்தியாவில இருந்துதான் கொண்டு வந்தாங்களாம். அங்க இவனுகளுக்கு ஒரு பெருங்குடி இருக்குதாமே."

அதில ஒருவன் கேட்டதுக்கு மனசார சிவத்திக்கிழவன் சொல்லுறாரு.

"ஓமப்பா. தூத்துக்குடியில சந்திரவம்சத்தில பாண்டியபதி சமஸ்தானத்துப் பெருங்குடியப்பா அவனுக. சவேரியார் கையால ஞானஸ்நானம் எடுத்துக்கின்டவனுக பரம்பரை. சமுத்திரத்தில கப்பல் விடுறதும் முத்துக்குளிக்கிறதும்தான் அவனுக தொழில். பாளையக்காரன் தலைய வாங்கி மதுரை நாயக்கன் விரோதத்த சம்பாரிச்சுக்கின்டு அங்க இருக்க முடியாம இங்க ஓடிவந்தவனுக."

இத்தன நாளும் மன்னாருக்குள்ள வந்து சேந்த வந்தேறிகளோடு சேத்து ஒண்ணாப்பாத்த பரவரு சனத்தப்பத்தி இப்பதான் உருமானமா ஒரு கதை கதைக்கிறானுக. முப்பது வருசமா கதைக்காத கதை இப்ப பெரிசா சிலாவத்துறைப்பட்டினம், முத்தரிப்புத்துறை கப்பல்துறை மட்டும் எல்லா இடத்திலயும் கதைக்கிறாங்க.

பரவருக கத பரவி அது தெனாவெட்டும் பெருமையுமா இருக்குதெங்கிறது இங்க உள்ள அயலூர்க்காரன்களுக்கு ஒப்புதில்ல.

"இருந்தா பரவருக மாதி இருக்கணும்."

"அதுக்கு வழிநடத்திற தலைவன் நல்ல மாதியா இருக்கணும்பா. அவன் பறுனாந்திட ஒத்தச்சொல்லுக்கு கட்டுப்படுறானுக..."

கொன்னையன் குடியிருப்பு அந்திரேயர் கோயிலில கூடினவங்களுக்குள்ளயும் பரவருக காட்டின பாஸ்தான் பெருங்கதையா இருந்துது.

"என்ன இருந்தாலும் இப்ப வந்தவனுகளுக்கு இத்தின பவுள்சு தேவையில்ல. எரிச்சலாயிருக்கு."

அவர்களுக்குள்ள பொறாமத்தீ பத்தி எரிஞ்சுது.

31

குருசுக் கொட்டில் இருந்த இடத்திலேயே அந்தக் கோயிலக்கட்டி முடிக்கணுமின்டு ஊரும் சனமும் உழைச்சுது.

சங்கிலி ராசாவிட மனம் கோணாம தொழில் துறைய கவனமாகப்பாத்துக் கொண்டாரு பறுனாந்து.

கோயிலில்லாம இருக்க ஏலுமா ஆண்டவரே என்டு கொன்சன் சாமியாரு மேற்றாணிச்சாமிட்டக் கேட்டு, அனுமதியும் வாங்கி மாதா கோயில் கட்டத் துவங்கியாச்சு.

தலைமன்னாரில கட்டின கோயிலுக்குப் பிறகு மன்னார்த் தீவிலேயே மாதாவுக்கு பெரிசா இந்த ஊரில ஒரு கோயிலக் கட்டிரணுமென்டு பறுனாந்து கிடந்து அல்லாடுறாரு.

நல்ல மனமா சனம் குடுக்கிற காசையும் பிரயாசத்தையும் செலவழிச்சா கோயிலக்கட்டி முடிச்சிரலாமின்னு பறுனாந்து நினைச்சத கூட்டத்தில கதைச்சதுக்கு நல்ல பலன் இருந்துது.

"நல்லாக் கேட்டுக்கிங்க. படுறதில பத்தாப் பிரிச்சு ஒருபங்கு கோயில் வேலைக்குத் தந்திரணும். விளங்கிச்சா. அதுபோக எல்லா வேலையும் கூலி குடுத்து செய்ய ஏலாது மக்கா. நாமலே கந்தாய முறையில குடும்பத்துக்கு ஒரு ஆள் என்ட கணக்கில கோயில் வேலைக்கு வந்திரணும்." என்டு குருசுக் கொட்டில் மேட்டில இருந்து பறுனாந்து கதைச்சதுக்கு ஒரு மறுப்பில்ல. எல்லாச்சனமும் ஒத்துக்குது.

"கொன்சன் சாமியாரிட்ட எல்லாம் சொல்லியிருக்கு. அங்க நம்மாளுகளில இருக்கிற மேசன் தச்சன்மாரப் பிடிச்சு பொருத்தம் பேசி இங்க அனுப்பி வைக்கிறாராம். விளங்கிச்சா?"

சனம் ஈட்டுக்கும் பாட்டுக்குமா குடுக்கிற காசில நடுக்கோயிலும் ரெண்டு பக்கமும் குருசுக் கோயிலுமென்டு கட்டின பாரிச்ச கட்டடம் அது. நல்ல பெரிய முகப்பும் கப்பலாவும் அந்தக்கோயிலுக்கு அள்ளிப்பிய்ச்சுக்கின்டு இருந்துது. நாளும் பொழுதும் வேலை செய்ததால மூணு நாலு வருசத்திலேயே கட்டட வேலை முடியுற தருவாயில இருந்துது.

கோயில கட்டுமான வேலையப் பாக்கிறதுக்காக கொன்சன் சாமி அழைச்சாராமென்டு ஹென்றிக்கசு சாமியாரு இங்க வந்திருந்தது சனத்துக்கு சந்தோசம். அந்த சாமியாரு இப்ப பெரிய கெட்டிக்காரராக மாறியிருந்தாரு. புன்னைக்காயலில அவரு தமிழ் மொழியிலயே கிறிஸ்தியானி வாழ்வாக்கம் தம்பிரான் வணக்கம் என்டு ரெண்டு புத்தகம் எழுதியிருந்ததாச் சொன்னாரு.

அவரு பேசுற மொழி இனிமையா இருக்குது என்டு எல்லாரும் கதைச்சாங்க.

வெற்றிமாங்குடியிருப்புக்காரனும் சம்பேதுருக்காரனும் ஒரு மனமா வெற்றிமாதா கோயில் கட்டிற வேலைக்கு வந்திருந்தானுக.

பறுனாந்துவுக்கு அவனுகளப் பாக்கப் பாவமா இருந்துது.

“இப்ப எதுக்கு அங்கிட்டும் இங்கிட்டும் இருக்கணும் வாங்க ஒரே குடியா இருந்திருவோம்.”

மேற்கால இருந்த வெற்றிமாங்குடியிருப்புக்காரனுக காலராவில குடுத்திட்டு இருந்தவனுகளுக்கு பறுனாந்திட அழைப்ப மறுக்க முடியல. அப்பிடியே வீடு வாசல விட்டு இங்க வந்திட்டானுக. அவனுகளுக்கு குருசுக்கொட்டிலுக்கு கிழக்கால இடம் குடுத்தாரு பறுனாந்து. சம்பேதுருக்காரன் தாழ்வுபாட்டில போய் நிரந்தரமாக் குடியிருந்தவன் போக மீதியாக்கிடந்தவனுகள வரவழைச்சு மூவிராசாபட்டனத்துக்கு தெக்கால இடம் குடுத்தாரு.

“இனி இங்கிட்டுதான் உங்களுக்கு எல்லாம். உங்க குடும்பம் குட்டிக பெருகிப் போச்சுதுக. நமக்கென்டு ஒரு கோயிலும் கட்டியாச்சு. அங்க வெற்றிமாங்குடியிருப்பு இங்கிட்டு சம்பேதுரு என்டு இனிப் பிரிஞ்சு இருக்க வேணாம். விளங்கிச்சா. இந்த

இடந்தான் உங்க எல்லாருக்கும் ஊரு. இனி ஒண்ணா இருக்கப் பாருங்க. இந்த இடம் இப்ப பெரிசாப் போயிட்டுது. இந்த மன்னார்த் தீவில அயலட்டைகளில இருக்கிறவங்களும் தொழில் துறை யாவாரத்துக்கு இங்கதான் வந்து போகுதுக. பாஸ் சாலை அமைச்சு உடக்குப் பாஸ் காட்டுற படியால நாலுபக்கமும் இருந்து சனம் வந்து போகுதுக. பாசாலை பாசாலை என்டு கதைச்சு இப்ப இது பேசாலையாவும் போச்சுது. இதுக்கு பேசாலை என்கிற பேர்தான் இனிப் பொருத்தமாக இருக்கும் என்டு நினைக்கிறன்."

பேருக்கேத்தமாதி இந்த ஊர்ல கூடுற சந்தையும் புறத்தி யாவாரிமார் வந்து விரிக்கிற கடைகளும் கண்ணிகளும் அம்பாரம். சுத்து பத்தில இருக்கிற எல்லாக் கிராமத்தான்களும் வரப்போக இது ஒரு பெரிய சாலையா மாறிப்போச்சு.

பத்தாக் குறைக்கு இந்தியாவில இருந்து வாற வள்ளக்காரனுகளும் சீமான்களும் சீமாட்டிகளும் இறங்கி, உறங்கி பேர் பதிஞ்சிட்டுப் போற சாலையும் இதுவாப் போச்சுது. அதுக்கு ஏத்த மாதி பென்னாம் பெரிய பேட்டையையும் பாய்வாத் தனவந்தரு கட்டிப்போட்டிருந்தாரு.

இருக்கப்பட்டவனுகளும் கௌரவத்துக்காகவெண்டாலும் நாலுபேர் வந்து போற இடம் என்டபடியால வீடுவாசல நல்ல பெருப்பமாக் கட்டிப்போட்டானுக.

பறுனாந்துவுக்கு ஊர் பெருங்குடியாப் போனது சந்தோசம்.

கடக்கரையில எல்லாத் தொழிலும் நடக்கத் துவங்கிட்டுது.

32

பத்துப்பதினைஞ்சு கரைவலை இறக்கி தொழில் நடந்துது. கரைவலையென்டா சும்மாவா. ஒரு கரைவலையிலயே இருவது குடும்பம் பொழைச்சுத்தின்னுமப்பா. இந்த ஊர் கட்டளைகாரர் பறுனாந்து தலைமையில இவ்வளவு சோக்கா வளந்திருக்கு. அந்தப் பெருமையில அந்த மனுசனும் போற இடத்திலயெல்லாம் மரியாததான்.

அந்த ஊரிலயே காரையில குழைச்சுக்கட்டின பெரிய வீடுக ஒரு நாலைஞ்சுதான். அதில ஒண்ணு பறுனாந்திட.

அவரிட புழக்கத்துக்கு தோதா மனுசன் பாத்துப் பாத்துக் கட்டினாரு. செல்லாம்மா இப்போ பெரிய ஊர்க் கைகாரி. பெரிய வீட்டுப் பொம்புளை. அவ ஆம்புளையும் பொம்புளையுமா ரெண்டு குட்டிகளப் பெத்துப்போட்டு மகராசியா சீவிக்கிறாக.

மூத்தவனுக்குப் பேரு வைக்கும்போது செல்லாம்மா அவ அய்யன் சகாயம் குரூசு பேரையே மூத்தவனுக்கு வைச்சாக. ரெண்டாவது பொட்டக்குட்டியாப் பிறந்த போது பறுனாந்து அவரு அம்மா சிப்பினாள் பீரீசு பேரை வைச்சாரு.

பாரை அடைச்ச பீரிசிட வலை குறுகிக்கொண்டு வாறபோது பாட்டுக்கு இறங்கின விடுவலைகாரன் டலிமாவும் பெரேராவும் மடிய நெருக்கி வலை படுத்தான்கள். பேர்சாலையில இருந்து தென்கடல் ஐஞ்சு தென்னைப் பாட்டுக்கு வலை பிடிக்கப் போனபோதே பீரீசு வலைகாரன் முணுமுணுத்தான்.

“பேர்சாலையில பத்து வலை வளைக்கிறான். வாறான் இங்க வளையத்தூக்கின்னு. கண்டார ஓலிகள்.”

டலிமாவுக்கு கரைவலைகாரன் குழம்புறான் என்டது தெரிஞ்சு அடங்கணும் என்டு நினைச்சாலும் மீன் முகம் பேய் முகம் என்ட மாதி ஏதாச்சும் குழப்படி செய்யத்தான் அவன் மடப்புத்தி பறபறக்குது.

வலைகாரன் மடிய இழுத்துக்கரையில போட்ட நேரம்தான் தெரிஞ்சுது "கம்பு வைச்சிற்றாண்டாபு" மண்டாடி பிலிப்பு சத்தமிட்டான்.

"உடுவலைகார வேசமக்கட வேலையப் பாத்தியா."

டலிமாவிட விடுவலையில அம்பாரம் மீன் பட்டிருந்துது.

கடலில இறங்கின விடுவலைகாரன் எல்லாப்பயலுகளுக்கும் மீன்பாடு எக்கச்சக்கம். வேணா வெய்யிலில இழுத்து மாய்ஞ்ச கரைவலைகாரனிட மீனக்கடலுக்குள்ளேயே களவெடுக்கிற இந்த எளிய தனமான வேலையச் செய்யிறதுக்கென்டு கொஞ்சம் துப்புக்கெட்ட விடுவலைகாரன் இருக்கத்தான் செய்யுறான்.

பிலிப்பு மண்டாடிக்கு கோபம் நெருப்புக்கனல் மாதிரி எரிஞ்சுகின்டிருந்தது. பாட்டுவலை இறங்கின டலிமாவும் பெரேராவும் கெக்காளமிட்டுச்சிரிச்சுக்கின்டு வலை தட்டுறதப் பாத்த பிலிப்பு மண்டாடி பல்லைக்கடிச்சுக்கின்டு அதில ஓடிப்போனான்.

"மடிக்கு கம்பு வைச்சு மீன் புடிச்சிற்று நக்கலாடா, வேசமக்கா."

அவன் வார்த்தைகளை வீசிக்கொண்டு அலுவாக்கரையில கிடந்த காவுதடிய எடுத்து விசுக்கினான்.

டலிமாவுக்கு விழுந்த அடியில் அவனுக்கு நெத்தி கிழிஞ்சு ரத்தம் குபீரிச்சுது.

"ஐயோ, ஆத்தாள. அடிரா அவனை."

பெரேரா பாய்ஞ்சு பிலிப்பிட கையில இருந்த காவுதடியப்பறிச்சிற்று அவன் மூஞ்சியில ஓங்கிக் குத்தினான். மண்டாடி பிலிப்புக்கு பொன் மூக்கு உடைஞ்சு மூக்கால சரசரவென்ட ரத்தம். அதில நின்ட கரைவலைகாரப்பயலுகள் எல்லாரும் சேந்துகின்டு விடுவலைகாரன்கள அடிக்கத்

துவங்கினாங்கள். ரெண்டு பக்கமும் அடிதடிமூர்க்கமா கடக்கரையில அடிபட்டவனுக அன்டைக்குத் தொழில் முடிஞ்சப்பிறகும் அவனுகட சண்டை ஊருக்குள்ள நடந்துது.

அன்டைக்கு ராவு லோமியா வெளிச்சத்தில பறுனாந்து வீட்டு முற்றத்தில பஞ்சாயம் நடந்துது.

"ந்தா பீரீசு. உன்ர வலையில டலிமாதான் கம்பு வைச்சானென்டு நிறுதிட்டமாச்சொல்ல ஏலாது கண்டியா. வலைக்கு அங்காலையும் இங்காலையும் பாடுபக்கமென்டு பதினைஞ்சு விடுவலைகாரன் இறங்கிறான். இன்னாரெண்டு தெரியாம நாம குற்றம் குறை சொல்ல ஏலாது கண்டியா."

மண்டாடி பிலிப்பு இரைஞ்சான். "பாட்டுக்கு இறங்கின டலிமாதான் அய்யா இந்த கெடுவாளி வேலையச்செய்தது. பீத்தலப்பாத்தா தெரியாதா அய்யா."

"சரி, சரி விடுங்கப்பா. கம்பு வைச்சவன் ஒத்துக்கொள்ளாம நாம எப்பிடிச்சொல்லுறது. என்னப்பா டலிமா. உன்னப்பத்தி தெரியுமடா எனக்கு. மரியாதையா உன்ர பிழைய ஒத்துக்கொள்ளு."

பறுனாந்து பிடிச்சபிடியா குற்றத்துக்கு தீர்ப்புச் சொன்னாரு.

அவரு சொன்னது சத்தமில்லாமக் கேட்டுக்கின்டிருந்தது சனம். பறுனாந்து எல்லாம் விளங்கித்தான் கதைச்சாரு.

"சரி, டலிமாவும் பெரேராவும்தான் மடியப்பிச்சவனுக. வல சேதாரத்தப் பாத்து வலையப் பொத்திக்குடுங்க. டலிமாவும் பெரேராவும் இன்டைக்கு வலைபிடிச்ச வருமானத்த பீரீசுச்சம்மாட்டிக்கு குடுத்திரணும். விளங்கிச்சா. பேர்சாலையான் யாரும் இனிமே அங்கிட்டு வலை புடிக்கப் போகாதீக. இனி எந்த வலையடியிலயும் கம்பு வைச்சிட்டான் வலையக்கிழிச்சிட்டான் என்டு யாரும் பிராது கொண்டு வரக்கூடாது. என்ன கண்டியளா."

பறுனாந்து வீட்டுக்கு வாற பிணக்குகள சண்ட சச்சரவு இல்லாமப் பாத்து நியாயமாத் தீத்து விடுறதால அயலட்டைக்காரனுகளும் பறுனாந்து வீட்டுக்குத்தான் வாறானுக பிணக்குத் தீர்க்க.

ஆனா கரைவலைகாரனுக்கும் விடுவலைகாரனுக்குமிடையில இருந்த பிணக்கும் விரோதமும் தீர்ந்தபாடில்ல. பறுனாந்தய்யா சொல்லிட்டாரு என்டதுக்காக சமாதானமடைஞ்சு போனானானுக. தாழ்வு பாட்டு பீரீசுச்சும்மாட்டி நல்ல மனுசன். அவரு இனஞ்சனத்துக்காக பிரச்சினையத் தூக்காம விடுறதாச் சொன்னாரு.

33

பறுனாந்து நினைக்கிறமாதி வீட்ட எவ்வளவு பெருசாக் கட்டினாலும் முற்றத்தில வயசு தாண்டி பாரிச்சுப் பெருத்துப்போன வேப்பமரத்த வெட்டணுமின்டு செல்லாம்மா நினைக்கிறாக இல்ல. இந்த இடத்த காணியா அடைச்சு ஒப்பமாக்கினபோது இளங்கண்டா நின்ட வேம்பு. இப்ப விருட்சமாகிக் கிளைவிட்டு நிக்குது.

செல்லாம்மா புருசனக் கடக்கரைக்கு அனுப்பிட்டு குசினிக்குள்ள அடுப்போட போராடிக்கின்டு இருந்தாக. அவளுக்கு நாளும்பொழுதும் பிள்ளகளப் பத்தியே நினைப்பு.

பரபரன்னு வெளிக்கிட்டான் சகாயம். தாழ்வு பாட்டில கபடி விளையாட்டுப் போட்டி. ராவு முழுக்க கபடியாட்டத்தில நிக்கிறமாதியும் கீழ விழுகிற மாதியும் நினைப்பிலேயே கிடந்தவன் காத்தால வெள்ளென எழும்பி மேலுக்குத்தண்ணிய ஊத்திட்டு வெளிக்கிட்டான்.

செல்லாம்மாவுக்கு இப்பவெல்லாம் நெஞ்சுக்குள்ள ஒரு பயம் வந்திருது. இவன் எங்கிட்டும் விளையாடவென்டு போறதும் யாரோடையும் மல்லுக்கட்டிக்கின்டு வாறதும். அதுவே விவகாரமாப்போய் இவன் அய்யன் சமாதானம் கதைச்சு விடுறதும் வழக்கமாகியிருக்க.

“எடே சகாயம், வேணாம்டா. கடக்கரையில ஆம்பிளைக்கு ஆயிரம் சோலி இருக்கில்லா. அதையெல்லாம் விட்டிட்டு விளையாட்டுக்கின்டு போய் விவகாரத்த தேடிக்கின்டு வாறீயே நல்லாவா இருக்கு.”

“அம்மா விளையாட்டுன்னா நாலு கோதா வரத்தான் செய்யும். அதுக்காக விளையாடாமா இருக்க ஏலுமா. அய்யன் வேல அய்யனுக்கு. என் வேல எனக்கு” என்டு சொல்லிட்டுச் சிரிக்கிறவன என்னதான் சொல்லுறது.

இப்ப கொஞ்ச நாளா சின்னச்சின்னதா விளையாட்டுப் போட்டியில மோதல் என்டு வாற கதைய நினைக்க பறுனாந்துவுக்கும் பயம் வந்தது.

மால் முடிச்சுக்கின்டிருந்த செல்லாம்மா புள்ளயிட்ட உம்மென்டு ஒரு வார்த்த சொல்லயில்ல. அவன் போற இடத்துக்குப் போயிட்டு வரட்டும் என்டு மனசுக்குள்ள நினைச்சு மூச்சு முட்டிக்கின்டு கிடக்கிறா. அவன் வீடு வந்து சேரும் வரைக்கும் அவளுக்கு நெஞ்சு தவிச்சுக்கின்டே கிடக்கும்.

சகாயத்துக்கு வலிச்ச தேகம். அவன் அப்பாவப் போல. உயரமா வளர்ந்திருந்தான். முகத்தில தாடி மீசை. திடகாத்திரமான வாலிபனாய் அவன் தெரிந்தான். அவன் இருபத்தியாறு வயசத் தாண்டியிருந்ததால அவன வீட்டில ஒரு பெரிய ஆம்பிளையாத்தான் பறுனாந்துவும் பாத்தாரு.

மாதா கோயில் திண்ணப் படிப்பு முடிஞ்ச கையோட இப்பிடியே விளையாட்டு விவகாரமின்னு ஊர்ச்சோலிய இழுத்துக்கின்டு வாறானே யென்டு செல்லாம்மா கவலைப்படுறா.

“சோனவனோட சேந்துகின்டு சண்டைக்கு வாறான் தாவாட்டான்.”

“ஓம் நீங்களுக மட்டும் திறமா போற இடத்தில ஒழுக்கமா இருக்கணும். அவன் ஊர்ல போய் ராங்கி காட்டினா அடிக்காமக் கொஞ்சுவானா?”

“அய்யா, வெளாட்டுக்குப் போற இடத்தில கூக்காட்டினா சும்மாவா வருவாக.”

“அதுக்கு அடிப்பியா. அதான் அவனும் அடிச்சான்.”

“சரி, சரி இத்தோட அங்கின வெளாட்டுக்குப் போறத நிப்பாட்டுங்கடா.” குமுறிக்கொண்டிருந்த பயலுகள பறுனாந்து சமாதானப்படுத்தி அனுப்ப நினைக்கிறாரு.

பெரிய மனுசன் சொன்னதைக் கேட்டபடியே அதுக்கு மேல ஒண்ணும் கதைக்காம பயலுகள் வெளியேறினப்பிறகு கிணத்தடிக்குப் போன சகாயம் முணுமுணுத்தான்.

“வரட்டும், அவன் மூக்க உடைக்கிறன்.”

“அவன் ஊர்ல அவன் என்னத்தையும் கதைச்சிட்டுப் போறான். வாயப் பொத்திக்கின்டு வரவேண்டியதுதான்.”

சகாயத்துக்கு அய்யன் சொன்ன நியாயம் கொஞ்சமும் பிடிக்கயில்ல. அவன் அம்மாவிட்ட முறைப்பட்டான்.

சோனவனோட சேந்துகின்டு சண்டைக்கு வாறான் தாவாட்டான் என்டு சகாயம் சொன்ன கதை பறுனாந்துவுக்கு நெஞ்சில அறைஞ்சமாதி இருந்துது.

பயலுகள சமாளிச்சு சமாதானப்படுத்திறதுக்கு அவனோட கதைச்சாரே தவிர தாவாட்டான் சோனவனோட சேந்து கின்டு பேசாலைப் பயலுகளோட சண்டை பிடிக்க வாறான் என்ட கதை பறுனாந்துவைத் துயரப்படுத்தியது.

அந்தப் பிணக்குக்கு பறுனாந்து குடுத்த தீர்ப்பு சரியில்ல என்டு அவருக்குள்ளயே குடைச்சல். என்ன இருந்தாலும் தாவாட்டான் நம்ம பயலுகளோடதான சேந்து நின்டிருக்கணும். சோனவனுக்கு வக்காலத்து வாங்கின்னு நம்ம பயலுகளோட சண்டபிடிக்கிறது என்ன நியாயம்.

அவருக்குள்ளயும் சாதிச்சாத்தான் எட்டிப்பாத்தத தவிர்க்க ஏலாமக் கிடந்துது.

தாராக்குண்ட அண்டிக் கிடக்கிற தாவாட்டான் சோனவனோடதான் நிப்பானுக. நாளைக்கு போய்வாற வழிய மறிச்சிட்டா ஓசீவனம் போயிருமேயென்ட கவலை அவனுக்கிருக்காதா. அவன் சொல்லுறமாதி புழக்கத்துக்கு தாராக்குண்டுக்காரன் நல்லமாதி இருக்கும்போது அவனோட எதுக்கு பிணக்கு வரோணுமென்டு தாவாட்டான் நினைக்கிறதில என்ன தப்பு.

அதுக்கு விளையாட்டில வாற குழப்பங்கள நிப்பாட்டணுமே. அதுக்கு தான் சொன்ன தீர்ப்புத்தான் சரி என்டு சமாதானப்பட்டுக் கொண்டாரு.

எதுக்கும் பீரீசு வலை வளைச்ச இடத்துக்கு வெளிக்கிட்டுப்போகணுமென்டு பறுனாந்து நினைக்கிறாரு. அவருக்கு இருப்புக்கொள்ளயில்ல. தாழ்வு பாட்டுக்கு வண்டி கட்டிக்கின்டு போனாரு.

அது தாராக்குண்டுக்கு தெற்கால காட்டுவழி வண்டிப்பாதை. தூரத்தில கடல் இரைச்சல் கேட்டுக்கிண்டிருந்துது.

அது வட கடலப்போல இல்ல. சமுத்திரம். இறங்கிற இடத்திலயே தலை முட்டுக்குத் தாவு. ஓங்கரிச்சுக்கின்டு எழும்புற மார்சா தரையில அடிச்சுப் புரளுற சத்தமே அச்சமூட்டுறதா இருக்கும்.

இவன் பீரீசுச் சம்மாட்டி சின்னப்பயலுகள வைச்சு தொழில் செய்யுறவன் துணிஞ்சு இந்தக் கடலில இறங்கியிருக்கானென்டால் கெட்டிக்காரன்தான் என்று மனசில நினைச்சவருக்கு அந்த இடம் ஆச்சரியமாக இருந்துது.

“பீரீசு, எதுக்கும் இந்த கபடி விளையாட்டுப் பயலுக மேல ஒரு கண் வைச்சுக்க. விளையாட்டுக்குப்போறமின்னு அங்கிட்டும் இங்கிட்டும் திரியிறவனுக ஆயிரம் நொட்ட சொல்லிக்கின்டு வாறானுக. எதென்டாலும் நம்ம பயலுகள விட்டுக்குடுக்க ஏலாது. தாவாட்டுப்பயக தாராக்குண்டு சோனவப்பயலுகளோட கூட்டப் போட்டுக்கின்டு நம்ம பயலுகளோட சண்ட புடிக்கிறது நியாயமில்ல கண்டியா.”

“விளையாட்டில அடிபடுறதும் சேருறதும் வழக்கந்தான பறுனாந்து. அத கண்டு கொள்ளாதீக.”

“பயமாருக்கு பீரீசு.”

“நாம பயப்பிட வேண்டியது துலுக்கனப்பாத்தில்ல.” சொல்லிட்டு பீரீசு மோவாயத் தடவுறாரு.

“என்ன சொல்லுறா நீ.” பறுனாந்து பீரீசிட கண்ணைப் பாத்தாரு.

“இல்ல நம்ம மேல பொறாமையும் காய்மகாரமும் வைச்சிருக்கிறது கடையருகதான்.”

“பாவம், அவனுகளச் சொல்லாத. சங்கிலியன் காட்டின பயம் தெளியாம இருக்கிறவனுக.”

பீரீசு கொடுக்குக்குள்ள சிரிச்சாரு. அந்த சிரிப்புக்குள்ள ஒரு செய்தி இருந்துது.

அது பறுனாந்துவுக்கும் தெரிஞ்ச பழைய சேதிதான்.

மூணாம் வருசம். தாவாட்டில பீரீசு ரெண்டாவது கோர்ப்புச் செய்து புதுசா வலை வள்ளத்தோட தொழில் இறக்கியிருந்தான்.

பீரீசு வலையில படுற மீனுக்கு கணக்கில்ல. எப்போதும் பெருப்பமான தொழில் அவனிட என்டதால எந்தக்காலத்திலயும் செல்வாக்காத்தான் இருந்தான். பீரீசுக்கு புதுசு புதுசா கரைவலை இறக்கினதில நல்ல தொழில். கருவாடு பெருப்பமா சிலாவத்துறை சந்தையில விலை போனபோது ஊரும் நல்ல செழிப்பாத்தான் இருந்துது.

தாழ்வுபாட்டில ஒரு தென்னந்தோப்புக்குள்ள பெருசா ஒரு காரை வீடு கட்டியிருந்தான் பீரீசு. அவன் பிழைப்புக்கேத்த மாதி பாத்தும் பாராம ஏழை எளியதுகளுக்கு குடுக்கிறதில அவன் பேருக்கு ஒரு குறைச்சலுமில்லாம இருந்துது.

அவனோட தொழில் செய்த பரவருக எல்லாப் பயலும் தனக்குத் தனக்கு என்டு விடுவலைக்கு மாறி இருந்தானுக.

“புது வலைக்கு நல்ல உருமானமான ஆட்கள் வேணுமே மண்டாடி.” பீரிசோட ஆரம்பத்தில இருந்து உழைச்சுக்கின்டிருந்த பிலிப்பு மண்டாடிட்ட கேட்டாரு.

அவன் பிடிச்சிக்கின்டு வந்த ஆக்கள் கொன்னையன் குடியிருப்பில இருந்து வந்திருந்தானுக.

“ஆட்டுமந்தை மேய்க்கிறவனுக கரைவலை இழுப்பானா மண்டாடி.”

“ஓமென்டு சொல்லுறான் அவனுகட்டையே கேளுங்க.”

“ஓஞ்சம்மாட்டி, கண்பாக்கிறத கை செய்யாதா சம்மாட்டி.”

மண்டாடி கூட்டிக்கின்டு வந்த ஆட்கள் ஐஞ்சு தென்னம்புள்ளயில வலை வளைச்சானுக. தொழில் நல்லமாதித்தான் போய்க்கின்டிருந்துது.

அய்யூப்பிட முறுகலுக்குப் பிறகு பீரீசும் ஆட்களும் சம்பேதுருவுக்கு போறது வாறதில்ல என்ட மேனிக்கு. கடையருக அவனுகளோட கூட்டு வைச்சிருந்தது பீரீசுச் சம்மாட்டி பகுதியாருக்கு நெருடலாகத்தான் இருந்தது.

"எங்க தொழிலுக்கு கடையருக ஒத்துழைக்கிற மாதி பரவருக இல்லையே. இப்ப அவனுக இங்கயிருந்து அங்கிட்டுத் துலைஞ்சு போனது நிம்மதி" என்டு அய்யூப்பு சொல்லித் திரியிறது பீரீசுச்சம்மாட்டி காதில விழாம இல்ல. எதுக்கு அவனுகளோட வீண் வம்பு என்டு ஒதுங்கச் சொல்லிட்டாரு பறுனாந்து.

போன வாடைக்கு அள்ளுகாசும் தென்னம்புள்ளயும் என்ட மாதி தொழில் நடந்துது. பீரீசுச் சம்மாட்டி காசில மிதந்தாலும் ஏழை எளியதுக என்டமேனிக்கு அடுத்தவருக்கு குடுத்து உதவுறதோட கடக்கரையிலேயே சூசையப்பரு முனிவரிட கோயிலும் கட்டிப் போட்டாரு.

புதுக்கரைவலைக்கு வந்தவனுகளையுந்தான் அவரு புறத்தியென்டு பாக்காம கவனிச்சாரு.

ஒரு நாள் விடியப்புறம் ஐஞ்சு தென்னம்புள்ளைய்க்கு தொழிலுக்கென்டு போனவனுக "ஐயோ சம்மாட்டி" என்டு தலையில அடிச்சுக்கின்டு ஓடிவாறானுக.

பீரீசுச் சம்மாட்டிக்கு ஐஞ்சும் கெட்டு அறிவும் கெட்டுப்போச்சு. அட என்னடா மாதாவே இது என்டு கடக்கரைக்கு ஓடினாரு பீரீசுச் சம்மாட்டி. இது விரானாக்காரனோட இருந்த பழைய விரோதம்தான் காரணம் என்டு அந்த நேரமே கடக்கரையில கதைச்சானுக.

எதையும் தாக்குப்பிடிக்கக் கூடிய மனுசன் என்டதால பரவாயில்ல. இது அடுத்தவனுக்கு நடந்திருந்தா ஐயோ என்டு சொல்லி எல்லாரும் அந்தக்கதைய விட்டுட்டாங்க.

ஆனா ஐஞ்சு தென்னம்புள்ளப்பாட்டில வள்ளத்துக்கும் குமிச்சு வைச்ச வலைக்கும் நெருப்பு வைச்சது யாரு.? அங்க என்ன நடந்திருக்கு என்டு பீரீசுச் சம்மாட்டி ஆராயாமல் இருக்கயில்ல. இதுக்கு சூத்திரதாரி வெளியில இருந்து வரயில்ல. உள்ளுக்குள்ளேயேதான் என்டு பீரீசுச்சம்மாட்டிக்கு தெரிஞ்சு போச்சு.

மனுசன் புழைச்சுத் தின்னுற ஆதனத்துக்கு நெருப்பு வைப்பானா மாதாவே.

“பீரீசு கட்டுச்சோத்துக்குள்ளயே பெருச்சாளிய வைச்சிருக்கிறது பிழை. முதல் உனக்கு பிடிப்பு இல்லாத ஆக்கள கொஞ்சம் கொஞ்சமா தொழிலில இருந்து நிப்பாட்டு” என்டு பறுனாந்து சொன்ன ஆலோசனைப் பிரகாரம் பீரீசுச்சம்மாட்டி ஓலத்தொடுவாக்காரன், தோட்டவெளிக்காரன் எல்லாப் பயகலையும் நிப்பாட்டிப் போட்டாரு.

பெருத்த தொழில வைச்சிருக்கிறவன் அடி மடியில நெருப்பக்கட்டின மாதித்தான். எவனையும் பகைக்க முடியாது.

இப்ப தாவாட்டில இருந்து விளையாட்டுக்குப் போற பயலுகள் பேர்சாலைக்காரனோட முண்டிக்கின்டு நிக்கிறானுகளே. இத சும்மா வைச்சுப்பாக்க ஏலுமா. நாளைக்கு இனஞ்சனம் பிரிஞ்சு போயிராதா. எதென்டாலும் பூவுக்கும் தண்ணிக்கும் அவனுகதான வரணும். பறுனாந்து கவலைப்படறது நியாயந்தான் என்டு கபடி விளையாட்டுக்குப் போற தாவாட்டுப்பயகட்ட நல்ல பக்குவமாக்கதைச்சாரு பீரீசுச்சம்மாட்டி.

காத்துக்கு சளசளத்துக்கின்டிருந்தது தென்னந்தோப்பும் வளமான தண்ணியும். பறுனாந்து திருப்திப்பட்டுக்கின்டு திரும்பிய போதுதான் தாராக்குண்டு வண்டிப்பாதையில நின்று கொண்டிருந்த சிவத்திக்கிழவனப் பாத்தாரு.

“பறுனாந்து நானும் வெற்றிமாங்குடியிருப்புக்குத்தான் வாறன். வந்திரட்டா.”

“வாங்க.” வண்டியை நிப்பாட்டி சிவத்திக்கிழவனை வண்டியில ஏத்தினாரு பறுனாந்து.

தடக்கு முடக்கென்டு வண்டி போறதுக்கேத்தமாதிரி சிவத்திக்கிழவனிட கதையிலயும் ஒரு ஏற்றம் இறக்கம் இருந்துது.

“ஆணும் பெண்ணுமாக ஆறுபேராக இருந்த குடும்பத்தில ஒண்ணுகூட மிஞ்சயில்ல. சங்கிலி ராசா வெட்டிச்சாக்காட்டிப்போட்டான்” என்டு சொல்லி அழுகிற அந்த சீவனப்பாக்க பறுனாந்துக்கு நெஞ்சு கனத்தது.

"அங்கிட்டும் இங்கிட்டும் எதுக்கு அலையணும். வந்து என் வீட்டில இருந்திட்டுப்போங்கய்யா. பொழுது போகலைன்னா கடக்கரை வாடியில வந்து நில்லுங்க. வேலை ஒண்ணும் செய்யாதீக சும்மா நில்லுங்க."

பறுனாந்து அவரிட ஆறுதலுக்கு கதைச்ச கதை அவரு தலையில ஏறியிருக்கணும். அவரு பறுனாந்துவப் பாக்கிறாரு. அவரு கண்ணில இருந்து கண்ணீரு பொல பொலக்குது.

"ஒரு சாதிக்குத் தலைவனா இருக்கிறவன் இப்பிடித்தான் இருக்கணும். இப்பிடி அடுத்த சாதிக்காரனுக்கு குடுக்கிற மரியாதையும் புழக்கமும் இருக்கணும் தம்பி. ஆனா..." அவரு எதையோ மனசுக்குள்ள வைச்சுப் பூட்டுற மாதித் தெரிய பறுனாந்து கேட்டாரு.

"என்னய்யா சொல்லுங்க."

"ஒண்ணுமில்ல தம்பி, விடுங்க."

அதுக்கு மேல பறுனாந்து அவரிட வாயில இருந்து ஒண்ணும் தெண்டயில்ல.

வண்டி தாராக்குண்டு தாண்டி கொன்னையன் குடியிருப்புத்தாரையில திரும்பியது.

அந்திரேயர் கோயில் குருசடியில நின்ட கூட்டத்தக் கடந்த போது சிவத்திக்கிழவன் சொன்னாரு.

"ஆட்டு மந்தையைப்பிடிச்சிட்டுப் போயிட்டானுகளாம்."

"யாரு."

"சோனவப் பயகதான். தோல் யாவாரம் செய்யிறவனுக."

பறுனாந்துவுக்கு கோபம் வந்துது.

"ச்சீ, மனுசனிட ஓசீவனத்தில கைவைக்கிறவன் நல்லாருக்க மாட்டான்."

பிறகு பறுனாந்து எதையோ நினைக்கிறாரு. ஒரு குற்றத்தை சாட்டா வைச்சு நல்ல மாதிரி உறவு முற சொல்லிப் பழகிற முசுலீம்கள் மேல பகையத் தூண்டி விட முடியுமா. அந்த

வார்த்த ஒரு பெரிய மனுசன் வாயில இருந்து வாறது சரியா வென்டு யோசிக்கிறாரு.

"அல்லாவுக்குப் பயந்து சீவிக்கிறவனுக. ஒண்ணுரெண்டு நட்டா முட்டிக செய்யிற சீத்துவம் கெட்டவேலையால அவனுக எல்லாருக்கும் கெட்ட பேரு கண்டீகளா."

"ஓமோம். ஒரு முசுறுதான் கடிக்கிறது. நசுக்கிறது எல்லாத்தையுந்தான."

ஓலைத்தொடுவாய் கடந்த போது சிவத்திக்கிழவன் சொன்னாரு.

"பறுனாந்து, ஓலைத்தொடுவாக்காரன் உங்க மேல காய்ப்பா இருக்கிறமாதிக் கேள்விப்பட்டன்."

"என்ன."

"அதொண்டுமில்ல. நீங்க உடக்குப் பாசக்காட்டப்போய் ஓலைத்தொடுவா விசேசம் கெட்டுப் போயிட்டுதென்டு புலம்புறானுக."

பறுனாந்துக்கு அந்தக் கத மடியில கைய வைச்சுப் புடுங்கின மாதி இருக்க சடக்கென்டு கதைக்கிறாரு.

"அது எங்களுக்கென்டு வாய்ச்ச ஒரு கலை. எங்கட ஆக்கள் அந்த ஊர்ல பக்தி முயற்சியா செய்ததத்தானய்யா இங்கயும் செய்யுறோம்."

இந்த மன்னார்த் தீவுக்குள்ள இருக்கிற வேதக்கார சாதிக்காரனுகள் ஒருத்தருக்கொருத்தர் மன வெப்பிசாரத்தோடதான் திரியணுமா என்ட கேள்வி நெஞ்சில பாரமா ஏறினதப் பொறுக்க ஏலாம சத்து நேரம் கண்ண மூடி யோசிச்சாரு பறுனாந்து.

வண்டி ஐஞ்சு தென்னம்புள்ளத் தாரையில திரும்புது.

"சரி சொல்லுங்க. அதுக்கு நாங்க என்ன செய்யணுமென்டு சொல்லுங்க செய்திடுறோம்."

பறுனாந்திட முகத்த நேருக்கு நேர் பாக்க ஏலாம தலையக் குனிஞ்ச சிவத்திக்கிழவனுக்கு நெஞ்சு பொருமுது.

கையெடுத்துக்கின்டு வானத்தப் பாக்கிறாரு.

"ஏசப்பா."

"அதுக்கு என்னதான் செய்யிறது. நாலு வருசத்துக்கு ஒரு தடவதான் உடக்குப் பாசக் காட்ட ஏலும். உங்க ஆளுங்கதான் கொஞ்சம் அனுசரிப்பா இருக்கணும்."

"பெரிய வெள்ளி கர்த்தர் கோயில் விசேசம் கெட்டுப்போகாம என்ன செய்யேலுமோ செய்திடுங்க பறுனாந்து."

"ம்... ம். அத நான் பாக்கிறன். அவனுகளக் குழம்ப வேணாமின்டு சொல்லி வைங்க."

பறுனாந்துட மனசில அது ஒரு பாரம்போல ஏறிற்று. "என்னவாவது செய்யணுமே. பேசாம அடுத்த வருசம் உடக்குப் பாஸ ஓலைத்தொடுவாயில காட்டினா என்ன" என்டு அவரிட மனசுக்குள்ள ஒரு நினைப்பு ஓடத் துவங்கியது.

34

இன்டைக்கு தோட்டவெளித்திடலில கபடி விளையாட்டு. பறை மேளச்சத்தம் சும்மா கிண்ணெண்டு அதிருது.

கிழமைக்கு ஒரு இடத்தில விளையாட்டு என்டு அவனுகளுக்குள்ளேயே கதைச்சுப்பேசி முடிவெடுத்திருவானுக. போனகிழமை தாராக்குண்டுல நடந்த கபடி நல்ல உசாரா நடந்துது. கபடிப்போட்டி எந்த ஊர்ல நடக்குதோ அந்த ஊர்க்காரன் அங்க வாற எல்லாரையும் நல்ல வடிவாக்கவனிப்பான். அவனுகளுக்குள்ள கள்ளு நல்லாப் புழங்கும்.

விளையாடுறவனுகளுக்குப் பின்னால ஆதரவுக்கென்டு போறபயலுகளாலதான் அனேகமாகத் தகராறு வாறது.

தோட்டவெளியில அம்பாரம் சனம். பேர்சாலைக்கும் தரவன் கோட்டைக்கும் போட்டியென்டு துண்டு விழுந்திருந்துது. பேர்சாலப் பயலுகளுக்கு சகாயம்தான் தலைவரு. உசிரக் குடுத்து விளையாடினானுக.

தரவன் கோட்டப் பயலுகளும் சும்மா இல்ல நல்லா விளையாடினானுக.

பேர்சாலைக்குத்தான் வெற்றி கிடைச்சுது. சகாயம் வானத்தில பறக்கிறமாதி நெனைப்புல இருந்தான்.

திடலில இறங்கினா என்னமாதி விளையாடுறான் சகாயம். நேக்கா கால நீட்டி சுருக்கா மடிச்சு கபடி கபடின்னு மந்திரம் சொல்லுறமாதி அவன் போடுற போட்டில எப்பிடியம் விளையாட்டு கைக்கு வந்திருது. அவனிட விளையாட்டு

சூத்திரம் வேல செஞ்சுது. எல்லாரும் உற்சாகமா சத்தம் போட நல்ல சுதியா விளையாடினான் சகாயம்.

அவன் உசரமும் நீண்டகாலும் கையும் நெஞ்சு விரிஞ்சு நிக்கிற ஆஜானுபாகுவான தோற்றமும் பாக்க ஒரு வடிவுதான். அவன் விளையாட்டுக்கு இறங்கிற நேரம் அவனுக்கென்டு கிளம்புற விசில் சத்தமும் ஆர்ப்பரிப்பும் அந்தத் திடலையே திரும்பிப் பாக்க வைச்சுது.

எல்லாரும் நினைச்ச மாதியே பேர்சாலைப் பயகளுக்கு வெற்றி. அவனுக போடுற கூத்தப் பாக்கணும். சத்தமும் கூச்சலோட பறையடிக்கிறானுக. காதை அடைக்கிறமாதி அவுகட சத்தத்தில அடுத்தவன் பொறாமப் படாம என்ன செய்வான். அந்தத் திடலில போட்ட ஆட்டம் பத்தாதென்டு ஊருக்கு வந்து சேருற தாரையெல்லாம் அடிக்கிறான் பாரு திமிரு.

இந்தப் பயலுகளுக்கு அடுத்தவன் மனம் நோகுமே, நாளைக்கு மூஞ்சியில முழிக்கணுமேயென்டு ஒரு நினைப்பு மருந்துக்கும் கிடையாது.

ஆனா சகாயத்துக்கு வாய்ச்சான் பாருங்க கூட்டாளி தரவன் கோட்டையில. கபடி விளையாட்டில பேர் சொல்லுறமாதி விளையாட்டுக்காரன்தான் தரவன் கோட்ட ராசன்.

விளையாட்டில ஆளாளுக்கு முறைச்சுக்கின்டாலும் தரவன் கோட்ட ராசனுக்கு பேர்சால சகாயத்திட விளையாட்டு நல்லாப் புடிச்சுப் போக அவன் இவனோட சினேகிதம் வைச்சுக்கின்டான். சும்மாவென்டாலும் தரவன்கோட்டை திடல் பக்கம் சகாயம் போகத் துவங்கியிருந்தான்.

திடலில விளையாடிக்கொண்டிருந்த பயலுகளுக்கு சகாயம் சொல்லிக்குடுத்த சூத்திரம் மலைப்பா இருந்துது.

“சகாயம், நீ என்னப்பா உன் வித்தைய எங்கபயலுகளுக்கு சொல்லிக்குடுக்கிறா.”

“இதில என்ன ராசன் இருக்கு. விளையாட்டில எல்லாம் தெரிஞ்சிருந்தா சரியா. மனசில ஓர்மையும் விவேகமும் வேகமும்தான் வேணும் அது யாரிட்ட இருக்கோ அவன்தான் வீரன்.”

சகாயம் வேற்று மனமில்லாம வெள்ளந்தியாக் கதைச்சது ராசனுக்குப் பிடிச்சிருந்தது. ரெண்டு பயலுகளும் சினேகிதம் புடிச்சு பழகத் துவங்கிட்டானுக.

மன்னாரில எங்க கபடி விளையாட்டு நடக்குதோ அங்க இருந்தானுக இந்த ரெண்டு பயலுகளும்.

சகாயத்த வீட்டுக்கு கூட்டிக்கின்டு வந்தான் ராசன். அந்த வீடு சுமாராத்தான் இருந்துது. பெரிய வளவுக்குள்ளயே பட்டி இருந்துது. மிதமாக் காய்ச்சிருந்த ஒரு குட்டையான செவ்விளநி மரம்தான் முதல் கண்ணுக்குள்ள நிறைஞ்சுது.

வீடுவாசல் சுத்தமாக் கூட்டிப்பெருக்கி இருந்தது சகாயத்துக்குப் பிடிச்சிருந்துது. வளவில நின்ட கொய்யா மரத்தில கண் சிரட்ட கட்டி வைச்சிருந்துது. கொடியில பெரிசும் சிறுசுமா காயப்போட்டிருந்த உடுப்பிலயே சகாயம் ஒரு கணக்கு வைச்சான்.

“பேசால பறுனாந்து அய்யா மவன்” என்டு சகாயத்த அறிமுகமாச் சொன்னபோது அங்க இருந்த பெரிசுகள் காட்டின மரியாதையப் பாத்து அவன் அய்யன் புகழத் தெரிஞ்சு கொண்டான். அயலில இருந்ததுகளுந்தான் இவன வந்து பாத்துது.

பறுனாந்து அய்யா புள்ள என்டதுக்காக கிடைச்ச மரியாதையில அவன் பெரிய கபடி விளையாட்டு வீரன் என்ட மவுசு அடிபட்டுப்போனது சகாயத்துக்கு கவலையா இருந்துது.

அவன் வெளிக்கிட்ட போது அதில வந்து நின்ட குட்டி மேல ஒரு கண் போச்சு. பளிச்சென்டு இருந்தா. ராசனிட தங்கச்சியென்டு விளங்கிச்சு. அது இவன ஒரு சாதியாப் பாத்த மாதி இவனுக்கு ஒரு நினைப்பு.

“நாந்தானாக்கும் கபடிச் சகாயம்” என்டு அவளுக்குச் சொல்லணும்போல இருந்துது.

ஆனா அவன் அய்யன் பேருக்கு இருந்த மரியாத அங்க பெரிசா இருந்தபோது தன்னிட விளையாட்டுப் பெருமையப் பீத்திறது ஒண்ணும் பெரிசில்ல என்டு வாயப் பொத்திக்கொண்டான்.

சகாயம் திரும்பிப் பாத்த நேரம் அவ அவனையே பாத்துக்கொண்டிருந்ததக் கவனிச்சவனுக்கு என்னமோ துணுக்கிச்சு. நமக்கேன் வம்பு என்டு விலகத்தான் நினைக்கிறான் சகாயம். றோஸ்மேரி நல்ல வடிவா இருந்தாவா. என்னென்டு சொல்லத் தெரியல ஆனா அந்தக் குட்டியக் காணுறபோதெல்லாம் ஒரு சாதியா மனசுக்குள்ள குளிருது.

கபடி விளையாட்ட சாட்டா வைச்சு சகாயம் வாறதும் பாக்கிறதுமா இருந்தான்.

சகாயம் தரவன் கோட்டைக்கு போகவர போகவர ராசனிட தங்கச்சியோட கதைச்சான். குட்டி வடிவாவும் களையாவும் இருந்தது சகாயத்துக்குப் புடிச்சுப் போச்சு. பிறகு தினமும் கதைதான். ஆரம்பத்தில பெரிசுகளுக்கு இதுக கதைச்சுப் பேசுறதில விக்கினம் இருந்தமாதித் தெரியல.

ஆனா ரெண்டு பேருக்குள்ளயும் காதலும் கள்ளமும் இருந்துது.

"றோஸ்மேரி, வெற்றிமாதா கோயில் திறப்புக்கு பெரிய ஏற்பாடு நடக்குது. அயல் அட்டையில எல்லா ஊர்காரங்களுக்கும் அங்கதான் சாப்பாடு. நீயும் வரணும்."

"அங்கயும் உங்கய்யன்தான் பெரிசோ."

"அப்ப, நீ வரணும்."

"ம், வாறன்."

அவள் வாறமென்டு சொன்னது சகாயத்துக்கு பெரிய சந்தோசம்.

35

கோவேறு கழுதையில் ஏறி வீட்டு ஒழுங்கையால வந்தான் சகாயம். அவனை பெருமிதமாகப் பார்த்தாள் செல்லாம்மா. அவன் அதில் கம்பீரமாக இருந்ததைப்பார்க்க இளந்தாரியில பறுனாந்துவிட அட்டகாசமும் குதிப்பும் அவளுக்கு கண் முன்னால் வந்தது. சகாயம் முகத்தில உரோமம் கூட்டி தாடியும் மீசையுமாக நல்லா நெஞ்சுவிரிஞ்ச ஆம்புளையா, அசல் அவன் ஐயன் மாதியே.

"இது எங்கிட்டு இருந்து வருது. யாரு தந்தாடா."

"ராசனிடம்மா. தரவங்கோட்ட பொடியன்."

"ஆங்... அத உனக்குத் தந்தானாக்கும்."

"தந்தானென்டா எனக்கா... சும்மா ஆசைக்கு கேட்டன் தந்திட்டான். இன்டைக்கு மட்டும் ஓடிட்டு பொழுது சாயக் குடுத்துரணும். அவங்க பட்டிக்கு ஓடுறது."

சொல்லிக்கொண்டே சகாயம் நேக்கா கோவேறு கழுதையிட அடிவயித்தில லேசா காலால தட்டினான். அது அவன் லாகானப் பிடிச்சிழுக்கிற பக்கம் ஓடுது. விசையா இன்னொரு தட்டுத்தான் கோவேறு கழுத மண்ணுக்குள்ள நாலுகால் பாய்ச்சலில ஓடின ஓட்டத்தப் பாக்கணும். பாத்துக்கொண்டிருந்த செல்லாம்மாவுக்கு பயம் வந்தது. ஆனா சகாயம் நல்ல வடிவா ஓடி கோயில் வளவுக்குள்ளால சுத்திக்கின்டு வந்து நின்டான்.

"புள்ளமாதி உனக்கடங்குது."

"பழக்கந்தான். போற நேரமெல்லாம் கேட்டு வாங்கி ஓடிப்பழகிட்டன்."

"கடற்கரை வாடிக்கு வாடான்டு நான் தொண்டையடிச்சின்னு கிடக்கன் நீ. தரவங்கோட்டப்பக்கம் போய் குருத பழகுறீயோ."

"அம்மா, சத்தம் போடாத. அய்யனுக்கு கேட்டுறப்போகுது."

தாயும் மகனும் வெளியில நின்டு கதைச்சுக்கின்டது அவசரமா வெளிக்கிட்டுக்கின்டிருந்த பறுனாந்து காதில விழுந்தபோது வெளியால வந்து எட்டிப்பாத்தாரு. சகாயம் கோவேறு கழுதை மேல இருக்கிறது தெரிஞ்சுது. நல்ல உசந்த கழுத.

தோட்டவெளிப்பக்கத்தில ஒரு சில்வான கோவேறு கழுதக்கூட்டம் நிக்கிறத அவரு பாத்திருக்காரு. அசல் குதிரை மாதியே உசரமா செந்நிறத்தில பிடரி மசிரோட நிக்கிறதுகளப்பாத்தா முத்துக்குளித்துறையில ஆரியப் பெருமாளும் ஆட்களும் ஏறி சவாரி செய்யிற உசந்த குதிரைகள்தான் ஞாபகம் வரும்.

இந்தக் கோவேறு கழுதைக இந்த மன்னார் தீவுக்கு எப்பிடிடா வந்துது என்டு பறுனாந்து யோசிக்கிறதுமுண்டு.

எப்பவாவது ஒருக்கா அதில ஏறி சவாரி செய்யணுமின்டு ஆசை அவருக்குமிருந்தது. தரவையில பட்டி கட்டிப்போட்டிருக்கிற கடையருக சொத்து அது. தோட்டவெளி தரவன் கோட்ட கடையருக மந்தை வளப்புக்கு வாய்ச்ச சீவராசிக. மீன் பிடிக்கிற நமக்கெதுக்கு அதெல்லாம்.

"அடே எம்புட்டு உசரம் பாத்தியா அசல் குருததான்." செல்லாம்மாவுக்கு சகாயம் பெரிய ஆம்புள மட்டுக்குத் தெரியிறது ஒரு பெருமமாதி.

"ஒங்கய்யன் பாக்கட்டும். இரு கூப்பிடுறன்."

"சும்மாரும்மா, அவரு பாத்தா கடையக் குருதயெம்பாரு."

"யாரு ஒங்கய்யனா. அவருக்கு அதெல்லாம் இல்ல, கண்டியா."

வளவுக்குள்ள நின்டு அய்யன் பாக்கிறதப் பாத்திட்டு கோவேறு கழுதையிட லாகானப் பிடிச்சுக்கின்டு நிமிந்தான் சகாயம். அவனிட காலுதைப்புக்கு வாலைக் கிளப்பிக்கொண்டு திரும்பவும் மண்பிட்டியை நோக்கி ஓடுது கோவேறு கழுதை.

வேகமா ஓடிவந்த கழுதையை சடாரென்டு வீட்டடியில கொண்டு வந்து நிறுத்த அது கனைக்குது.

"சிப்பினா... சிப்பினா."

சகாயம் அவனின் தங்கச்சியைக் கூப்பிட்டான்.

"எதுக்குடா அவ."

"சும்மா ஒரு ரவுண்டு தங்கச்சியக்கூட்டிக்கின்டு போய்வரட்டா."

"அதெல்லாம் வேணாம்."

"ஏம்மா."

"டேய், அது என்ன சின்னப்புள்ளயாடா. வேணாம். பாக்கிறவங்க எதையாவது சொல்லி வைச்சிருவாங்க."

சிப்பினாள் படக்கென்டு மனசு உடையக் கேட்டாள்.

"ஏம்மா யாரும் சொல்லிருவாங்கன்டு நான் குருதையில போகக்கூடாதாம்மா."

"வாய மூடிட்டு சும்மா இரு."

வெளியே வந்த பறுனாந்து எகிறினாரு.

"அடே, பொழுதுக்கும் கழுதையோடயே திரிஞ்சா உருப்பட்டமாதித்தான். நாலு பேரப்போல தொழில் துறையென்டு போகாம இப்பிடிக் கழுதையில சுத்துறது நல்லாவாடா இருக்கு."

"ம்... துவங்கியாச்சா. உங்களுக்கு அவனப் பேசாட்டி திண்ட சோறு செமிக்காது. செல்லாமாவுக்கு அய்யன் மகனைக் குறை சொல்லுறத பிடிக்கயில்ல.

"உம்புள்ளைய்க்கு வக்காலத்து வாங்கி கெடுத்து வைக்காத செல்லா, சொல்லிட்டன்" என்ற பறுனாந்து சவுக்கத்தை உதறித் தோளில போட்டுக்கின்டு அவசரமாய் நடந்தாரு.

பறுனாந்து போவதையே பார்த்துக்கொண்டிருந்த செல்லாம்மா செல்ல முறுவலோடு சொல்லிக்கொண்டாள்.

“பறுனாந்துக்கு வயசு போயிட்டுது. ஆளையும் அவரையும் பாத்தீகளா.”

அவள் சொன்னதைக் கேட்டபடியே அவள் பக்கத்தில் வந்து நின்றாள் சிப்பினாள். அவள் அழகா இருந்தாள்.

செல்லாம்மாவுக்கு பறுனாந்தப் பாக்கப் பெருமையா இருந்துது.

இப்ப இந்த மன்னார்த் தீவில ஒரு பச்சப்புள்ளயிட்டக் கேட்டாலும் அவ புருசன் பேரச்சொல்லும். அடுத்தவன் பாத்து தோளில கிடக்கிற சால்வைய இறக்கி மரியாத குடுக்கிற அளவுக்கு அவரு இருக்காரென்டா கட்டின பொஞ்சாதிக்கு பெருமையா இருக்காதா என்ன. பறுனாந்து மத்தவங்கட நல்லது கெட்டத பாத்துப்பாத்துச்செய்யிறத பாத்து வயித்தெரிச்சல் படுறவனும் இருக்கான் என்டதும் செல்லாம்மாவுக்குத் தெரிந்திருந்தது.

இதில அய்யூப்பு என்டவன் ஆறுவருசம் சிறையில இருந்து வந்திருந்தான். கெட்டுப்போனவனுக்கு குரு போதனை வீண் என்ட கணக்குத்தான் அவனுக்கு.

அவனுக்கு பறுனாந்து சத்துருவாத் தெரிஞ்சிருந்ததால இன்னும் முறுக்கிக்கின்டு திரியுறான் என்டும் அவுக கேள்விப்பட்டிருந்தாக.

அய்யூப்பு இன்னும் திருந்தயில்ல. சிரங்கு புடிச்சவன் கையும் இரும்பு புடிச்சவன் கையும் சும்மா இருக்காது என்ட மாதிரி அவன் கள்ளத் தொழிலத்தான் செய்யுறான்.

பட்டங்கட்டியிட ஆக்கள் எல்லாப் பக்கத்திலயும் நிறுத்தப் பட்டிருந்தார்கள். அது அய்யூப்புக்கு பெருஞ்சோதனையாக இருந்துது. சாய வேருத் தொழில கைய வைச்சு முடக்கின பட்டங்கட்டி இப்போ நல்ல மாதிரியாகப் போய்க்கொண்டிருந்த கஞ்சா யாவாரத்தையும் முடக்கிவிடுவான் போலிருந்தது. தீவுக்குள்ள கள்ள வியாபாரம் எதுவும் செய்ய முடியாதபடி பட்டங்கட்டியும் பறுனாந்துவும் தீவிரமா இருப்பது அய்யூப்புக்கு பெருத்த நஸ்டம்.

“அதென்னடாப்பா பறுனாந்து பெரிய எடுப்புக்காட்டுறான். அவனுக்கென்ன வந்துது.”

எப்பிடியும் பட்டங்கட்டிக்கு உளவு சொல்லுவது பறுனாந்திட ஆட்கள்தான் என்பது அவனுக்குத் தெரிந்திருந்தது.

பட்டங்கட்டியின் ஆட்களைவிட பறுனாந்துவின் ஆட்கள் பொல்லாதவர்கள். கண்கொத்திகளைப்போல எப்போதும் விழிப்பாயிருக்கிறார்கள்.

பட்டங்கட்டி சங்கிலி ராசாவிட ஆள். ராசாவிடம் சம்பளம் வாங்குகிறவன். இவன் பறுனாந்துக்கு என்ன?

அவன் மனம் எரிந்தது. எல்லாரும் நல்ல மனுசன் என்டு கொண்டாடுற பறுனாந்துவ ஒரு கை பாக்கணும், துலைக்கணும். அய்யூப்பிட கெடு புத்தி அவனப்புடிச்சி ஆட்டுது.

36

மார்கழி எட்டாம் தேதி மாதாட பெருநாள் அண்டைக்கு கோயில அபிசேகம் பண்ணித்திறந்து வைச்சாங்க.

ரெண்டு பக்கமும் குருசுக்கோயிலும் விறாந்தையுமாக பெரிய முகப்போட வெற்றி மாதா கோயில் நிமிந்து இருந்துது. கேரளாவில இருந்து கொண்டுவந்த உயர்ந்த தூண்களும் தீராந்தியுமாக கோதிக் முறையிலதான் கோயில் கட்டப்பட்டிருந்துது.

கோவாவில இருந்து கொண்டுவந்த சிலுவப்பாதை வரோணிக்கத்த உயர்ந்த பக்கச்சுவரில கொழுவி விட்டது பாக்கிறவங்க கண்ணுக்கு நல்ல முழிப்பாயிருந்துது.

பீடத்துக்குப் பின்னால நிறுவியிருந்த சிம்மாசனத்தப் பாக்கணும். அழகழகா கண்ண நிறைச்ச மாதாட உப்பரிகையது.

கோவாவில இருந்தும் தூத்துக்குடியில இருந்தும் கேரளாவில இருந்தும் மேற்றாணியாரும் மூத்த சாமியார்களும் வந்திருந்தாங்க.

மன்னார் தீவில இருக்கிற எல்லாப் பங்கு மக்களையும் கூப்பிட்டு அண்டைக்கு சாப்பாடு குடுக்கணுமெண்டு பங்குக் கூட்டத்தில முடிவெடுத்ததால ஊர்ப் பொண்டுகள் எல்லாருந்தான் ஒரு கையா வந்து நிக்குதுகள். அயலட்டைச் சனங்களும் நல்ல சினேகத்தோட வந்து நிக்கிறதப் பாத்தா பறுனாந்துவுக்கு நெஞ்சு பூரிச்சுப்போய் கிடக்கு.

பங்குச் சாமியார் என்றிக் ஹென்றிக்கஸ் கோயில் திறப்பு விழா ஆயத்தங்களச் செய்திருந்தாரு.

பெருநாள் பூசய கொச்சின் மேற்றிராணியார் வைச்சாரு. வந்திருந்த சாமியார்களுக்குள்ள கொன்சன் சாமியாருதான் வயசாகிப் போனவராத் தெரிஞ்சாரு. அவருக்கு நல்லா வயசுபோய்ட்டுது என்டாலும் இங்க இருக்கிற ஆக்களிட பேரையும் மனுசன் மறக்காமக் கூப்பிட்டுக் கதைக்கிற போது அவரிட மகத்துவம் தெரிஞ்சுது.

சகாயம் சிலுக்குச் சட்டையும் பனாரஸ் வேட்டியும் உடுத்தின்னு சண்டக்கோழி மாதி தலைய அங்கிட்டும் இங்கிட்டும் ஆட்டிக்கின்னு நல்ல சுதியாத் திரிஞ்சான். பெருநாளைக்கு வந்திருந்த அம்பாரம் கூட்டத்தில றோஸ்மேரி நிக்கிற இடத்தக் கண்டு பிடிச்சு அவ பின்னாலேயே சுத்திட்டிருந்தான். அந்தக்குட்டியும் இவனுக்கு சாடை காட்டிக்கின்னுதான் திரியுது.

“றோஸ் வா. அங்கிட்டுப் போவோம்.”

அவன் காட்டின இடத்திலதான் திருவிழாவுக்கு புதுசா அம்பாரம் கடை போட்டிருந்தாங்கள்.

“இல்ல நா வரயில்ல.”

அந்தப்பக்கம் ஊர்க்காரங்க இல்ல றோஸ். எல்லாம் புறத்தி யாவாரிங்க. சட்டென்டு போய் வந்திரலாம் வா.”

அவன் இழுப்ப மறுக்க ஏலாம அந்தக்குட்டி அதில நின்ட இன்னொரு குட்டியையும் துணைக்கழைச்சுக்கின்டு அவனோட போகுது.

சகாயம் றோசுக்கு சர்பத் வாங்கிக் குடுத்தான். ஞாபகமா இருக்கட்டுமேயென்டு அவ ஆசைப்பட்ட வளையல் வாங்கிக் குடுத்தான்.

பெருநாள் பூச முடிஞ்சு மாதாட ஆசீர்வாதத்துக்கு சனம் முண்டியடிச்சுது. கோயில் முத்தத்தில நின்டு டமாரக்காரங்க நல்ல எடுப்பா பறையடிச்சாங்க. சகாயம் அதிலயுந்தான் நின்டான். எல்லாப்பக்கமும் பரவருக பெரும துலங்கிற மாதிரித்தான் கதையும் பேச்சும்.

அன்டைக்கு அயலட்டையில இருந்த வந்திருந்த ஊர்ப்பெருசுகளுக்கு நல்ல சாப்பாடு வக்கனையாச் செய்து விருந்து போட்டான் பேர்சாலையான்.

இந்தியாவில இருந்து வந்த சாமியாரு நல்லாப் பிரசங்கம் சொன்னாரு. இந்த மன்னார்த் தீவில ஏசு சாமியிட திருமறைக்காக மரிச்சுப்போன ஆத்துமாக்களப்பத்தி சொன்னபோது அதக் கேட்டவங்கட உடம்பு புல்லரிச்சுது. கத்தோலிக்க திருமறையின் வித்துக்களாய் மண்ணிலே மடிஞ்சுபோன மக்களின் பெருமைய அவரு அடிக்கடி பிரசங்கத்தில சொன்ன போது பறுனாந்துக்கு இடறியது.

திருவிழாப் பூசை முடிஞ்சு பறுனாந்து அழைப்புக்கு வந்திருந்த அயலூர் மக்கள பந்திக்கு அழைச்சிக்கின்டிருந்தாரு. கோயிலுக்குப் பக்கத்திலேயே பிரமாண்டமா சாக்கு மண்டபம் அமைச்சிருந்துது.

பந்திக்கு ஆடு மாடு என்டும் நண்டு கணவா என்டும் பற்பலவிதமா பேர்சாலை ஆம்புளைகளும் பொம்புளைகளும் சேந்து வக்கனையாச் சமைச்சதக் கொண்டுவந்து பரிமாறினாங்க.

சாக்குப்பந்தல் நெடுகிலும் பெருசுக சிறிசுக என்டு ஏககாலத்திலயே பந்தி வைச்சானுக. ஒரு பக்கத்தால ஆம்புளைக மறுபக்கத்தால பொம்புளைக என்டு சாப்பாடு பரிமாற வந்த கூட்டமும் நல்ல வயிறு நிரம்பச்சாப்பிட்டுட்டு நல்ல சோக்கா இருக்கு என்டு வாயாரச் சொல்லிட்டு கிளம்ப பறுனாந்துக்கு நிறைஞ்சுது.

பலரும் நிக்கிற அந்த இடத்தில பறுனாந்துக்கிட்ட வந்தாரு பீரீசுச் சம்மாட்டி. அவரு முகத்தில அனல் தெறிச்சுது.

"நம்ம கோயில் திருவிழாவில கடையரு புகழ் பாடின சாமியார் யாருப்பா பறுனாந்து."

"ஏம்பா, அதில என்ன இருக்கு."

"என்ன இருக்கா, உமக்கென்ன பைத்தியமா பறுனாந்து. நம்ம பெருமையச் சொல்லுறதுக்கு ஆயிரம் இருக்கும்போது அதெல்லாம் விட்டிட்டு கடையரு பெருமையப் பீத்திறாரு."

“பீரீசு, சும்மா விடப்பா. சாமியாரு சொல்லிட்டாரு அதுக்கென்னப்பா.”

“ந்தா கெக்காளம்போட்டு சிரிச்சின்னு போறான் கடையருப்பயக. பாத்தீரா.”

“திருவிழா நேரத்தில எதுக்கு நாம எதையும் விக்கினமா நினைக்கணும். அவனுகளே அடங்கிப்போய் அவதியில கிடக்கான். அவனுக ஏசுசாமிக்குச் செய்த தியாகத்த சாமியாரு சொல்லுறதில என்ன இருக்கு.”

“சொல்லட்டும் பறுனாந்து, அதுக்கு பிரசங்கம் பூராவுமா. அப்ப நாம எதுக்கு. நம்ம கோயில் எதுக்கு.”

அன்டைக்கு பீரீசு கதைச்ச கதைய நாலு பேரு கதைக்கத் துவங்கியிருந்தாங்கள்.

கோயில் வளவில வைச்சு பூரணி கேட்டகதை மாதிரியே செக்குண்டாவும் கேட்டபோது செல்லாம்மாவுக்கு துணுக்கிச்சு. அலுவல்கலெல்லாத்தையும் ஓய்ச்சிற்று வீட்டுக்கு வந்த பொண்டுகளில ஒருத்தி மெதுவா காதடியில கேட்டபோது அது என்ன என்டு மனம் துழாவிற்று.

“செல்லாம்மா இன்டைக்கு கோயிலில உம்பயலக் கவனிச்சியா. அது யாரு குட்டி. வங்காலையா தாவாடா. நல்ல முழிப்பா ஒரு குட்டியோடயே முஸ்ப்பாத்தியாத் திரிஞ்சானே.”

செல்லாம்மா விக்கித்துப்போனா. அவ சமாளிச்சா.

“அவனுக்குத்தான் இந்த ராச்சியம் பூரா சினேகிதமிருக்கே. யாராச்சும் பெருநாளைக்கு வந்ததுகளோட கதைக்கிறது சிரிக்கிறதில்லையா.”

வீட்டுக்கு வந்ததும் வராததுமா சகாயத்தக் கிட்டக் கூப்பிட்டுக் கேட்டாக செல்லாம்மா.

“டேய் சகாயம், யாருடா அந்தக்குட்டி.”

“யாரும்மா, நீங்க யாரக் கேக்கிறீக. கோயிலுக்கு எம்மாத்திரம் சனம் வந்துது. எல்லாருந்தான் கதைச்சிதுக.”

அவன் கள்ளம் ஒழிக்கிறான் என்டு தெரிஞ்சுது.

"நாலு பேரு கண்ணால கண்டதத்தான கேக்குதுக. நீ ஒரு குட்டியோட பாஸ் காட்டின்னு திரிஞ்சதத்தான சொல்லுதுக. சொல்லு தம்பி."

சகாயத்திட ஊமத்தனம் செல்லாம்மாவுக்கு எரிச்சல மூட்டிச்சு.

"டேய் மவனே, என் ராசா நா ஆத்தாயில்லியாடா. சொல்லு எதென்டாலும் என்னென்டு பாப்போம்."

அவன் ஒண்ணும் கதைக்காம அழுத்தம் காட்டிக்கின்டு இருந்தபோதே செல்லாம்மாவுக்கு அச்சம் வந்து பத்திக்கிச்சு. பய இளந்தாரி. விரும்பினதப் பாக்கிற வயசுதான். பாக்கட்டும். யாரு எந்த இடம் என்டு தோதா இருக்கணுமே மாதாவே. அங்கிட்டும் இங்கிட்டும் திரியிற பய, அதான் பயமா இருக்கு. அவ நெஞ்சுக்குள்ள பிசையுறா.

"ந்தா, உங்கய்யனுக்குத் தெரிஞ்சா கால முறிப்பாரு. சொல்லு யாருடா அந்தக்குட்டி தாவாடா வங்காலையா."

"ஏம்மா, பேர்சால தாவாடு வங்காலையென்டாத்தான் பொம்புளையா."

"டேய் நாசமறுவானே. அப்ப அது யாருடா சொல்லு."

அது எப்பிடியும் அம்மாட்ட சொல்லணுமென்ட கதை என்டபடியால சகாயம் வாயத்திறந்தான்.

செல்லாம்மா மார்ல அடிச்சுக்கின்டா. "ஐயோ நம்ம வீட்டு ஆண்குட்டி இப்பிடிக் குறுக்கால போகுதே மாதாவே. நான் என்ன செய்வன்."

செல்லாம்மா வார்த்தய வெளிய விடாம அழுகிறா. கண்ணீரு பொல பொலவென்னு வழிஞ்ச சீரா இருக்கு.

37

கடக்கரைக்கு மீன் பாக்க வந்திருந்தான் பனை பாக்கிற வேதம்.

மீன் பிடிக்கிற பரவப்பயக உசக்கால குடிக்கிற கள்ளுக்காச நாடாப் பயலுகளுக்கு கறி மீன் குடுத்தே கழிச்சிருவானுக. அப்பிடியொரு வழக்கத்தில வந்து நின்டான் வேதம். அவனுக்கு பறுனாந்து அய்யாட்டக் கதைக்கிறதுக்கு ஒரு கதையிருக்கு. பறுனாந்துவுக்குப் பக்கத்தில வந்து நின்டான் வேதம்.

எதையோ சொல்லுறதா வேணாமா என்ட மனத்தவிப்பு அவன் முகத்தில ஓடிச்சு.

“என்ன வேதம், சொகமா இருக்கியா.”

“இருக்கன்யா.”

“வேலை வெட்டியெல்லாம் எப்பிடி இருக்கு. ஒங்களுக்கென்னப்பு பனைத் தொழிலு. என்னத்தையாவது வருசம் பூரா செய்திட்டிருக்கலாமில்லா.” சிரிச்சுக்கின்டே நகர்ந்த மனுசன நிறுத்தினான்.

“அய்யா.”

“என்னப்பு.”

“குறைகிற நினைச்சிராதீங்க. பன சீவும்போது பாத்தது. அங்கிட்டு காட்டுக்குள்ள உங்க பய தரவன்கோட்ட சேமாலயிட குட்டியோட நின்டு கின்டிருந்ததப் பாத்தன். நின்ட சாயல் சரியில்ல. அறுக்கபண்ணி வைக்கலாமின்டுதான்.”

பறுனாந்துக்கு அச்சுத் தெறிச்சுப் போச்சு.

“அட என்னடா சொல்லுறா மசிராண்டி. எம்பயலா.”

டப்பென்டு அவருக்குள்ளதெளிவு குடுத்த மாதி ஒரு நினைப்பு.

“இந்தப்பய கபடி கபடின்னு விளையாட்டுக்கு அங்கிட்டுத்தான போய் வாறதாக்கத இருக்கும், பாப்பம். தம்பி வேதம் அத நான் பாக்கிறன். நீ இத.”

“ம்கூம். மூச்சுக்காட்டமாட்டன்யா. உங்கய்யன் வூட்டுல திண்டு வளந்த நாங்க ஒங்களுக்கு துரோகம் செய்வமா. நாளைக்கு கத பெரிசா வாறதுக்கிடையில நீங்க தெரிஞ்சிக்கணுமென்னுதான் உங்க காதில போட்டன். அப்ப வாறன்.” என்டு விலகின நாடாப்பயல் வேதம் சொன்ன கத காதுக்கிட்ட நட்டி வைச்ச சத்தமா அப்பிடியே இருந்திச்சு. பறுனாந்து பதறாம யோசிச்சாரு.

ஏதென்டாலும் யோசிக்காம கதைக்க கூடாது. பய வளந்திட்டான். அவனுக்கென்டு இருக்கிற விருப்பு வெறுப்பும் முக்கியம். தகவல் சொன்ன நாடாப்பயல் அவன் சாதிய மனசில வைச்சுக் கதைச்ச மாதி நாமலும் கதைச்சிரலாமா... தரவன் கோட்ட சேமால யாரு, நல்லவனா கெட்டவனா, நாலு பேருக்கு உதவுறவனா, நல்ல பேர சம்பாரிச்சு வைச்சிருக்கானா என்டுதான் மனுசன் யோசிக்குதே தவிர அவரு மனசில சாதி சங்காத்தியமென்டு ஒரு நினைப்பு ஓடுதில்ல.

மனுசன் பேயறைஞ்சமாதி வந்து நின்டதப் பாத்து செல்லாம்மா திகைச்சிட்டா.

அவரு வீட்டுக்கு வந்த நேரம் சகாயம் வெளியால போயிருந்தான்.

“செல்லாம்மா, உம்புள்ளயிட கதையக்கேட்டியா புள்ள.”

விழுகிற இடிதான். இப்ப விழுகுது என்டு இவ நினைக்கிறா.

“யாரோ தரவன் கோட்ட சேமாலையிட குட்டிக்கும் இவனுக்கும் சினேகிதம் போல கிடக்கு. காட்டுக்குள்ளயும் பத்தைக்குள்ளயும் புழங்கிறமென்டுல்லா கதை.”

“ஐயோ, மாதாவே. என்ன சொல்லுதீக. அறுக்க பண்ணிருங்கய்யா.”

செல்லாம்மா அவவுக்கு ஏற்கனவே தெரிஞ்ச கதைக்கு இப்ப கதை சொல்லுறமாதி இருக்க அவ முகத்தப் பாக்கிறாரு பறுனாந்து.

"ஒழுங்கய்யா. திருநாளுக்கு வந்த புள்ளயோட புழங்கினமாதி பொண்டுக சொல்லிச்சுக."

பறுனாந்திட தலை கவுண்டுது.

காலையிலேயே பறுனாந்து சித்தனத்தேடி கோயிலடிக்குப் போனாரு.

சித்தனுக்கு உடக்குப் பாஸ் நடைமுறையில மாற்றம் வேணுமின்னு அவனிட்டக்கதைச்சாரு பறுனாந்து.

சித்தன் உதட்டப் பிதுக்கிறான். அவனுக்கு பறுனாந்து சொல்லுற காரியம் எந்தளவுக்கு சித்திக்கப் போகுது என்டதில ஐமிச்சமாயிருந்தது.

"ஓலைத்தொடுவாயில உடக்குப் பாஸக்காட்டுறது லேசுப்பட்ட வேலையா பறுனாந்து."

"ஏன், இந்தியாவில இருந்து கொண்டு வந்தோமில்லையா உடக்காண்டவர. காலடியில ஓலைத்தொடுவாய்க்கு கொண்டு போக ஏலாதா, சொல்லுங்க."

"அதுக்கு நம்ம ஆளுக ஒத்துழைக்கணுமே."

"ஒத்துழைக்கணும். கூப்பிட்டுப் பக்குவமாக் கதைப்போம்."

சித்தன் தலையப் பராட்டு பராட்டுனு சொறிஞ்சான்.

"எனக்கு நம்பிக்கையில்ல."

"நம்பிக்கையில்லயா? இல்ல... விருப்பமில்லையா?"

சித்தன் பறுனாந்துவ ஒரு சாதியாத் தலையைச் சாய்ச்சுப் பாத்தான்.

"பறுனாந்து... இது நம்மதுல்லியா. அடுத்தவருக்கு கொண்டு போக ஏலுமா."

“சித்தா புரிஞ்சிக்கிள்ளு. கடையபகுதியாக்களுக்கு பெரிய வெள்ளிக்கிழமை விசேடம் எடுக்கிறதுக்கு நம்ம உடக்குப்பாஸு இடைஞ்சலா இருக்குதென்கிறாங்க.”

“அதுக்கு.”

“எல்லாம் ஏசு ஆண்டவருக்குச் செய்யிற மகிமதான சித்தா.”

“ம்... எதுக்கும் மத்தவங்க அபிப்பிராயத்தையும் கேக்கிறது நல்லது.”

“கேப்போம்.” சொல்லிவிட்டு நடந்தவரிட மனசு கௌவிக்கின்டு கிடந்துது. கடையபகுதி ஆக்கள நாம ஏன் பெரிசா நினைக்கணும். ஓலைத் தொடுவா கத்தர்கோயில் விசேடத்த அவனுக பாத்துக்கிற மாதி நாம நம்ம விசயத்தப் பாத்திருவோம்.

38

முகப்பில கட்டியிருந்த திரையில ஏசு ஆண்டவருடைய சிலுவையும் முள்முடியும் கீறியிருந்துது. பின்னால கிடுகு மேய்ஞ்ச பெரிய கொட்டில்போட்டு வைச்சிருந்தானுக. உடக்குகள வைச்சுத்தூக்கி எடுக்கிறதுக்கு ஆடலோடியா நல்லா இடம் விட்டு அந்த கீத்துச்சாலையைப் போடச்சொல்லியிருந்தாரு மேஸ்திரி.

பறுனாந்து ஒரு பக்கம் சித்தன் மறுபக்கமென்டு பயலுகள வைச்சு வேலை வாங்கின்னு இருந்தாங்க.

பேர்சாலையில இருந்து சிலுவையில மரிக்கிற பெரிய உடக்காண்டவர பயபக்தியா பெட்டியோட ஓலைத் தொடுவாய்க்கு தூக்கி வந்து பத்திரப்படுத்தினாரு பறுனாந்து. அவரு அப்பிடிச் செய்தது ஊர்ல கனபேருக்கு விருப்பமில்ல.

“பறுனாந்து, நாம செய்யிறது சரியா பாருங்க.”

பறுனாந்து கொன்சன் சாமியாரிட மூஞ்சியப் பாக்கிறாரு.

“ஓமோம், அதெல்லாம் சரியப்பா. நல்லது செய்யிறுதுக்கு இப்பிடியா யோசிக்கிறது. ஏசு சாமியிட காரியமில்லையா. தூக்குங்க.”

பறுனாந்துக்கு ஏனோ மனம் சஞ்சலப்பட்டுக்கின்டே இருந்துது.

திருநீற்றுப்புதன் பூசை முடிஞ்ச கையோட வெற்றி மாதா கோயிலில கூட்டம் கூடினாங்க. சிவத்திக்கிழவன முன்னால வைச்சு ஓலைத்தொடுவா கோயில் ஆட்கள் பத்துப்பேரு கூட்டத்துக்கு வந்திருந்தாங்க.

கட்டளகாரர் பறுனாந்து தலையா இருந்து கூட்டத்த நடத்துறாரு மொடுதகம், சிறாப்பரு, மூப்பரு, பெரிசந்தி, அடப்பனார், காத்தார் என்டு வெள்ள வேட்டிக்காரக பத்துப்பேரு பேர்சாலப்பக்கத்தில இருந்தாங்க.

மற்றப் பக்கத்தால பெரிய முறுக்கு மீசையோட வாட்டசாட்டமா நிமிந்துக்கின்டு இருந்தவருதான் ஓலைத்தொடுவாக் கோயில் பெரிய மனுசன் ஆந்திரேயப்பரு. அதில அவருதான் முக்கியமா இருந்தாரு. அவரு ஒரு மூத்த மனுசனா இருந்ததால அவரு கதைக்கும்போது அடுத்தவன் யாரும் குறுக்கால கதைக்கயில்ல.

"ம் கேளுங்க. ரெண்டு வருசமா பெரிய வெள்ளிக்கிழம விசேடத்தில கவனம் இல்லாமப்போயிட்டுது. அந்த நாளில உங்கட உடக்குப்பாசக் காட்டிறத நிப்பாட்டினா என்னவென்டுதான் கேட்கிறோம். நாங்க இப்பிடிக் கேக்கிறதக் குறையா நினைச்சிராதீக." அவரு கதைக்கும்போதே நல்ல முறையாப் பக்குவமாத்தான் கதைச்சாரு. ஆனா, அது எவ்வளவு பெரியவிசயமென்டத அவரு புரிஞ்சுகின்டாரோ தெரியல.

"அதெப்பிடி யண்ணே ஏலும். உங்களுக்கு மாதித்தானே அண்ணன் எங்களுக்கும். நாங்க பெரிய வெள்ளிக்கிழம மரிச்ச ஆண்டவர வைச்சு ஆசந்தி எடுக்கிறதுக்கு இணக்கமாச் செய்யிற சடங்குண்ணே அந்தப்பாசு. அதால உங்க விசேடம் கெட்டுப்போகுதென்டு சொல்லுறது சரியாண்ண."

பறுனாந்தய்யாவுக்குள்ள ஒரு இணக்கம் இருந்தாலும் ஊர்க்காரன் நியாயம் ஏறுமாறா இருந்ததால கேக்கிறாரு.

"ஓம். கத்தர்கோயிலுக்கு வாறசனம் அம்புட்டும் உங்க பாஸப் பாக்க வந்துடுறாங்களே."

"அதுக்கு நாங்க என்னண்ண செய்யுறது."

"எல்லாரும் நல்லாக்கேளுங்க. இது ஒண்ணும் விவகாரமா வந்திரக்கூடாதின்னு பறுனாந்தய்யா முன்னாலயே ஓம்பட்ட விசயந்தான். என்ன நான் சொல்லுறது" என்டு அவரு பறுனாந்து முகத்தப் பாக்கிறாரு. பறுனாந்துவுக்கு சங்கடமாயிருந்துது.

"அட அத விடுங்கப்பா. அவரு என்ன ஏதென்டாலும் நாயமாத்தான் யோசிப்பாரு" சித்தன் குறுக்கிட்டான்.

பீரீசுதான் குழப்பினான். அவன் ஐஞ்சு தென்னம்புள்ளப்பாட்டில கரைவலைய நெருப்புக்கு தின்னக்குடுத்த ஆத்திரம் மாறாமலே இருந்தான்.

பீரீசு பறுனாந்தய்யாவுக்குப் பக்கத்திலேயே இருந்துகின்டு முணுமுணுத்தான்.

“பறுனாந்தய்யா சொல்லுவாருதான். அவரு பயல் அங்கிட்டுத்தான பொம்புள பாத்திருக்கான், அதான்.” அவன் தனக்குள்ள கதைக்குமாப் போல கதைச்சத பறுனாந்து புரிஞ்சுகொண்டாரு.

பறுனாந்து கண்ணாலயே அதட்டுறாரு. பீரீசு அதுக்கு கட்டுப்படுறான்.

“சரி, சரி. பறுனாந்து சொல்லுமாப்போல இந்த வருசம் உடக்குப்பாச ஓலைத்தொடுவாயில காட்டிரலாமா.”

சித்தன் கேட்டதுக்கு சபையில ஒரு சத்தமில்ல.

“என்னப்பா சொல்லுங்கப்பா. பிறவு கேக்கல எடுக்கல என்டு குற்றம் குற சொல்லப்படாது.”

சரி. எல்லாரும் தலையாட்டினப் பிறகுதான் கூட்டம் முடிஞ்சுது. கொன்சன் சாமியாரு எல்லாத்துக்கும் ஒத்துக்கைதான் என்டபடிக்கு இந்த வருசம் ஓலைத்தொடுவாயில உடக்குப் பாஸ் வேல துவங்கிச்சு.

முதல் ரெண்டு கிழமையும் நல்லாத்தான் போய்க்கின்டிருந்துது.

“இவனுகளுக்கு புத்தி கித்தி கெட்டுப்போச்சுதா. ஏசுசாமிக்காக உயிர விட்ட சாதிசனம் நாம. சங்கிலியன் கத்திக்கு தலையக்குடுத்த பெருமைய விட்டிட்டு அவனுகட உடக்குப்பாச ஓலைத்தொடுவாயில காட்டுறதுக்கு கதைச்சானுகளாமே.”

தோட்டவெளி ஆட்டுப்பட்டியில கடையருக கதைச்ச கதய ஊருக்குள்ளயும் கதைச்சானுக.

“எடே விவரங்கெட்டுக்கதைக்காத. பெரியவெள்ளிக்கிழம விசேடம் கெட்டுப்போயிரக்கூடாதென்டுதான் அந்த ஏற்பாடு.”

“ஆமா பரவரோட இனிக் கூடிக்கும்மாளம் அடிக்க வேண்டியதுதான். ஏன்டா இதையெல்லாம் விவகாரமா ஆக்கிட்டு.”

“ஏய்ன், எதென்டாலும் பொதுவில கதைக்கணும். அவனுக மட்டும் சேந்து கதைச்சா சரியா.”

அந்த மட்டில கதை நின்டு போனாலும் கதைச்சவன் மனசில அது நீரு பூத்த நெருப்புத்தான்.

சகாயம் அவனிட கூட்டாளியோட தரவன் கோட்டைக்கு வழமை போல வந்தபோது அந்த கடையரு பொண்டுகளிட கத விக்கினமாத்தான் இருந்துது.

சகாயத்த சனம் புதுசாப் பாக்குதுகள். “இவருதான ஆளு. பய பரவால்ல நல்ல சோக்காத்தான் இருக்கான்.”

“எடி, இது பேர்சாலைக் கட்டளகாரர் பறுனாந்திட பயலில்லா.”

“சும்மா கபடி விளையாட்டுப் போக்கில வந்திட்டுப்போறான் என்டில்லா நினைச்சோம். ம் கத அப்பிடிப்போவுதா.”

“சம்பந்த காரியம் சரியாப்போனதால அந்த ஊரு உடக்குப்பாச இந்தமுறை ஓலைத்தொடுவாக் கத்தர்கோயிலில காட்டுறதுக்கு ஒழுங்கு நடக்குது. கண்டிகளா. நம்ம சாதி சனத்தில நடக்க கூடாததெல்லாம் நடக்குது.”

“ந்தா பாருங்க, வாயில வந்த மாதிக் கதைக்காதீக. பெரிய வெள்ளி ஓலைத்தொடுவாய் விசேசம் சிறப்பாயிருக்கணுமின்னு ஆந்திரேயரும் ஆளுங்களும் கேட்டதுக்குத்தான் பரவருக உடக்குப்பாஸ இங்க காட்டிறதுக்கு ஒத்துக்கின்டாங்க. அதச்சொல்லுங்க.”

சிவத்திக்கிழவன் அதட்டலாய்ச் சொன்னதுக்கு மறுமொழி சொல்லாமப்போகுது அந்த வம்பிழுத்த கூட்டம்.

39

உடக்குப் பாஸ் கொட்டகை நல்ல விசாலமாய் இருந்தது. பறுனாந்து நாளும் பொழுதும் அங்கேயே கிடந்தாரு.

பெரிய உடக்காண்டவர வைச்சிருக்கிற பெட்டியிலயே பறுனாந்துவுக்கு கண்ணு.

நொடிக்கொருதடவ அவரு அந்தப் பெட்டி இருந்த பக்கத்திலேயே போய் வந்துகின்னு இருந்தாரு.

உடக்குப்பாஸ ஓலைத்தொடுவாயில காட்டுறதுன்னு தீர்மானம் போட்டப்பிறகு தீவில இருக்கிற அத்தன பரவருகளும் பாசு வேலைக்கென்டு வந்து வேல செய்கிறானுக.

இந்த ஊர்காரன் ஒற்றுமையப் பாத்து அடுத்தவன் மூக்கில விரல வைக்கிறான்.

"என்ன இருந்தாலும் அந்த மனுசன் பறுனாந்திட ஒரு சொல்லுக்கு கட்டுப்பட்டு சின்னது பெரியது என்டில்லாம நிக்கிறான் பாத்தியா. அதான்டா அவனிகட பெரும."

சும்மா வேடிக்க பாத்திட்டுப்போறவன் அத்தனபேரும் கதைக்கிறது அந்திரய்யா கூட்டத்துக்குப் பொறுக்குதில்ல.

பறுனாந்துவும் ஆட்களும் கட்டியிருந்த பாஸ் சாலைக்குள்ள புறத்தியாருக்கு அனுமதியில்ல என்டு கண்டிப்பாக கட்டளகாரர் பறுனாந்து சொல்லிப் போட்டாரு.

அது மாதிரியே வாசலில காவல் காத்தவனும் சொன்னான்.

"பாஸ் சாலைக்குள்ள வைச்சிருக்கிறது எங்க ஊருத்திரவியமப்பா. நாங்க பாஸ் காட்டுறதுக்கென்டு ஆயிரம் சித்துவேல

வைச்சிருக்கோம். அதையெல்லாம் அடுத்தவரு பாக்க விட ஏலுமா, தாழ்ச்சியாக் கேட்டுக்கிறன். யாரும் வராதீக."

அந்திரேயர் கூட்டத்துக்காரன் கெம்பினான். "அப்பிடியென்னப்பா திரவியம், எங்க காட்டு."

அவனது அடாவடியிலயே வீணான கலவரம் வரப்பாத்துது.

"ந்தா பாரு, பாசுதான் உங்கட. பாசு காட்டுற இடம் எங்கட." அவனுக கதைச்சதெல்லாம் முரட்டுத்தனமா இருக்க கொன்சன் சாமியாருதான் சொன்னாரு.

"ந்தா பாருங்கப்பா, அது அவங்கட பெளத்திரமான கலை. அதுக்கொரு கட்டுப்பாடு வைச்சிருக்காங்க. அத ஏனப்பா நீங்க கேக்கிறீக. அந்த ஆளுங்க பெரிய மனசோட செய்யிற பக்தி முயற்சிய அவசங்கப்படுத்தாதீக."

பாஸ் சம்பந்தமா தீர்மானம்போட்ட திருநீற்றுப்புதன் கூட்டத்தில இருந்த பெரிய மனுசங்களில ஒருத்தரையும் இப்ப காணயில்ல. இப்பிடி அந்த ஊர்ப்பயக அடாவடி பண்ணின போது ஓலைத்தொடுவாக் கோயில் பெரிய மனுசங்க யாரும் தட்டிக்கேட்காம இருந்தது பறுனாந்து மண்டைக்குள்ள பெரிய வலியாக உருவெடுத்திருந்தது.

ஆண்டவரே, துவங்கின காரியம் ஒரு பொல்லாப்பும் இல்லாம முடிஞ்சிரணும். மாதாவே என்டு பேர்சாலையில கையெடுக்காத ஆக்களேயில்ல.

பெரிய வியாழக்கிழம ராவு கடக்கரையில இழுத்துவைச்ச வள்ளத்தில படுத்திருந்த சிவத்திக்கிழவனை யாரோ எழுப்பிற சுலுமத்தில கண்ண முழிச்சாரு. எழுப்பினவன் முரடாக இருந்தான். அவனுக்கு கண்கள் பெரிதாயிருந்ததை அவதானித்தார். யாராய் இருப்பான். அவன் கரகரத்த குரலில் சிவத்திக்கிழவனிடம் கேட்டான்.

அவன் இப்போதுதான் கரைப்பிடிச்சு வந்திருப்பதாகச் சொன்னான்.

"அவசரமாக ஓலைத்தொடுவா போகணும். என்னோட வா, காசு தாறன்."

அவன் புது ஆளாகத் தெரிந்தான். முகத்தில் குறுந்தாடியுடன் தலையில முண்டாசு கட்டியிருந்தான்.

அவன் மேல்சட்டை கனத்திருந்தது. சிவத்திக்கிழவனுக்கு அது அய்யூப்புவின் ஆளாக இருப்பானோ என்று சந்தேகம் வந்தது. முன்னொரு தடைவ இப்பிடியொரு நேரத்தில்தான் கடலில் கொலை நடந்த விசயம் சிவத்திக்கிழவனுக்கு ஞாபகம் வந்தது.

என்றாலும் அவரு எதையும் காட்டிக்கொள்ளாதவரு போலக் கேட்டாரு.

“இந்த சாமத்தில் எதுக்கு ஓலைத்தொடுவா போகணும்.”

“அதெல்லாம் உனக்கெதுக்கு. உன்னால வரமுடியுமா முடியாதா.”

“நான் வராட்டி நீ என்ன செய்வாய்.” அவன் சற்று நேரம் எதுவும் போசமல் நின்று விட்டுச் சொன்னான்.

“ந்தா பாரு, எனக்கு இந்த இடம் புதுசு. ஒரு அவசரமான வேலைக்காக வந்திருக்கிறன். உனக்கு பத்தனா தருவேன் வருகிறாயா.”

சிவத்திக்கிழவனுக்கு எரிச்சல் பத்தியது.

“நீ இவ்வளவு பெரிய ஆம்புளையா இருக்கியே. உன்னால் தனியப் போகேலாதா”

“இல்ல, எனக்கு கொஞ்சம் விவரம் வேணும். அதான். அதவிட என்னட வலது கையில காயம் பட்டிருக்கு.”

அவன் அவனது கையைக்காட்டினான். கிழிபட்டு ரெத்தம் வழிந்து கொண்டிருந்தது.

“நீ என்ன நம்பு. இதோபாரு என்னட்டப் பணம் இருக்கு.”

சிவத்திக்கிழவனுக்கு அவனால் இப்போது உதவினால் என்ன என்று தோன்றியது. எப்போதும் எனக்குப் பணம் தேவையாகத்தானே இருக்கிறது.

“சரி வா போவோம்.”

இருவரும் நடந்தார்கள்.

இருட்டில் நடப்பது சிவத்திக்கிழவனுக்கு புதிதல்ல. சரசரவன்று நடந்தான். கூட வந்தவனுக்கு சிவத்திக்கிழவனோடு ஈடு கொடுத்து நடப்பது எளிதாக இருக்கவில்லை. அவன் எதையோ முணு முணுத்தான்.

"அங்க என்ன விசேடம்."

"உனக்குத் தெரியாதா நாளைக்கு விடிஞ்சா பெரிய வெள்ளி. ஆண்டவரிட மரிச்ச சடங்கு. இந்த முறை உடக்குப் பாஸ் நடக்குது."

"ஓ, அங்குதான் நான் போகணும். அது எப்படி இடம்."

"அது பெரிய கிடுகுச்சாலை. ஆனா தம்பி, அதுக்குள்ள புறத்தியார் யாரும் போறதுக்கு அனுமதியில்ல. விடமாட்டங்க."

"அதெல்லாம் எனக்கொண்டுமில்ல. எனக்கு கட்டளைகாரர் பறுனாந்துவைத் தெரியும். நீ அவரு நிற்கிற இடத்த மட்டும் காட்டிவிடு."

அதுக்குப்பிறகு அவன் சிவத்திக்கிழவனிடம் கேள்வி கேட்பதை நிறுத்திவிட்டு நடந்தான்.

40

ஓலைத்தொடுவாக் கத்தர் கோயில் திடல் அமளி துமளிப்பட்டுக்கின்டு கிடந்துது. சனம் எக்கச்சக்கமாக் கூடியிருந்தது.

"அந்த ஊர்ல போடுற கொட்டில் மாதியே அமைச்சிட்டுடானுக பாத்தீகளா."

"ம்... ம். எவ்வளவு சிரமம். ஒரு குறைச்சலுமில்லாதிருக்கனுமென்டு சொல்லிட்டாராம் பறுனாந்தய்யா, தெரியுமா."

"பிறகென்ன, பேர்சாலையானிட பாஸ இங்க கொண்டு வந்து காட்டுறதுக்கு பெரிய மனசு வேணாமா.

"அவரு மனசு வைச்சுட்டாருன்னா சரி. இதுக்கு கடையரு பகுதி நன்றியா இருக்கோணுமப்பா."

"அதவுடுங்கப்பா. என்ன இருந்தாலும் ஓலைத்தொடுவா விசேடம் இந்த வருசம் உடக்குப்பாசுதான்"

"ஓமாம். ஓமாம்."

மன்னார் தீவையும் தாண்டி அங்கால பெருநிலப் பரப்பில இருந்தும் ஓலைத்தொடுவா கத்தர் கோயிலுக்கு சனம் வந்து குமிஞ்சு கொண்டிருந்துது.

ஓலைத்தொடுவாயில உடக்குப் பாஸ் காட்டுறதுக்கு கொட்டகை போட்டிருக்கிற விசயம் மளமளவென்டு அயலட்டை எல்லா இடத்திலயும் பரவுது.

"அடேடே, இந்த முற பெரிய வெள்ளி விசேடம் ஓலத்தொடுவாயில அனல் பறக்குமாப்போலதான்."

“பறக்கும் பறக்கும். உடக்குப்பாசின்னா சும்மாவா.”

“அதெப்பிடிப்பா, பரவருக சம்மதிச்சானுக.”

“எல்லாம் பறுனாந்து அய்யாவிடபெரிய மனசுப்பா.”

அயல் அட்டை ஊருஞ்சனமும் வண்டி பூட்டிக்கின்டு வந்து நிக்குதுக ஓலைத்தொடுவாயில.

“என்ன இருந்தாலும் கத்தர் கோயில் விசேடத்த ஆக்கள் கதைக்க மாட்டாங்களே. எல்லாரும் உடக்குப் பாசத்தானே சொல்லுவாங்க.”

“டேய்... டேய்... எதென்டாலும் ஏசு ஆண்டவரிட விசயந்தானப்பா. இதுக்குள்ள அது அவரிட இது இவரிட என்ட கணக்குப் போடாதீங்கப்பா.”

“பேர்சாலகாளவாயில காட்டினா நீங்க ஓலைத்தொடுவா கத்தர் கோயில் விசேடம் கெட்டுதுன்னுவீக. சரிதான் அத இங்கேயே கொண்டுவந்து காட்டுவோமுன்னா அது அவுகட இது இவுகட என்னு நொட்ட சொல்லுவீக. ஏம்பா, வாய வைச்சுக்கின்னு சும்மா இருக்க மாட்டிகளா.”

பறுனாந்து மனசிலயும் சங்கடம் ஏறிக்கிடந்துது. அவரு நல்லதென்டு நினைச்சுத் துவங்கிற காரியத்தில அற்பமான சிலருடைய யோசனைகள் தடையாக வரும்போது அந்த ஆட்களையோ இல்ல. அந்த கருத்துக்களையோ ஏற்றுக்கொள்ள முடியாம அவரு தவிப்பில கிடக்காரு.

இந்த முறை உடக்குப்பாச ஓலைத்தொடுவாயில கொண்டுவந்து காட்டினா நாம எல்லாரும் ஒற்றுமையா இருக்கிறோமின்னு இந்த உலகத்துக்கு சொன்னமாதி இருக்குமே.

மன்னார்த் தீவில இருக்கிற சாதிசனத்துக்குள்ள முரண்பாடு ஏதும் இருக்கக்கூடாது என்டு அவரு நினைக்கிறத அடுத்தவன் புரிஞ்சிகிள்ளாம கதைக்கிறது அவருக்கு கஸ்டமா இருக்கு.

நாளைக்கு ஒண்ணுன்னா எல்லாம் உன்னாலதான் என்டு நம்ம தலையில விழுந்திராதா. இங்க ஊரில இருக்கிற உடக்காண்டவர அங்க ஓலைத்தொடுவாய்க்கு கொண்டு போறதால ஒரு விக்கினமும் வந்திராதா... அவரு மண்டைக்குள்ள ஒரே குடைச்சலாத்தான் இருந்துது.

என்ன செய்யிறது. வாக்குக் குடுத்திட்டோமே என்ட உணர்வுதான் இப்ப அவருக்கு மேலோங்கிக் கிடக்குது.

இப்ப எல்லாம் முடிஞ்சுது. ராவைக்கு ஏழு மணிக்கு பாவமன்னிப்புச் செபம் துவங்கி திரைச்சீலய இழுத்தால் சரி. கட்டியிருந்த பாஸ் கொட்டகைய ஒரு அணுக்கப் பார்வ பாக்கணுமென்டு பறுனாந்து நினைக்கிறாரு.

அவரு எல்லா உடக்கையும் பாக்கிறாரு.

உடக்காண்டவரு, குருசு, மாதா, மரிய மதலேனாள், யுவானி, சம்மனசு, கப்பித்தான், கள்ளன் ரெண்டு பேரு, காவலர் ஆறுபேர், பிலாத்து, உதவிக்காரன் இப்பிடி அங்க இருக்கிற எல்லா உடக்குகளையும் தூக்குறவங்க, கைக்கம்பி பிடிக்கிறவங்க, அவங்கள வழிநடத்துறவங்க என்டு எல்லாரையும் ஒழுங்கு படுத்தி அவனுகள ஓரிடத்தில கொண்டுவந்து வைச்சிருக்கும் படி பீரீசிட்டச் சொன்னாரு பறுனாந்து.

கப்பித்தான் உடக்க குதிரையோட சேத்துத் தூக்கிறதுக்கு ஏற்ற மாதிரி ஆறுபேர் சுமக்கிற அச்சு. அதத் தூக்கிக்கின்டு ஓடுறதுக்கு நல்ல தோதான இளந்தாரிகளப் பிடிச்சுப் பொறுப்புக் குடுத்தாரு.

உடக்குத்தூக்கிறவன் இடுப்பில சாக்கு கட்டி அதில உடக்கு கால் கம்ப செருகிறதுக்கு ஏத்த விதமா வந்து நிக்கணுமே. பீரீசுதான் அதப்பாத்துக்கணும்.

சித்தன் உடக்காண்டவர கையாளுறதுக்குத் தோதான நாலு பேர தனக்கென்டு வைச்சுக்கொண்டான். அவனுக விபரமானவனுக. உடக்காண்டவரிட கண்ணூல், தலை நூல் பாத்து கையாளுறவனா இருக்கணும். உடக்காண்டவரிட விலாப்பக்கத்தில இருந்தும் நூல்வருமில்லையா. முதுகுப்பக்கம் கயிறு வைச்சு இழுக்கிறவரு கெட்டித்தனமா இருக்கணுமில்லையா. எல்லாத்தையும் பறுனாந்து ஒரு பார்வ பாத்து திருப்திப்பட்டுக்கிண்டாரு.

கிரிச்சான், கல்லுருட்டித்தகரம், ஊதுகுழல் இயக்குகிறவங்கள யுவானி பெரைராவிட பார்வையிலயே வைச்சுக்கொள்ளும்படி பறுனாந்து உத்தரவிட்டாரு.

ஆண்டவருடைய பாடுகளத் தியானிக்கும் செபம் படிக்கிற பிரசங்கியாரக் கூப்பிட்டு அவர ஆயத்தம்படும்படி சொல்லிவிட்டு அரங்கு நிருமாணிப்புக்காரரக் கூப்பிட்டுக் கதைக்கிறாரு.

கடதாசியாலயும் காரிக்கன் சீலையாலையும் கட்டி இணைச்சு கறுப்பு மைபூசி கல்வாரி மலையச் செய்திருந்தான் சித்தன். அது அசல் கொலைக்களம் மாதியே இருந்துது.

ஆண்டவருடைய மரணத்தைச் பிரசங்கியார் பாடும்போது கல்வாரி மலையில பாறை உடைஞ்சு சிதறணும் எரிமலை வெடிக்கணும் பர்வதங்கள் நடுங்கணும் சந்திர சூரியன் மறையணும் என்கிறபோது அதற்கான ஏற்பாடுகள விபரிச்சு சொல்லுறாரு. அதுக்கான ஆட்களப் பறுனாந்துதான் நிறுத்திறாரு.

"எல்லாம் நேரம்தான் மக்கா. பிராக்குப் பாத்தீகளோ எல்லாம் கெட்டுப்போயிரும் கண்டீகளா. நான் யாருண்டும் பாக்கமாட்டன். அடிச்சுப்போடுவன்... விளங்கிற்றா... அவரு கையில வைச்சிருந்த மட்டக்கம்ப ஆட்டி ஆட்டிக்கதைக்கிறத எல்லாரும் கவனமாக்கேக்கிறானுக. பறுனாந்து ஊதிற விசில்தான் எல்லாத்துக்கும். அவரு விசில நூலில கோத்து கழுத்தில போட்டிருக்காரு.

பாஸ் சாலைக்குள்ள எல்லாம் தயாராய் இருந்தது.

பறுனாந்து "ஆண்டவரே மாதாவே" என்டு நேந்துகின்டு நேரத்தப்பாத்தபடி இருக்காரு.

பலரும்பல மாதிரிக் கதைச்சுக்கின்டிருந்த போதே சரியா ஏழுமணிக்கு கட்டளகாரர் பறுனாந்திட விசில்சத்தத்தோட பறையும் கிரிச்சான் சத்தமும் ஓங்காரமா வானத்துக்கு எழும்ப திரைச்சீலை இழுபட்டுது.

கையக்கட்டினபடி காயப்பட்ட ஏசு சாமிய கொண்டு வந்து நிறுத்தி வைச்சிருக்கானுக, சிலுவையில அறையுறதுக்கு.

"ஓ, ஆண்டவரே." உச்சு உச்சென்டு புலம்பிக்கின்டு கண்ண மலத்திப்பாக்குது சனம்.

41

ஏசு சாமி சிலுவையில ஏழுவசனம் பேசி மேலும் கீழுமா இழுபட்டு துயரப்பட்டுச்சாவுற பாசு.

இருவத்தேழு அடிக்குருசில உடக்காண்டவரு சுரூவத்தப் பூட்டி செங்குத்தா உசத்தி கப்பியில நிறுத்தி உடக்காண்டவர சிலுவக்கயித்தால இழுக்கிறானுக. இழுவைக்குத் தக்கன உடக்காண்டவரு குருசில மேலும் கீழுமாக இழுபடுகிறபோது அவரிட கையும் காலும் வலிச்சுக்கின்டு படுகிற பாட்டப்பாருங்க.

அதுக்கேத்த சாயலில உடக்காண்டவரு தலைய அங்கிட்டும் இங்கிட்டும் திருப்பிக்கின்டு கண்ண நல்லாப் பெரிசா முழிச்சுப் பாக்கிறதும் மூடுறதுமாக, ஐயோ... ஐயோவென்டு நெஞ்சு பதைச்சுப் போய் பாக்குதுகள் சனம்.

உருக்கந்தான் போங்க. அழுது புலம்பாதவனுமில்ல, கண்ணக்கசக்காதவனும் இல்ல.

“பிதாவே என் ஆத்துமத்தை உம்மிடத்தில ஒப்படைக்கிறேன்” என்டு பிரசங்கியார் அலறலாய்ச்சொல்லுகிற அந்த வசனத்திலேயே நெஞ்சுக்கூடு தீய்ஞ்சு போயிறுது.

“எல்லாம் நிறைவேறிற்று” ஆண்டவர் கடைசி வார்த்தைய சொன்னதுதான். சிலுவக்கயித்த வேகமா மேலும் கீழுமா இழுக்கிறவன் டக்கென்டு சடுதியாக கயித்த விடுறான் பாருங்க. ஆண்டவரு குருசில அப்பிடியே தலை சாய்ச்சு மரிக்கிறதப் பாத்து பாக்கிறவன் சீவனும் அந்தரிச்சுப் போய்க்கிடக்குது மாதாவே!

பிரசங்கியார் ஏழாம் வசனம் சொல்லும்போது கயித்த இழுத்த இழுப்பிலயே சட்டென்டு கை விடுகிறபோது ஆண்டவருடைய தலை நூல கணக்கா வெட்டி விடவேணும். தலைசாய்ச்சு கீழ விழுகிறபோது கண்ணூலையும் வெட்டிவிட்டாச்சரி. அவ்வளவுதான்.

சிலுவை ஒய்ஞ்சு போற அந்த மாத்திரத்திலேயே சிலுவைக்குப்பின்னால சிவப்பா ஒளிர்ந்த ராய்சு என்கிற சீலை படக்கென்டு கறுப்பா மாறுகிற தந்திரத்தை நேக்காச் செய்யிறானுக.

நாதனே தம்பிரானே, என்டு பிரசங்கியார் தியானிச்சு அழுது புலம்ப முன்னாலயும் பின்னாலயும் ஆறு சம்மனசு இறங்குதப்பா பாருங்க. ஆத்தே, சனம் ஓவென்டு குழறி எழும்புது.

பறுனாந்தைய்யா விசில் ஊதி திரைச்சீலைய மூடவைச்சிட்டுப் பாக்கிறாரு. பாஸ் கொட்டகைக்குள்ள கப் சிப்பென்டு இருக்குது. துக்கம் நிறைஞ்சு போய்க்கிடக்கு. பாஸ் பாத்தவனும் பாஸ் காட்டினவனும் பேச்சு மூச்சில்லாம நிக்கிறான்.

பறுனாந்துவுக்கு நெஞ்சு நிறைஞ்சு கிடக்குது. அவருக்கு நினைச்சத சாதிச்ச திருப்தி.

இனி ஆண்டவர சிலுவையில இருந்து இறக்கி மாதா மடியில கிடத்தி ஒப்பாரிப்புலம்பல் படிச்சு பாடையில ஆண்டவர வைச்சு ஆசந்தி எடுக்கவேண்டியதுதான். அதுக்கான ஆயத்தங்கள முடுக்கி விட்டிருந்தான் சித்தன்.

ஆண்டவர சிலுவையில இருந்து இறக்கிறதுக்காக திரைச்சீலையத் திறக்கிறானுக. அரிமத்தியா சூசையும் ஆட்களும் கிரிச்சான் அடிச்சுக்கின்டு பாடையோட பாஸ் கொட்டகைக்குள்ள வாறானுக. பிலாத்துவிடம் அனுமதியெடுத்துக்கின்டு சிலுவைக்கு அடியில பாடையோடு போய் கொண்டு வந்த ஏணியக் குருசோட சாத்தி, அரிமத்தியா சூசை மேல ஏறுறாரு. சிலுவையோட சேத்துப் பூட்டின ஆணியக்கழட்டணுமே.

"நெருப்பு நெருப்பு... அடே யாரோ பாஸ் கொட்டிலுக்கு நெருப்பு வைச்சிட்டானுகடா" என்டு யாரோ பெரிசா

சத்தம் போடுறது கேட்குது. அதில நின்டவனுகளுக்குள்ள தொற்றிக்கொண்ட பரபரப்பு சொல்லி மாளாது.

ஆளாளுக்கு அங்கிட்டும் இங்கிட்டும் ஓடுறானுக. சோளகக் காத்துக்கு நெருப்பு சரசரன்னு பத்தி எழும்புது.

"எந்தத் தேவடியா மகன்டா நெருப்பு வைச்சது. டேய் ஓடுங்கடா..."

கோயில் கிணத்து துலாவில அள்ளி ஊத்தின தண்ணிய வாளியிலயும் கையில கிடைச்ச ஏணத்திலயும் மொன்டுகின்டு ஓடிவாறானுக. கொஞ்சப்பேரு மண்ணள்ளிப் போடுறானுக. கொட்டகையில தாவுற நெருப்புட சேட்டத்த குறைக்கணுமே மாதாவே.

பறுனாந்து ஐயாவுக்கு நெருப்பு வைச்சவன நொந்து கொள்ள இது நேரமில்லையென்டு மட்டும் விளங்குது.

பறுனாந்துக்குத் தெரிஞ்சு போச்சு.

தீவினையைச் சுமந்துகின்டு வந்து நிக்கிற பிசாசுதான் அது. நெருப்பாகி அழிக்க வந்த பேய்.

"டேய் திரைச்சீலைய மூடு" பறுனாந்திட அந்த ஒத்தக் கத்தல் பெரிசாக் கேக்குது.

சுறு சுறென்டு திரைச்சீலைய மூடுறான் ஒருத்தன்.

இந்தத் தீமையோட போராடணும். உடக்காண்டவரக் காப்பாத்தணும். பிறகுதான் மற்றதெல்லாம்.

பறுனாந்து குருசடியில ஓடிப்போய் நிக்கிறாரு.

"டேய் பீரீசு, ஆணியக் கழட்டி ஆண்டவர இறக்கு."

அரிமத்தியா வேசம்போட்டு ஏணியில ஏறியிருந்த பீரீசு மின்னல் வேகத்தில உடக்காண்டவரக் கழட்டுறான். கீழ நின்ட பறுனாந்து ஆண்டவரிட கால் ஆணியத்திருகிக் கழட்டுறாரு.

குருசில இருந்து உடக்காண்டவர அவசரமாப் பிரிச்சு அப்பிடியே தன் தோல்மேல சாத்துறாரு. நீண்டு தொங்கிக்கிண்டிருக்கிற கையையும் காலையும் கொடுங்கையில தூக்கிப்பிடிச்சுக்கின்டு ஓடுறாரு.

அவருக்கு தோளில கனத்திருக்கிற பாரம் பெரிசாத்தெரியயில்ல. ஓடுறாரு. பாசுக்கொட்டகையில உடக்குச் சாத்தி வைச்ச பக்கத்தில இருந்த வழியால வெளிய ஓடுறாரு. ஓடும்போது பாக்கிறாரு.

"ஐயோ, உடக்கெல்லாம் இதில இருக்குதேப்பா. யாராச்சும் ஓடியாங்கடா."

அவரு சொல்லிக்கின்டே ஓடுறாரு.

அவருக்குப் பின்னால உடக்காண்டவர பத்திரப்படுத்தி வைக்கிற பெட்டியத் தூக்கிக்கின்டு ஓடிவருகிறவர்களைப் பார்க்க ஒரு நம்பிக்கை பிறக்குது. அவர்கள் ஆரியப் பெருமாளைச் சாய்க்க தன்னோடு கரம் கோர்த்த வீரர்கள்.

"நமக்கென்டு வாய்ச்ச இந்த கலைப் பொக்கிசத்த நெருப்புத்தின்னக் குடுத்திர முடியுமா. இதுதானப்பா நம்ம ஊரோட அடையாளம். நாளைக்கு நம்ம ஊர்ல உடக்குப் பாஸ் காட்டுறதுக்கு உடக்காண்டவர் வேணாமா. இந்தாங்க, காலாகாலத்துக்கு இதப்பாதுகாக்கிறது இனி உங்க கடமை."

அவரு நெஞ்ச நெருக்கிப் புடிச்சுக்கின்டு அதச்சொல்லும்போது அவரிட நாத்தழுதழுக்குது.

"ஐயோ உடக்கெல்லாம் எரியுதப்பா." கொட்டகையக் கடந்து ஓடுறவன் கத்துறான்.

பறுனாந்து பாஸ் கொட்டகைக்குள்ள ஓடுறாரு. அங்க கப்பித்தான் உடக்கு குதிரையோட எரிஞ்சு கொண்டிருக்கிறது அவரிட கண்ணில தெரியுது. "ஐயோ ஐயோ" என்டு பதறிக்கின்டு அதில ஓடுறாரு.

நெருப்பு நாக்கு அந்தக் கப்பித்தான் தலைக்கு மேல பத்தி எழும்பி நிக்கிறதப் பார்த்துக்கின்டு விக்கித்து நிக்கிற பறுனாந்திட கழுத்துக்கடியில சுரீர் என்டு ஒரு வலி. கழுத்தோட சேத்து இறங்கின எஃகு உயிர் நரம்பை சேதப்படுத்தினத உணர்ந்து நிமிரும்போது குறுவாளோடு ஒருவன் ஓடுறான்.

"யாரடா அது, யாரடா."

சாவடிக்கிற கத்தியால அந்தக்கப்பித்தானக் குத்திட்டு ஓடுறவன் இன்னார் என்டு அனுமானிக்க நினைக்கும்போதே உலகம் கறுப்பாப் போய்ச்சு. கால் சறுக்குது.

"ஐயோ, நிக்க முடியலையே."

பறுனாந்துடைய கால் தடுமாற நிலத்தில சாய்கிறாரு. ரெத்தம் வெள்ளமாய்ப் பாய கண் மயங்குது.

சர்வாங்கமும் தளர்ந்து போற நேரத்தில அய்யா... அய்யா... வென்டு சகாயம் ஓடிவாறான். சகாயத்திட மடியில பறுனாந்து தலைசாய்க்கிறாரு. அவருக்கு கொன்சன் சாமியாரு சொன்னது ஞாபகம் வருது.

"வாளையெடுத்தவன் வாளாலேதான் சாவான் என்டு ஏசு சாமி சொல்லியிருக்காரில்ல."

கொன்சன் சாமியாரிட குரல் எகத்தாளமாய்க் கேட்பதாக நினைக்க பறுனாந்திட கண் மங்கிப்போச்சு. இப்ப செல்லாம்மாட சத்தம் மட்டும் கேக்குது.

"என்னய்யா, சாய்ஞ்சு கிடக்கீக." அந்தக்கீச்சிட்ட சத்தத்தில ஆயிரம் அர்த்தம் இருந்துது.

மன்னார்த் தீவு முழுவதும் அதிர்ந்து போயிருந்தது. பிரதேசமெங்கும் பட்டங்கட்டி துக்கம் அறிவிச்சிருந்தாரு. எல்லா இடத்திலயும் ஊர் மறியல் போட்டு துக்க அனுசரிப்புத்தான்.

கட்டளைகாரர் பறுனாந்து அய்யாவின் சாவு பற்றித்தான் எல்லாரும் கதைக்கிறாங்க. பேர்சாலை ஊர் முழுவதும் அழுது கொண்டிருக்கு.

இந்த ஊருக்கென்டு இருந்த ஒரு ஆளுமையான தலைவன இழந்திட்டோமே. ஐயோ வென்டு அழுது வடிக்கிற பெரிசுகளும் இளந்தாரிகளும் பொண்டுகளும் சிறுசுகளும் அந்த செத்த வீட்டுப்பந்தலுக்குள்ள கிடக்குதுகள்.

சனிக்கிழம பின்னேரம் பிரேத அடக்கமின்டு அறிவிச்சிருந்தாங்க. அயல்அட்டையென்டு சனம் காலையில இருந்தே வரத் துவங்கியிருந்துதுகள்.

பேர்சால பெரிய மனுசன் பறுனாந்து செத்துட்டாராமென்ட கதை அவ்வளவு சுருக்கா மன்னார் தொங்கலுக்கும் போயிற்று.

அந்த மனுசனிட மரியாதைய எல்லாரும் கதைக்கிறாங்க. அவரப்பத்தி புகழ்ந்து கதைக்காதவங்க யாரிருக்கா. முள்ளிக்குளம், அரிப்புத்துறை, வங்காலை, பரப்பாங்கண்டல், பரப்புக்கடந்தான் இங்கால தலைமன்னார், தாழ்வுபாடு என்டு ஏழு ஊர்ல இருந்தும் வந்து நிக்கிறவன் பறுனாந்து அய்யாவிட கதையப்பத்திச் சொல்லுறானுக.

ஒரு கொடுமையான அதிகாரத்துக்கெதிராக படை நடத்தின ஒரு கப்பித்தான்தான் இந்த பறுனாந்து என்கிற சேதி எல்லாருக்கும் தெரியுது.

"அட இம்புட்டச் சாதிச்சிட்டுவந்தா இந்த ஊர்ல புள்ளப்பூச்சியா இருந்தாரு."

"வீரனப்பா. காலரா நேரம் அவரு மட்டும் தலைப்போட்டிருக்காட்டி வெற்றிமாங்குடியிருப்பில ஒரு குஞ்சு மிஞ்சியிருக்குமா."

"ந்தாப் பெரிய கோயில அந்த மனுசன்தானப்பா கட்டணுமின்டு நின்டுது."

"அட... சங்கிலி ராசாவே கூப்பிட்டு கௌரவிச்ச ஆளுய்யா அவரு."

"உடக்குப்பாசு மட்டும் அவரு இல்லாட்டி இங்க வந்திருக்குமாக்கும்."

"ந்த ஊர்ல அட்டகாசம் செய்த அய்யூப்பு இப்ப எங்கப்பு. அவனையும் அவன் கள்ளத்தொழிலையும் இல்லாமச் செய்தவரும் பறுனாந்து அய்யாதான்."

"மரைக்காயரு வள்ளம் கொண்டுவந்து இந்த ஊர்ல தொழில் துறை பெருகிறதுக்கு வழிசெய்தாரப்பா."

"தினமும் ஒரு பிணக்குப் பாத்து நீதியாத் தீத்து வைச்ச பெரிசு இப்ப இல்லையே."

அய்யன் பேரப் பெருமையா அடுத்தவன் சொல்லச்சொல்ல குமுறிக்கின்டு கிடக்கான் சகாயம்.

செல்லாம்மா அழுத கண்ணும் வீங்கின முகமுமாக புலம்பிக்கின்னே கிடக்காக. சிப்பினா அவ ஆத்த முகத்தப்பாத்துப் பாத்து விம்மிக்கின்னு கிடக்கா.

சகாயத்திட விளையாட்டுப் பொடியன்களின்டு ஒரு அம்பாரம் பயலுக. செத்த வீட்டுக்காரியத்த பங்கு போட்டுச்செய்யிறானுக.

தரவன் கோட்ட சகாயத்திட கூட்டாளி அவ தங்கச்சி றோஸ்மேரியையும் கூட்டிக்கின்டுதான் வந்திருந்தான். கடையரு பகுதி ஆக்கள் யாரும் பின்னிக்காமல் எல்லாரும் கூடி வந்திருந்தாங்க. சிவத்திக்கிழவன் தரையில அடிச்சு அடிச்சு அழுதுகின்டு சத்தமாச் சொல்ற கதையத்தான் எல்லாரும் கேட்கிறாங்க.

"ஐயோ அந்தக் கொலைகாரப்பாவிய நான்தானேயப்பு கண்ணால பாத்தன். அந்த தத்துவாரி இந்தப் புண்ணியவானுக்கு குறிவைச்சுத்தான் வாறான் என்டது தெரிஞ்சிருந்தா அவன் கொதவளைய நானே கடிச்சுத்துப்பியிருப்பேனே. அவன் பாசுக்கொட்டிலுக்கு நெருப்பு வைப்பான் என்டு தெரிஞ்சிருந்தா நான் ஊரைக்கூட்டி அவன் உசிர எடுத்திருப்பேனே."

"எங்கிட்டு இருந்து வந்தான்."

"ந்த... கடலால இறங்கி வந்தவன்தானப்பு. மல்லிப்பட்டினத்துக்காரன்."

கொன்சன் சாமியாரு கலங்கிப்போயிருந்தாரு. ஏசுவுக்கு மகிமையா இருந்திட்டுப்போகட்டும் என்டு செய்த காரியத்தால இந்தாப் பெரிய உசிரக்காவு குடுத்திட்டோமேயென்டு அவரு மனம் அறுத்துக்கின்டே கிடக்கு.

கடையரு பகுதி ஆக்கள் அத்தனை பேரும் கண் கலங்கினபடி பாவமன்னிப்பு கேக்கிறமாதியே கொன்சன் சாமியாருக்கிட்ட வந்து நிக்கிறானுக.

"ஐயோ ஒரு மனுச தெய்வத்திட அருமை தெரியாம இருந்திட்டோமே" என்டு அவனுக புலம்புறானுக.

“உசந்தது குறைஞ்சது என்டு ஒண்ணுமில்லப்பு. அவங்க பொழைப்பு வேற. உங்க பொழைப்பு வேற அவ்வளவுதான். அவுக வேற ஆக்கள் நாங்க வேற ஆக்கள் என்டு நினைக்கிற உங்க நினைப்புத்தானப்பா பிரச்சின. மனுசனுக்குள்ள ஏதுப்பு வேறுபாடு. நான் வெள்ளக்காரன். நீங்கள்ளாம் கறுப்பு என்டபடிக்கு நான் உங்களையும் நீங்கள்ளாம் என்னையும் வெறுத்திட்டா ஏசு ஆண்டவரிட மகிம வெளிப்பட்டிருக்குமா. நீங்க எல்லாருமே கும்பிடுற ஏசு சாமி ஒரு வெள்ளக்காரக் கடவுள்தானேயப்பு. வேற்றும பாத்தா நமக்கு சாமியே இல்லப்பு. சொல்லுங்க மக்கா.”

கொன்சன் சாமியாரு குரல் உடைஞ்சு வார்த்தைகள ஒண்ணு ஒண்ணாக் கோர்த்துக் கதைச்சதக் கேட்டு மனுசங்க மனசும் ஒண்ணோட ஒண்ணு ஒப்புரவாகுது.

பறுனாந்து அய்யாவிட பெருந்தன்மையான புண்ணியம் ஒவ்வொன்டையும் நினைச்சு நினைச்சு அத்தனை பேரும் தலையக் கவிழ்ந்துகின்டு நிக்கிறானுக.

பின்னேரம் நாலுமணிக்கு பிரேதம் எடுக்கிற நேரம். சங்கீத்தம் செபத்தச் சொல்லித் தூக்கிறதுக்கு முன்னுக்கு ஒப்பாரியும் அழுகையுமாக இருந்த நேரம் சித்தன் எல்லாரையும் கையமத்துறாரு.

சித்தன் ஓங்கிக் குரலெடுத்துச் சொல்லுறாரு. “எல்லாரும் கேளுங்கப்பா. இந்த ஊருக்குகென்டு உழைச்ச மனுசன். அவரு பெருமைய காலாகாலத்துக்கு தலைமுறை சொல்லுறதுக்கு ஏத்த மாதிரி உடக்குப் பாஸ் எரிஞ்சு சாம்பலாயிராம உயிர்ப்பிச்சுத் தந்தது இந்தக் கப்பித்தான்தானப்பு” என்று சொல்லிமுடிக்க கதறிக்கின்டு கிட்ட வாறானுக புரட்சித் தோழர்கள். அந்த ஆகிருதியான மனுசனிட பெட்டியத் தூக்கிறானுக.

பெருஞ்சோகமாக நகருது அந்தப் பிரேத ஊர்வலம்.

அந்தப் புண்ணியவானிட பிரேத ஊர்வலத்தில ஆயிரம் பேரு கண்ணக் கசக்கிக்கின்டு வந்து நிக்கிறது ஒரு வரலாறு.

***